அம்பேத்கர்
வாழ்வும் - பணியும்

AF741844

என். ராமகிருஷ்ணன்

பாரதி
புத்தகாலயம்

Ambedkar - Valvum Paniyum (In Tamil)
N. Ramakrishnan
Our Edition: December, 2015 | Fourth Print: February, 2023
(Courtesy: South Vision - Published in 1992)

Published by
BHARATHI PUTHAKALAYAM
7, Elango Salai, Teynampet, Chennai - 600 018
Email: bharathiputhakalayam@gmail.com | www.thamizhbooks.com

அம்பேத்கர் - வாழ்வும் பணியும்

என். ராமகிருஷ்ணன்

எமது பதிப்பு: டிசம்பர், 2015 | நான்காம் அச்சு: பிப்ரவரி, 2023
(நன்றி: சவுத் விஷன், 1992)

வெளியீடு:

பாரதி புத்தகாலயம்

7, இளங்கோ சாலை, தேனாம்பேட்டை, சென்னை - 600 018
தொலைபேசி : 044 24332424, 24330024, விற்பனை: 24332924

விற்பனை நிலையங்கள்:
அருப்புக்கோட்டை: கதவுஎண் 49 A/4 மெயின் ரோடு, தெற்கு தெரு - 9994173551
ஈரோடு: 39: 39 ஸ்டேட் பாங்க் சாலை - 9245448353
கரூர்: நாரத கானசபா அருகில் (TNGEA OFFICE)- 9442706676
காரைக்குடி : 12, 2 வது தெரு, கம்பன் மணிமண்டபம் பின்புறம் - 9443406150
கும்பகோணம்: 352, ரயில் நிலையம் எதிரில் - 9443995061
குன்னூர்: N.K.N வணிக வளாகம் பெட்போர்ட்
கோவை: 77, மசக்காளிபாளையம் ரோடு, பீளமேடு - 8903707294
சிதம்பரம்: 22A / 18B தேரடி கடைத் தெரு, கீழவீதி அருகில் - 9994399347
செங்கல்பட்டு: 1 D ஜி.எஸ்.டி சாலை - 044 27426964 | **சேலம்:** 15, வித்யாலயா சாலை சாலை
சேலம்: பாலம் 35, அத்வைத ஆஸ்ரமம் சாலை 0427 2335952
தஞ்சாவூர்: காந்திஜி வணிக வளாகம் காந்திஜி சாலை - 9655542400
திண்டுக்கல்: பேருந்து நிலையம் - 9942331105, 9976053719
திருச்சி: வெண்மணி இல்லம், கரூர் புறவழிச்சாலை - 9994289492
திருநெல்வேலி: 25A, ராஜேந்திரநகர் - 9442149981 | **திருப்பூர்:** 447, அவினாசி சாலை - 9486105018
திருவண்ணாமலை: முத்தம்மாள் நகர் | **திருவல்லிக்கேணி:** 48, தேரடி தெரு - 9444428358
திருவாரூர்: 35, நேதாஜி சாலை - 9442540543
நாகர்கோவில்: 699 கே.பி.ரோடு R.V.புரம் - 9443450111
நெய்வேலி: பேருந்து நிலையம் அருகில், - 9443659147
பழனி: பேருந்து நிலையம் அருகில் - 7010760693
பாண்டிச்சேரி : கிழக்கு கடற்கரைச்சாலை, இலாசுப்பேட்டை, 9486102777
பெரம்பூர்: 52, கூக்ஸ் ரோடு - 9444373716 | **மதுரை:** 37A, பெரியார் பேருந்து நிலையம் - 045 22324674
மதுரை: சர்வோதயா மெயின்ரோடு
வடபழனி: பேருந்து நிலையம் எதிரில் அடையார் ஆனந்தபவன் மாடியில் - 9444476967
விருதுநகர்: 131, கச்சேரி சாலை - 0456 2245300 | **வேலூர்:** பேஸ் III, சத்துவாச்சாரி - 9442553893

நினைத்த நூல்கள்... நினைத்த நேரத்தில்... 8778073949

thamizhbooks.com

அச்சு: பிரிண்டெக், சென்னை 600 005.

உள்ளடக்கம்

முன்னுரை

"உலகிலுள்ள அடிமைச் சமுதாயங்கள் அனைத்துக்கும் நானே தலைவன் என்று கூறவில்லை. தீர்க்கப்பட வேண்டிய வேறு பல பிரச்சனைகள் கொடுமைகள் நம் நாட்டில் இல்லையென்றும் நான் கூறவில்லை. ஆனால் மனிதன் தன் வாழ்நாளில் எந்த அளவுக்குப் பணியாற்ற முடியும் என்பதை உணர்ந்து தாழ்த்தப்பட்ட மக்களின் பிரச்சனைகளை மட்டும் நான் எடுத்துக் கொள்கிறேன்."

தனது பொதுப்பணியின் நோக்கம் பற்றியும் அதனது எல்லை பற்றியும் டாக்டர் அம்பேத்கர் அவர்களின் நிர்ணயிப்புதான் மேலே உள்ள வாசகங்கள். இந்தியாவின் புகழ்மிக்க தலைவர்களில் ஒருவராகப் பெருவாழ்வு வாழ்ந்த டாக்டர் அம்பேத்கர் அவர்கள் இத்தகைய ஒரு எல்லைக் கோடு நிர்ணயித்துக் கொண்டிருந்தாலும் அந்த எல்லையையும் மீறித் தாழ்த்தப்பட்ட மக்களுக்கு மட்டுமின்றி ஒட்டுமொத்த சமூகத்திற்கும் சிறந்த சேவை ஆற்றியுள்ளார்கள் என்பதே உண்மை.

நாடு சுதந்திரமடைந்து 44 ஆண்டுகள் முடிந்த பின்னரும் இன்றும்கூடத் தாழ்த்தப்பட்ட மக்கள் மீது நடைபெறும் கொடுமைகளையும் அவர்களை மனிதனாக வாழ விடாமல் தொடர்ந்து நடைமுறைப்படுத்தப்படும் அக்கிரமங்களையும் காணும் நமக்கு, கடந்த நூற்றாண்டின் இறுதியில் இந்தப்பகுதி மக்கள் எவ்வளவு மோசமான நிலையில் நடத்தப்பட்டிருப்பார்கள் என்பதை எளிதில் உணர முடியும். நடக்கத் தடை, பேசத் தடை, சாமி கும்பிடத் தடை, எண்ணற்ற தடைகளுக்கு நடுவே சிறைப்பட்டிருந்த தாழ்த்தப்பட்ட மக்களின் இயற்கையான கோபாவேசத்திற்கு வடிவம் கொடுத்து மிகப்பெரும் இயக்கமாக உருவாக்கியவர் டாக்டர் அம்பேத்கர் அவர்கள்.

அவருடைய வாழ்க்கை வரலாற்று நூல்கள் எண்ணிறைந்தவை வந்துள்ளன. அவரைப் போற்றி விழா எடுக்கும் ஏராளமான இயக்கங்களும் இன்று உள்ளன. எனினும் இவற்றில் பெரும்பாலானவை வெறுமனே சடங்குகளாக நடத்தப்படும் விழாக்களாகவும் அவருடைய பெயரை புகழைத் தங்கள் சுயலாபத்திற்குப்

பயன்படுத்திடத் துடிக்கும் நோக்கமுடைய நூல்களாகவும் அமைந்துள்ளன. இத்தகு சூழலில் டாக்டர் அம்பேத்கர் அவர்களின் வாழ்வை பல்வேறு அடித்தளமான பிரச்சனைகள் மீதான அவர்களது கருத்துக்களை ஒரு விஞ்ஞானக் கண்ணோட்டத்துடன் பார்த்துப் "படம்பிடித்துள்ளது" இந்த நூல் என்பது இந்த நூலின் தனிச்சிறப்பு.

டாக்டர் அம்பேத்கர் அவர்களின் வாழ்க்கை வரலாற்றைப் படிக்கும் வேளையில் இரண்டு முக்கியக் கேள்விகள் என்னுள் எழுந்தன. எந்தவொரு முற்போக்குச் சிந்தனையாளனுக்கும் இக்கேள்விகள் எழத்தான் செய்யும் என்றே கருதுகிறேன்.

"டாக்டர் அம்பேத்கர் தன்னலம் மறுத்துத் தனது வாழ்நாளெல்லாம் தாழ்த்தப்பட்ட மக்களுக்காக உழைத்திருந்தும்கூட, இந்தியாவின் அரசியல் சட்டத்தை உருவாக்கும் இடத்தைப் பெற்றிருந்தும் கூட இன்றளவும் இந்த மக்கள் வாழ்வில் பெரும் மாற்றங்கள் ஏற்படாததற்கு என்ன காரணம் என்பது முதல் கேள்வி.

இன்னொன்று, ஹரிஜனங்களின் மிக நெருங்கிய தோழராக தலைவராக விளங்கிய அம்பேத்கர் அவர்களுக்கும் ஹரிஜனங்கள் ஆண்டவனின் புத்திரர்கள் என்றழைத்துப் பெயரிட்ட காந்தியார் தலைமையில் இருந்த காங்கிரசுக்கும் பெரும்பான்மையான காலங்களில் உறவின்றி இருந்ததற்கு அல்லது கடும் மோதல் நிகழ்ந்தமைக்கு என்ன காரணம் என்பது. இது இரண்டாவது கேள்வி.

இந்த இரண்டு முக்கியக் கேள்விகளுக்கு சரியான விடைகாணுவது அன்றைய வரலாற்றை அலசுவதற்கு மட்டுமின்றி இன்றைய நிலையில் தாழ்த்தப்படட ஒடுக்கப்பட்ட மக்களின் முன்னேற்றத்திற்கும் மிகவும் அவசியமானமுக்கியமான ஒன்றாகும்.

இரண்டு கேள்விகளுக்குமான பதில் இன்று வரையில் பெருமளவு மாற்றமின்றித் தொடர்கின்ற இந்திய நிலப்பரப்புத்துவச் சமுதாயத்தை முறையாகப் புரிந்து கொள்வதிலேயே அடங்கியுள்ளது. கல்வியில், வேலையில் இம்மக்களுக்கு முன்னுரிமை அளித்துள்ள ஒரு அரசியல் சட்டம் கடந்த 40 ஆண்டுகளுக்கு மேல் அமலில் இருந்தும்கூட அவர்கள் வாழ்வில் பெரும் மாற்றம் நிகழாமைக்கு என்ன காரணம்?

இன்றைக்கும் இந்தியாவில் வறுமைக்கோட்டுக்குக் கீழே வாழும் மக்களில் மிகப் பெரும்பான்மையராகத் தாழ்த்தப்பட்ட மக்களே இருப்பதற்குக் காரணம் என்ன?

கல்விச் சலுகைகள், வேலைச் சலுகைகள் என்பவை முக்கியமானவை. ஆனால் அவை முழுமையாகப் பயன்படுத்தப்பட முறையாக

அமலாக்க உத்திரவாதம் செய்யப்பட தாழ்த்தப்பட்ட மக்கள் கையில் வாழ்வுக்கான அடிப்படை ஆதாரங்கள் கிடைப்பது மிக அவசியம். இத்தகைய 'அடிப்படை ஆதாரமாக' விளங்கும் 'நிலம்' இந்த மக்கள் கையில் கிடைக்காத வரை இதில் சீர்திருத்தங்கள் முழுமையடையாது என்பதே வாழ்க்கை அனுபவம். இன்றும் கிராமப்புற மேல்தட்டுகளில் வாழும் 10 சதமான குடும்பங்கள் கையில் 50 சதமானத்திற்கு மேற்பட்ட நிலங்கள் இருப்பதும் 70 சதமான மக்கள் நிலமின்றி அல்லது அற்பசொற்ப நிலத்துடன் வாழ்வுக்குப் போராடிக்கொண்டிருப்பதும் ஒரு யதார்த்த உண்மை. "தோட்டம் நிலைத்தால்தான் தென்னம்பிள்ளை வளர முடியும்" என்பது கிராமத்துப் பழமொழி. அப்படித் தோட்டம் நிலைக்க வேண்டும் எனில் ஏழைமக்கள் கையில் நிலம் வேண்டும். அப்பொழுதுதான் தென்னம்பிள்ளை நிலைத்து இளநீரும் தேங்காயும் போன்ற பலன்களான கல்விச்சலுகை, வேலைச்சலுகை போன்றவைகூட இம்மக்களுக்கு முழுமையான பலன் தருபவையாக அமைய முடியும்.

வெள்ளையன் காலத்திலும் பின்பு காங்கிரசார் ஆண்ட காலத்திலும் இந்த மக்கள் கையில் நிலம் கிடைப்பது பற்றி ஏராளமாகப் பேசப்பட்டிருந்தாலும் நடைமுறையில் அமலாகவில்லை. இன்னும் பல்லாண்டுகள் போனாலும் இவை தானாக அமலாகாது. தாழ்த்தப்பட்ட மக்கள் இதர பகுதி உழைக்கும் மக்களுடன் இணைந்து நடத்தும் பிரம்மாண்டமான போராட்டங்கள்தான் இந்த மாற்றத்தை உருவாக்க முடியும்.

இந்த அடிப்படைப் பிரச்சனை தீர்க்கப்படாத காரணத்தாலேயே நாடு சுதந்திரமடைந்து 44 ஆண்டுக் காலத்திற்குப் பின்னரும் தாழ்த்தப்பட்ட மக்கள் மீதான கொடுமைகள் தொடர்கின்றன.

காந்தியார், அம்பேத்கர் இருவருமே ஹரிஜனங்கள் விஷயத்தில் ஆழ்ந்த அக்கறை கொண்டிருந்தும்கூட இருவரையும் எதிரும் புதிருமாகவே சரித்திரம் காண்பிப்பதற்கு என்ன காரணம் என்பதற்கான பதிலும் மிகுந்த முக்கியத்துவம் பெறுகிறது. இந்தியச் சுதந்திரப் போராட்ட வரலாற்றில் தலைமைப்பாத்திரம் வகித்த காங்கிரசார்கள் அணுகுமுறையே இதற்குப் பிரதான காரணமாகும்.

வெள்ளையனுக்கு எதிரான போரில் இந்திய நாட்டுமக்களை வீறுகொண்டு எழச் செய்த காந்தியாரும் காங்கிரசும் அப்படி மக்களை வீறுகொண்டு எழச் செய்ய பயன்படுத்திய "போராட்ட ஆயுதங்கள்" இரண்டு. அவை (1) இந்து மதப் பெருமை பேசுவது (2) இந்தியாவின் பழைய சரித்திர மேன்மையை மீண்டும் கொண்டு வருவது என்பது... "இந்து மதப்பெருமை பேசுவது" என்பது ஆண்டாண்டு காலமாக இந்து மதத்தர்மங்களால் ஒடுக்கப்பட்ட

தாழ்த்தப்பட்ட மக்கள் மத்தியில் இயற்கையான அவநம்பிக்கையை எழுப்பத்தானே செய்யும்.

தாழ்த்தப்பட்ட மக்களின் மேம்பாட்டையே தனது வாழ்நாள் லட்சியமாகக் கொண்டிருந்த டாக்டர் அம்பேத்கருக்குக் காந்தியத்தின் மீது கடும் கோபம் ஏற்பட்டதில் ஆச்சரியம் என்ன இருக்கிறது. ஆகவேதான் டாக்டர் அம்பேத்கர் அவர்கள் காந்தியத்தைப் பற்றிக் கீழ்க்கண்டவாறு கூறினார்கள்.

"வைதீக இந்துச் சமயத்தில் இல்லாதது எது காந்தியத்தில் இருக்கிறது. இந்து மதத்தில் சாதி உண்டு. காந்தியத்தில் சாதி உண்டு; இந்து மதம் சாஸ்திரங்களின் ஆணையை ஏற்றுக்கொள்கிறது, காந்தியமும் அப்படியே; இந்து மதம் அவதாரங்களையும், மறுபிறவிகளையும் நம்புகிறது. காந்தியத்தின் கொள்கையும் அதுவே; மேற்கொண்டு காந்தியம் செய்தது என்னவென்றால் "இந்து மதத்திற்கும் அதன் கோட்பாடுகளுக்கும் நியாயம் கற்பிக்கத் தத்துவார்த்தம் கண்டுபிடிப்பதுதான்" (டாக்டர் அம்பேத்கர் சிந்தனைகள்)

காந்தியத்தைப் பற்றிய டாக்டர் அம்பேத்கரின் மேலேகூறிய நிர்ணயிப்புக்குக் காரணம் காந்தியத்தின் அணுகுமுறையே ஆகும். இந்த அணுகுமுறை காரணமாகத்தான் தாழ்த்தப்பட்ட மக்கள் மத்தியில் மட்டுமின்றிச் சிறுபான்மை மக்கள் மத்தியிலும் காங்கிரஸ் பற்றிய பெரும் அவநம்பிக்கை எழுந்தது. இந்தச் சூழலில் இந்து மதப் பழமைவாதத்தை எதிர்த்த சீர்திருத்த இயக்கங்கள் பலவும் ஒரு கட்டத்தில் ஒட்டுமொத்த காங்கிரஸ் எதிர்ப்பு என்ற நிலைக்குச் சென்ற நிலைமையைக் காண முடியும். மராட்டியத்தின் ஜோதிபாபுலேயின் இயக்கம், தமிழக ஜஸ்டிஸ் கட்சி ஆகியவை காங்கிரசின் இந்துப் பழமைவாதத்தை எதிர்த்த போராட்டத்தில் திசைதடுமாறிச் சுதந்திரப் போராட்டத்திற்கே எதிர்ப்பாகத் திரும்பியதை வரலாறு காட்டுகிறது. ஆனால் அம்பேத்கரைப் பொறுத்தவரை பெரும்பகுதியான காலம் முழுவதும் இத்தகைய திசை திரும்பலுக்கு ஆட்படாமலேயே இருந்தது குறிப்பிடத்தக்கது. அம்பேத்கரியக்கத்தின் இத்தகு பாத்திரம் பற்றித் தோழர் என். ராமகிருஷ்ணன் தெளிவாக ஆதாரங்களுடன் விளக்கியிருப்பது போற்றத்தக்கது. பொதுவான சுதந்திரப் போராட்டத்தின் நோக்கிலிருந்து தனிமைப்படாமல் தாழ்த்தப்பட்ட மக்களின் உரிமைப் போராட்டத்தை நடத்திய கட்டத்தில் எல்லாம் டாக்டர் அம்பேத்கர் வெற்றி பெற்றார். அதில் சில கட்டங்களில் எல்லைதாண்டிய நிலை ஏற்படும்போது பாதிக்கப்பட்டார் என்பதையும் இந்த நூல் சரியாகவே விளக்குகிறது.

ஆக, அம்பேத்கர் வாழ்க்கை வரலாற்றை அனுபவப்பாடமாக ஏற்கும் எவரும் இன்றைய நிலையில் தாழ்த்தப்பட்ட மக்களின் உரிமைப் போராட்டமும் இதர உழைக்கும் மக்களின் உரிமைப் போராட்டங்களும் ஒன்றோடு ஒன்று கைகோர்த்து இணைந்து செல்வதே 'காலத்தின் கட்டளை' என்பதை உணர முடியும்.

இந்த வகையில் தோழர் என்.ராமகிருஷ்ணனின் இந்த நூல் புதிய கோணத்துடன் பிரச்சனையை ஆராய்ந்து சரியான வழிகாட்டுவதைப் பாராட்டக் கடமைப்பட்டுள்ளேன். எளிய நடையில் சிறப்பாக எழுதப்பட்டுள்ள இந்த நூலை வெளியிடுதன் மூலம் சவுத் ஏசியன் புக்ஸ் நிறுவனம் தனது சிறப்புமிக்க பணிக்கு மேலும் ஒரு சிறப்பைச் சேர்த்துக் கொண்டுள்ளது.

முடிப்பதற்கு முன் ஒரு விஷயத்தை கவனப்படுத்த விரும்புகிறேன். மாற்றங்கள் தலைவர்களால் உருவாவதில்லை. மக்கள் இயக்கங்களாலேயே உருவாகிறது என்பதை நாம் அறிவோம். இதுகுறித்து டாக்டர் அம்பேத்கரின் கருத்து போற்றத்தக்கதாகும். அவர் மிகப் புகழ்மிக்க தலைவராக விளங்கினாலும்கூட தலைவர்களே அனைத்தையும் சாதிக்கும் அவதாரங்கள் என்ற மாயையை உடைத்தெறிவதில் குறியாக இருந்தது மறுக்க முடியாதது. "ஒரு தலைவனின் கருத்துக்களையும் கொள்கைகளையும் எவ்வளவு வேண்டுமானாலும் புகழலாம். ஆனால் அத்தகைய தலைவர்களையே கடவுள் அவதாரமாகக் கருதி அவன் கொள்கைகளைக் கடவுள் வாக்காகக் கருதுவது தவறு. முன்னது எவ்வித ஆபத்தையும் உருவாக்காது. ஆனால் பின்னது ஒரு பொல்லாப்பெருங்கேட்டை உருவாக்க வல்லது."

இது டாக்டர் அம்பேத்கரின் சீரிய சிந்தனைக்கு ஒரு சிறப்புமிக்க எடுத்துக்காட்டு. அவரின் கருத்துப்படி கொள்கைகளைப் போற்றுவோம் இன்றைய தேவைக்கு புனரமைத்துக் கொள்வோம் என உறுதிகொள்வோம்.

அந்தப் போராட்டத்திற்கு அணிதிரட்ட, சிறந்த ஆயுதமாக இந்நூல் விளங்கட்டும்.

வாழ்த்துக்களுடன்

கி.வரதராசன்

07.03.92 பொதுச் செயலாளர்

சென்னை தமிழ்நாடு விவசாயிகள் சங்கம்

வாழ்த்துரை

பாபா சாஹேப் என்று அவரது சீடர்களால் மிகுந்த அன்போடும் மரியாதையோடும் அழைக்கப்படும் டாக்டர் பீம்ராவ் ராம்ஜி அம்பேத்கர்அவர்கள் இதுவரை தாழ்த்தப்பட்டவர்களிடையே முகிழ்த்த தலைவர்களிலேயே மகத்தானவர் என்று அனைவராலும் ஏற்றுக்கொள்ளப்பட்டவர் ஆவார். பல நூற்றாண்டுக் காலமாக கட்டுபடுத்தி வந்த அடிமைத்தனத்திலிருந்து தாழ்த்தப்பட்டவர்களை விடுவிக்கத் தனது வாழ்நாள் முழுவதும் நீடித்த போராட்டத்தை நடத்தியவர் அவர். அநீதி நிறைந்த இச்சமூகத்தை எதிர்த்து அனைத்து வகையிலும் அவர் இடைவிடாது போராடி வந்தார்.

தாழ்த்துப்பட்ட மக்களிடையே அவரது கருத்தும் செல்வாக்கும்தான் மிகச் சக்தி வாய்ந்த அம்சமாக விளங்கி வருகிறது. அவர்களது நம்பிக்கைகள், எதிர்பார்ப்புக்களின் சின்னமாகவே அவர் மாறிவிட்டார்.

எந்தவொரு தலைவரின் மகத்தான தன்மையும் அவர் உருவாக்கிய அமைப்புகள், அவரது சித்தாந்தம், கருத்துக்கள் ஆகியவை அவரது வாழ்நாளுக்குப் பிறகும் நிலைத்திருப்பதிலேயே அடங்கியுள்ளது. அம்பேத்கர் பொதுவாழ்க்கையில் வெளிப்படத் துவங்கிய 1920களில் சுதந்திரப் போராட்டமானது தீவிரமாகச் செயல்பட்டு வந்த நேரமாகும். அந்த நேரத்தில் தாழ்த்தப்பட்ட மக்களின் அடிமைத்தனத்தைப் பற்றியும் தாங்கொணா கொடுமை குறித்தும் எவரும் கவலைப்படவேயில்லை. தீண்டத்தகாதவர் என்ற வகையில் தான் பெற்ற அனுபவங்களைக் கொண்டுதான் நாட்டின் அரசியல் விடுதலையோடு கூடவே சமூக விடுதலையையும் அடைய வேண்டும் என்று அவர் எண்ணத் துவங்கினார். கிடைக்கப்போகும் விடுதலை என்பது அர்த்தமுள்ளதாக விளங்கவேண்டுமெனில் நாட்டிலுள்ள மக்கள் அனைவரின் விடுதலையும் உறுதி செய்யப்பட வேண்டும் என்று அவர் வலியுறுத்தினார்.

அம்பேத்கர்சமூக சீர்திருத்தங்களை ஏதோ மனிதாபிமானத்தோடு செய்யும் செயலாக இல்லாமல் உரிமையாகவே அவை வழங்கப்பட வேண்டும் என்று விரும்பினார். அவர் மேற்கொண்ட சமூக

சீர்திருத்தம் என்பது சமூக அடிமைத்தனத்திற்கு எதிரான கிளர்ச்சியே ஆகும். தாழ்த்தப்பட்டவர்களை விடுவிக்கவும் அவர்களை உதாசீனத்திலிருந்தும் சமூக ரீதியான அவதூறிலிருந்தும் விடுவித்து முன்னேற்றத்தை நோக்கிச் செலுத்தி சமூக ரீதியான மரியாதை பெற பல்வேறு வழிமுறைகளை அவர் மேற்கொண்டார்.

சமூக அவதூறு, அடிமைத்தனம், கட்டுப்பாடு முதலியவற்றில் ஆண்டாண்டுக் காலமாய் நசுங்கிக் கிடந்த தாழ்த்தப்பட்ட மக்களை ஓரளவுக்காவது விடுவித்த அவரது முயற்சிகள் மனித குல வரலாற்றில் சிறப்பான சாதனை என்றே கூறலாம்.

தாழ்த்தப்பட்ட மக்களுக்கு அவர் விட்டுச் சென்ற சொத்து என்பது தாழ்த்தப்பட்ட, பழங்குடி வகுப்பினருக்கு இந்திய அரசியலமைப்புச் சட்டத்தில் அவர் உருவாக்கிய பாதுகாப்பு ஏற்பாடுகளே ஆகும். தாழ்த்தப்பட்ட, பழங்குடி வகுப்பினரின் நலன்களைப் பாதுகாக்கும் நோக்கத்துடன் அரசியலமைப்புச் சட்டத்தில் வழங்கப்பட்டுள்ள விதிமுறைகளாவன:

எந்த வகையிலும் தீண்டாமையைப் பின்பற்றுவதை தடை செய்தும் தீண்டாமையை ஒழிக்கும் வகையிலும் உள்ள 17ஆவது பிரிவு:

கட்டாயமாகவும் கொத்தடிமையாகவும் நடத்தப்படுவதைத் தடுக்கும் 23ஆவது பிரிவு; மத்திய அரசு, மாநில அரசுகளில் பல்வேறு பதவிகளுக்கும் பணிகளுக்கும் தேர்வு செய்வதில் ஒதுக்கீடு வழங்கும் 235வது பிரிவு;

தாழ்த்தப்பட்டோர் மற்றும் பழங்குடியினருக்கு அவர்களது மக்கள் தொகைக்கு ஏற்ப மக்கள் சபையில் பிரதிநிதித்துவத்திற்கான இடஒதுக்கீடு செய்யும் 330ஆவது பிரிவு;

அதேபோன்று மாநில சட்டமன்றங்களுக்கும் இட ஒதுக்கீடு செய்யும் 332ஆவது பிரிவு:

தாழ்த்தப்பட்ட மற்றும் பழங்குடிப் பிரிவினரின் கல்வி மற்றும் பொருளாதார நலன்களை அரசானது மிகுந்த அக்கறையுடன் மேம்படுத்த வேண்டும் என்றும், சமூக அநீதி மற்றும் அனைத்து வகையான சுரண்டலிலிருந்தும் அவர்களைப் பாதுகாக்க வேண்டும் என்றும் அறிவுறுத்தும் 46ஆவது பிரிவு ஆகியவையே ஆகும்.

அவரது அரிய கோட்பாடுகளின் கதி என்னவாயிற்று என்பதையும் நாடு தனது உறுதிமொழியை நிறைவேற்றியதா அல்லது அதற்குத் துரோகம் செய்ததா என்பதையும் அறிய, மேற்கொள்ளப்பட்ட பல்வேறு முயற்சிகளின் செயல்பாடுகளை முழுமையாகப் பரிசீலனை செய்வது அவசியமாகும். இப்போது நமக்குக் கிடைத்துள்ள புள்ளி

விபரங்கள் இந்தப் பாதுகாப்பு ஏற்பாடுகளை அமல்படுத்துவதில் உள்ள மோசமான நிலையையே சுட்டிக்காட்டுகின்றன.

இந்தப் பாதுகாப்பு ஏற்பாடுகள் ஏன் அமல் செய்யப்படவில்லை. சமூக உணர்வு என்பது முற்றிலும் இல்லாததே இதற்கு முழுக் காரணமாகும். இந்தப் பின்னணியில் அம்பேத்காரின் வார்த்தைகளை நினைவுகூர்வது அவசியமாகும்.

"உரிமைகள் என்பவை சட்டத்தினால் காப்பாற்றப்படுவதில்லை; மாறாக சமூகத்தின் சக உணர்வு மற்றும் நெறியுணர்வு ஆகியவற்றாலேயே பாதுகாக்கப்படுபவை ஆகும்."

"இந்த உரிமைகளைப் பல்வேறு வகுப்பினரும் எதிர்க்கும்போது எந்தச் சட்டமும், எந்தப் பாராளுமன்றமும், எந்த நீதிமன்றமும் அந்த உரிமைகள் என்பதைன் உண்மையான பொருளில் பாதுகாக்க முடியாது."

அம்பேத்காரைப் பின்பற்றுவோர் எந்தத் திசையில் முன்னேறிச் சென்று டாக்டர் அம்பேத்காரின் பாரம்பரியத்தைச் செழுமைப்படுத்த வேண்டும் என்பதைத்தான் வரலாற்றின் பாடங்களும் அனுபவமும் சுட்டிக்காட்டுகின்றன.

டாக்டர் அம்பேத்காரின் வாழ்க்கை வரலாறானது, இந்திய வரலாற்றைப் பயிலும் அனைவருக்கும் படிப்பினை அளிக்கும் ஒன்றாகும். மனிதகுல முன்னேற்றத்தைக் காணத் துடிக்கும் சமூகத்திற்கு அவரது வாழ்க்கையின் ஒவ்வொரு அம்சமும் இன்றியமையாத ஒன்றாகும்.

மனிதகுலத்தின் சமத்துவத்திற்கான போராட்டத்தில் பாபா சாஹேப் அம்பேத்காரின் பங்கினை அறிய விழையும் அனைவருக்கும் இந்நூல் மிகவும் பயனுள்ள ஒன்றாகும். டாக்டர் அம்பேத்காரின் வாழ்க்கையின் பல்வேறு கோணங்களையும் பிரதிபலிக்கும் வகையில் இந்நூலை உருவாக்கியுள்ள திருராமகிருஷ்ணன் பாராட்டிற்குரியவர்.

1992 **எம்.ஆர். அப்பன்**

ஆசிரியர் குறிப்பு

இந்திய நாட்டின் இணையற்ற சமூக சிந்தனையாளர்களில் ஒருவரான டாக்டர் அம்பேத்கார் அவர்களின் 125ஆவது பிறந்தநாளையொட்டி இந்நூல் வெளிவருவது மிகவும் சிறப்புக்குரியதாகும். இந்நூலின் முதல் பதிப்பு அவருடைய நூற்றாண்டு நாளில் வெளியாகி பல பதிப்புகளைக் கண்டது.

அவருடைய 125ஆவது பிறந்த ஆண்டில் வெளிவரும் இந்நூலானது இந்திய நாட்டின் அரசியல், சமூக, பொருளாதார வாழ்வை இருள் மேகங்கள் சூழ்ந்துள்ள நிலைமையில் வெளியாகிறது. மத்தியில் ஆட்சி பீடமேறியுள்ள பா.ஜ.க கூட்டம் டாக்டர் அம்பேத்கார் உயர்த்திப் பிடித்த மாபெரும் சமூக மாண்புகளைச் சிதைத்து சின்னாபின்னமாக்கும் நோக்கில் செல்கின்றன. அவர் அரும்பாடுபட்டு தலைமை தாங்கி உருவாக்கிய இந்திய அரசியல் சட்டத்தின் ஜனநாயக நெறிமுறைகள், வழிகாட்டல்கள் அனைத்தையும் சீரழிக்கும் நோக்கில் செல்கின்றன. எனவே இந்திய நாட்டின் அனைத்து முற்போக்காளர்களும், ஜனநாயக சக்திகளும் ஓரணியாகத் திரண்டு டாக்டர் அம்பேத்கார் உயர்த்திப்பிடித்த ஜனநாயக மாண்புகளைப் பாதுகாத்து சமூகநீதி என்ற லட்சியத்தை மேலும் உயர்த்திப்பிடித்து அவற்றை முன்னெடுத்துச் செல்வது காலத்தின் கட்டாயமாக உள்ளது.

டாக்டர் அம்பேத்கார் அவர்களின் வாழ்வுப் பணியை அதற்குரிய வரலாற்றுப் பின்னணியோடு காணும்பொழுதுதான் அதன் சீர்மிகு தன்மைகளும் சிறப்புமிகு அம்சங்களும் புலப்படும். அந்த நோக்கில்தான் இந்நூல் எழுதப்பட்டுள்ளது. இந்நூல் எந்தளவுக்கு அதில் வெற்றி பெற்றுள்ளளது என்பதை வாசகர்கள்தான் தீர்மானிக்க வேண்டும்.

பிராமணியத் தத்துவ ஆதிக்கத்தின் காரணமாக இந்தியாவின் பாரம்பரியச் சமூகக் கட்டமைப்பின் அடித்தளத்தில் மிதியுண்டு கிடந்த தாழ்த்தப்பட்ட மக்களும் பிற்படுத்தப்பட்ட மக்களும் விலங்கிலும் கேவலமாக நடத்தப்பட்டனர். கண்ணியமாக

வாழவேண்டுமென்ற அவர்களது ஆசைகள் நிராசைகளாயின. 19ஆம் நூற்றாண்டிலிருந்துதான் இவ்விரு பகுதி மக்களின் உரிமைகளைப் பெறுவதற்கான சமூகச் சீர்திருத்த இயக்கங்கள் இந்தியாவில் உருவெடுக்கத் தொடங்கின.

நால்வருண முறை என்பதன் மேலாதிக்கத்திலிருந்த பிராமணர்கள், இதர மூன்று பகுதி மக்களையும் ஒடுக்கி வந்தது முதல் கட்டமாகும். பிராமணர்களும் பிராமணர் அல்லாத சாதிய மேல்தட்டுபகுதிகளும் சேர்ந்து தாழ்த்தப்பட்ட மக்களையும் இதர பிற்படுத்தப்படட மக்களையும் ஒடுக்கி வந்தது. இரண்டாவது கட்டமாகும். சமூக நீதி என்ற லட்சியத்தை அடைவதற்காகத் தாழ்த்தப்பட்ட மக்களும் இதர பிற்படுத்தப்பட்ட மக்களும் ஒன்றுசேர்ந்து போராட வேண்டிய இந்த மூன்றாவது காலகட்டத்தில் அந்தப் பிற்படுத்தப்பட்ட மக்களை, தாழ்த்தப்பட்ட மக்களுக்கெதிராகத் திருப்பிவிடச் சாதிய, பிற்போக்கு, சுயநல சக்திகள் துடித்துக் கொண்டிருக்கின்றன.

தொடர்ந்து ஒடுக்குமுறைக்கு ஆளாகிவரும் தாழ்த்தப்பட்ட மக்களுடைய உரிமைகளைப் பெறுவதற்காக, அவர்களை சம அந்தஸ்து படைத்த மனிதர்களாக்குவதற்காக டாக்டர் அம்பேத்கார் நடத்திய போராட்டம் தொடர்ந்து முன்னெடுத்துச் செல்லப்பட வேண்டிய போராட்டமாகும். சமூகநீதி என்ற அவருடைய லட்சியமானது அணையாமல் காக்கப்பட வேண்டிய லட்சியமாகும்.

இவ்வாண்டின் துவக்கத்தில் விசாகப்பட்டிணத்தில் நடைபெற்ற மார்க்சிஸ்ட் கம்யூனிஸ்ட கட்சியின் அகில இந்திய மாநாடு (கட்சிக் காங்கிரஸ்) டாக்டர் அம்பேத்காரின் 125வது ஆண்டு விழாவை ஓராண்டுக் காலத்திற்கு சிறப்பாக கொண்டாட வேண்டுமென்று தீர்மானம் நிறைவேற்றியுள்ளது. அதன்படி நாடெங்கிலும் கருத்தரங்குகள், சிறப்பு சொற்பொழிவுகள் நடத்தப்பட்டு வருகின்றன என்பதும் பெருமைக்குரிய செய்தியாகும்.

இந்நூலுக்கு முன்னுரை வழங்கிச் சிறப்பித்துள்ள மார்க்சிஸ்ட் கம்யூனிஸ்ட் கட்சியின் மத்தியக்குழு உறுப்பினரும் அகில இந்திய விவசாயிகள் சங்கத்தின் உயர் தலைவர்களில் ஒருவருமான தோழர் கி.வரதராஜன் அவர்களுக்கும், வாழ்த்துரை வழங்கிச் சிறப்பித்த தமிழ்நாடு அரசு ஊழியர் சங்கத்தின் முன்னாள் பொதுச் செயலாளர், மறைந்த தோழர் எம்.ஆர்.அப்பன் அவர்களுக்கும் என் மனங்கனிந்த நன்றியினைத் தெரிவித்துக் கொள்கிறேன்.

அதேபோன்று இந்நூலின் கையெழுத்துப்பிரதியைப் படித்து சீர்படுத்திக் கொடுத்த 'தீக்கதிர்' நாளேட்டின் மதுரை பதிப்பு செய்தி ஆசிரியர் தோழர் ப.முருகன் அவர்களுக்கும், தமிழ் ஆய்வாளர்

திரு.அரணமுறுவல் அவர்களுக்கும் இதன் முதல் பதிப்பை வெளியிட்ட 'சவுத்' நிறுவனத்தாருக்கும், இப்பொழுது இந்நூலை மனமுவந்து வெளியிட்டுள்ள பாரதி புத்தகாலயம் நிறுவனத்தாருக்கும் என் இதயங்கனிந்த நன்றியை உரித்தாக்கிக் கொள்கிறேன்.

மதுரை **என். ராமகிருஷ்ணன்**

9.11.2015

டாக்டர் அம்பேத்கர் 1918 நவ10 அன்று மும்பையின் சைய்தனம் கல்லூரியில் தற்காலிக விரிவுரையாளராகப் பணியில் இணைந்தார். படத்தில் கல்லூரி முதல்வர் மற்றும் சக ஆசிரியர்களுடன் டாக்டர் அம்பேத்கர்.

1922 லண்டன் ஸ்கூல் ஆஃப் எக்கனாமிக்ஸ் பேராசிரியர்கள், வகுப்புத் தோழர்களுடன்.

1927 நண்பர்களுடன்
புனே அருகில்
பீமா நதிக்கரையில்
விஜயஸ்தம்பம் அருகே.

1928 மும்பை தாதர்
திலக் பாலத்தில்
ஒரு போராட்டத்தின்
செயல்வீரர்களுடன்.

1928 சைமன் கமிஷன்
உறுப்பினர்களுடன்.

1928 மும்பை சட்டக்கல்லூரி சகாக்களுடன், அண்ணல் அங்கே முதலில் 2 ஆண்டுகள் பேராசிரியராகவும் பின்னர் 2 ஆண்டுகள் முதல்வராகவும் பணியாற்றினார்.

1929 அண்ணல் அம்பேத்கர், அவர் நிறுவிய ஸமாஜ் சமதா சங் செயல்வீரர்களுடன்.

1930
டாக்டர் அம்பேத்கர்
லண்டனில் நடந்த
வட்டமேஜை
மாநாட்டிற்குச்
செல்லுமுன் தனது
ஆதரவாளர்களுடன்.

1946 டாக்டர் அம்பேத்கர்,
தனது சித்தார்த் கல்லூரி,
மும்பை அலுவலகத்தில்

டாக்டர் அம்பேத்கர், அவரது தளபதி, தோழர்
கண்பத் மஹாதேவ் ஜாடவ்
3 ஆவது ஆண்டு மாநாடு, ஆல் இண்டியா
ஷெட்யூல்ட் கேஸ்ட் ஃபெடெரேஷன்.

1946 டெல்லி கிரிப்ஸ் திட்ட மாநாட்டில் தேஜ் பஹதூர் சாப்ருவுடன் டாக்டர் அம்பேத்கர்.

1956 நாக்பூர் தீக்ஷா மண்டபத்தில் 'நா ஏன் பௌத்தரானேன்?' என விளைக்கும் அண்ணல் அம்பேத்கர்.

எரவாடா சிறையில் பூனா ஒப்பந்தம் குறித்த விவாதங்களில் பங்கேற்றத் தன் தோழர்களுடன் டாக்டர் அம்பேத்கர். இடது ஓரத்தில் பாரிஸ்டர்.எம்.ஏர்.ஜெயகர். வலது கோடியில் தமிழகத்தைச் சேர்ந்தவரும் கிரிக்கட் வீரருமான பி.பாலு.

1932. அம்பேத்கர், நாசிக் மாவட்ட மத்தியக் குழுத் தோழர்களுடன்.

இடமிருந்து வலம் : அண்ணலின் மகன் யஷ்வந்த், அம்பேத்கர், மனைவி ரமாபாய்,

அண்ணி லக்ஷ்மிபாய், அண்ணன் மகன் முகுந்த ராவ்.

காலடியில் அவரது செல்ல நாய் டொப்பி. (1934)

1939 அம்பேத்கர் ஆரம்பித்த இண்டிபெண்டண்ட் லேபர் கட்சியின் சம்தா சைனிக் தல் படையுடன்.

1940 அம்பேத்கர், பெரியார் - ஜின்னாவுடன்

1940 அம்பேத்கர் தோழர்களுடன் மும்பை வொர்லியில் **BDD** குடியிருப்பில் ஒடுக்கப்பட்ட மக்கள் மத்தியில் பிரச்சாரத்தின்போது.

1942 மும்பை ஜஹாங்கீர் ஹால் இந்திய அரசின் மத்திய செயற்குழுவில் பணியாற்றச் செல்லும்முன் நடந்த பாராட்டுவிழாவில் டாக்டர் அம்பேத்கர்.

1

நந்தன் பிறந்தநாடு

மனித சமுதாயம் தனது வரலாற்று வளர்ச்சிக் கட்டத்தின் ஒவ்வொரு படியிலும் விந்தைகள்நிறைந்த பல புதுமைகளைக் கண்டு வருகிறது. பொருள் உற்பத்தி முறையின் ஒவ்வொரு மாற்றமும் அதைச் சார்ந்துள்ள சமுதாயத்தின் அனைத்து அம்சங்களையும் அடியோடு மாற்றிப் புதிய சமுதாயத்திற்கு வித்திடும் போக்கைத் தன்னகத்தே கொண்டுள்ளது. இது உலகின் அனைத்து கண்டங்களுக்கும் பொதுவான நியதி.

பழைய சமுதாயத்தின் அழிவுக்குவியல் மீது புதிய சமுதாயத்தின் அடித்தளம் மற்றும் கட்டமைப்பு உருவாவதும், பழைய சமுதாயத்தின் சாம்பல் மீது புதிய சமுதாயத்தின் பூக்கள் மலர்வதும் வரலாற்று நியதியாகியுள்ளது. ஆனால் இதில் வேதனைக்குரிய விதிவிலக்கு ஒன்றுள்ளது.

வரலாற்று வளர்ச்சிப் போக்கின் ஒரு கட்டத்தில் மனித சமூகத்தில் உழைப்புப் பிரிவினை என்பது தோன்றியது. அது அன்றைய சமுதாயம் தேக்க நிலையில் சிக்கவிடாமல் அடுத்த கட்டதை நோக்கிப் போவதற்கான அவசியமான தொன்றாக விளங்கியது.

அந்த உழைப்புப் பிரிவினையானது மற்ற நாடுகள் அனைத்திலும் இன்றுவரை உழைப்புப் பிரிவினையாகவே உள்ளது; வேறு வடிவம் எடுக்கவில்லை. ஆனால் இந்திய நாட்டில் மட்டும் அது வர்ணாசிரம தர்மம் அல்லது நால்வருணமுறை என்ற அழைக்கப்படும் சமூக ஒடுக்குமுறை கூறுகளை அடித்தளமாகக் கொண்ட சாதிய முறையாக உருவெடுத்து இந்தச் சமூகம் முழுவதையும் அலைக்கழித்து வருகின்றது.

மேல்சாதியினர் என்றும், கீழ்ச்சாதியினர் என்றும், உயர்ந்தோர் என்றும், தாழ்ந்தோர் என்றும் இந்திய சமூகத்தைப் பிரித்தது. வேலைப்பிரிவினை என்பதைப் பரம்பரைப் பிரிவினையாக்கி இந்தியச்

சமூகத்தின் மிகப்பெரும் பகுதியினரை கொத்தடிமைகளாக்கிக் கோலோச்சியது. இந்தக் கொடுமை ஆயிரமாயிரம் ஆண்டுகளாக நீடித்து வரும் அவலத்தைத்தான் இந்திய நாடு கண்டு வருகின்றது.

பிராமணியம் என்ற ஆதிக்கப் போக்கு இந்தியச் சமூகத்தின் மிகப்பெரிய பெருவாரியான உழைக்கும் மக்களைச் "சூத்திரர்களாக்கி" அவர்களைச் சமூகக் கொடுமைகளில் ஆழ்த்தி வெந்து மடியச் செய்த காலம் இந்திய வரலாற்றில் கறைபடிந்த காலமாகும்.

இந்தியாவின் தலைசிறந்த வரலாற்றியல் அறிஞர்களில் ஒருவரான டி.டி.கோசாம்பி கூறுகிறார்:

"......... ஈரானியர்களும் சாதிய முறையின் ஆரம்பக் கூறுகளைக் கொண்டிருந்தார்கள் என்று கூறப்படுகின்றது. பூசாரி, தேரோட்டுபவர், உழவர், கைவினைஞர் என்ற சமூகங்களைக் கொண்டிருந்தனர். இதற்கும், சாதிக்கும் சம்பந்தமில்லை. ஏனென்றால் தங்களுடைய குலத்திற்குள்ளேயே திருமணம் செய்து கொள்வது என்பது எங்கும் குறிப்பிடப்படவில்லை. மேலும் இந்த நான்கு சமூகங்களும் சமமான மரியாதையைப் பெற்றிருந்தன.[1]

"இந்தியச் சாதிய முறையானது மற்ற வகைகளோடு ஒப்பிட முடியாததது. ....ஈரானிய சமூகங்களோடு ஒப்பிட இயலாதது என்று எழுத்தாளர்கள் குறிப்பிடுகின்றார்கள். ஈரானியச் சமூகங்கள் ஆரம்பக் கட்டத்தில் மூன்றாகத்தான் இருந்தன. கைவினைஞர்கள் என்பதுதான் புதியது. அந்தக் கைவினைஞர் என்போர் இந்தியாவின் சூத்திரரைப் போன்றவர்களில்லை. இந்தியச் சூத்திரர்கள் என்பவர்கள் கலப்புள்ளவர்கள்; மற்ற நாடுகளிலுள்ள ஒடுக்கப்பட்ட மக்களுக்குச் சமானமானவர்கள்.[2]

உயர்சாதியில் பிறந்தோர், அனைவரையும் அடக்கி ஆளவந்தோர் என ஆணவமாகப் பேசித் திரிந்தோரைத் தமிழ்ச் சித்தர்கள் எள்ளி நகையாடிப் பரிகசிக்கின்றனர். தமிழ்ச் சித்தர்களின் காலமானது பிராமணியத்திற்கெதிரான குமுறல் வெளிப்படத் தொடங்கிய காலமாகும். பின்வரும் பாடல்களில் அதன் வெளிப்பாட்டைக் காணலாம். தமிழ்ச் சித்தர்களில் ஒருவரான சிவவாக்கியர் கேட்கிறார்:

"பறைச்சியாவது ஏதடா
பணத்தியாவது ஏதடா
இறைச்சித்தோல் எலும்பிலும்
இலக்கமிட்டு இருக்குதோ
பறைச்சி போகம் வேறதோ,
பணத்தி போகம் வேறதோ,

பறைச்சியும் பணத்தியும்
பழுந்து பாரும் உம்முளே"

மீண்டும் சிவவாக்கியர் கேட்கிறார்:

"சாதியாவது ஏதடா
சலம் திரண்ட நீரல்லோ"

என்று சுருக்கென்று தைக்கும் விதத்தில் கேட்கிறார்.

"சாதிப்பிரிவினிலே தீயை மூட்டுவோம்
சந்தை வெளியினில் கோலை நாட்டுவோம்"

என்று சாதி வெறியர்களுக்கு எச்சரிக்கை விடுக்கின்றார் பாம்பாட்டிச் சித்தர்.

வான்மீகர் என்ற சித்தர் இன்னும் ஒருபடி மேலே சொல்கிறார். பதினெட்டு வகைப்புராணங்கள், நால்வகைச் சாதிமுறைகள் என்பவை வயிறு பிழைப்பதற்காகச் சிலர் உருவாக்கியதென்று எள்ளி நகையாடுகிறார்:

"நில்லென்று பெரியோர்கள் பாஷையிலே
நீடுலகம் தன்னுள்ளே நாலுவேதம்
வல்லமையால் சாத்திரங்கள் இருமூன் றாக
வயிறுபிழைப் புராணங்கள் பதினெட் டாக
கல்லுகளைக் கரைப்பதுபோல் வேதாந் தங்கள்
காட்டினார் அவரவர் பாஷை யாலே
தொல்லுலகில் நால்ஜாதி அனேகம் ஜாதி
தொடுத்தார்கள் அவரவர்கள் பிழைக்கத் தானே.[3]

நால்வருண முறையின் மேல் தட்டிலிருந்த ஆதிக்கப் பகுதியினர், மிகப்பெருவாரியாக இருந்த அடித்தட்டு மக்களை, உண்மையான உழைப்பாளி மக்களை, தாழ்த்தப்பட்டவர்கள், தீண்டத்தகாதவர்கள், சண்டாளர்கள், அசுத்தமானவர்கள், பரிசுத்தமற்றவர்கள் என்ற இழிவான பட்டங்கள் சூட்டிக் கேவலமாக நடத்தினார்கள். இது ஒன்றல்ல, இரண்டல்ல; ஆயிரக்கணக்கான ஆண்டுகளாக நீடித்து வந்த அவல நிலைமை.

எஸ்.சி.தூபே என்ற நாவலாசிரியர் குறிப்பிடுகிறார்:

"தீண்டாமை பழக்கத்தின் மோசமான உதாரணத்தை தென்னிந்தியா அளிக்கின்றது. சில தாழ்த்தப்பட்ட சாதிகளைச் சேர்ந்தவர்களைக் கண்ட மாத்திரத்திலேயே தீட்டு ஏற்பட்டு விடுகின்றது என்று நம்பப்படுகின்றது. இன்னும் சில சாதிகளைச் சேர்ந்தவர்களின் நிழல்

பட்டாலே தீட்டு ஏற்பட்டு விடுகின்றது என்று கூறப்படுகின்றது. இந்தப் பழக்கமானது தமிழகத்திலும் கேரளாவிலும் உள்ளது.

“கேரளத்தில், நம்பூதிரி பிராமணர் வரும்போது, திய்யர்கள் என்றழைக்கப்படும் கள்ளிறக்குவோர் 36 அடி தூரத்திற்கப்பாலும், ‘புலையர்’ என்றழைக்கப்படும் விவசாயி 96 அடி தூரத்திற்கு அப்பாலும் இருக்க வேண்டும்”.[4]

ஒரு வேதனைக்குரிய வேடிக்கையை இங்கே கூற வேண்டியுள்ளது. நம்பூதிரி பிராமணர், தான் தெருவில் நடந்து வருவதைத் தெரிவிப்பதற்காக ஒரு முறையைக் கையாள்வதுண்டு, தெருவில் இறங்கும்பொழுது கையில் ஒரு மணியை எடுத்துக் கொள்வார். அதை ஆட்டிக்கொண்டே செல்வார். அந்த மணியின் ஓசையைக் கேட்டவுடனேயே தெருவில் நடந்து வருகிற தீண்டப்படாத மக்கள் தூரமாகச் சென்று ஒதுங்கிக் கொள்ள வேண்டும்.

தமிழகத்திலும் இதே சமூகக் கொடுமைதான் நீடித்தது. தாழ்த்தப்பட்ட மக்கள், மேல்சாதிக்காரர் எதிரில் செருப்புப் போட்டுக் கொண்டு நடக்கக்கூடாது. அவர்கள் எதிரில் வரும்பொழுதோ அல்லது அவர்களது வீடுகளைக் கடந்து செல்லும் பொழுதோ, செருப்பை எடுத்து முதுகிற்குப்பின் வைத்துக் கொண்டு செல்ல வேண்டும். மேல்துண்டு அணியக்கூடாது. சில கிராமங்களில் இப்பொழுதும் சைக்கிள் கூட ஓட்டக்கூடாது.

டீ கடைகளின் உள்ளே போய் டீ குடிக்க முடியாது. கடைக்கு வெளியில் நின்று தேங்காய்ச் சிரட்டை அல்லது பச்சைச் சாயம் பூசப்பட்ட தனியான கிளாசில்தான் டீ வாங்கிக் குடிக்க வேண்டும். இதை மீறினால் கடுமையான தண்டனை கிடைக்கும்.

தாழ்த்தப்பட்ட மக்களுக்கு கோவிலுக்குள் நுழைய அனுமதி மறுத்த மேல்சாதி ஆதிக்கக்காரர்கள் ஒரு விஷயத்தில் மிகவும் எச்சரிக்கையாயிருந்தனர். மிகப்பெருவாரியாக உள்ள அடித்தட்டு மக்களுக்கு ‘கடவுள் பயம்’ இல்லையென்றால் அவர்களை அடக்கியாள்வது இயலாது என்றுணர்ந்த அவர்கள் தாழ்த்தப்பட்ட மக்கள் “மாரி”, “காளி”, “கருப்பன்”, “காட்டேரி”, “முனியாண்டி”, “கருப்பண்ணசாமி”, “அய்யனார்” போன்ற “கிராமக் கடவுள்களை” கும்பிட வேண்டும் என்ற நிலைமையை உருவாக்கினர். தாழ்த்தப்பட்ட மக்கள் தங்களுக்குள்ளேயே ஒரு பூசாரியை உருவாக்கிக் கொள்ளும்படிக் கூறப்பட்டனர்.

மேல்சாதியினரின் இந்தக் கட்டளையை மீறிக் கோவிலுக்குள் நுழைந்து கடவுளைத் தொழ வேண்டுமென்று விரும்பிய ஒரு தாழ்த்தப்பட்ட உழைப்பாளி, அந்த மேல்சாதியினர் மூட்டிய தீயில்

கருகி மடியும்படிவெந்து நீராகும்படி செய்யப்பட்ட கதையைக் கூறுவதுதான் நந்தன் சரித்திரம்.

நந்தன் என்ற அடிமை விவசாயத் தொழிலாளி சிதம்பரத்தை அடுத்த சிற்றூர் ஒன்றில் நிலப்பிரபுவிடம் அடிமைத் தொழிலாளியாக பணியாற்றுகிறார். தாழ்த்தப்பட்டவன் என்று முத்திரை குத்தப்பட்ட அந்தத் தொழிலாளிக்கு மார்கழி மாதத் திருவாதிரை நாளன்று சிதம்பரத்திற்குச் சென்று தில்லை நாயகன் என்றழைக்கப்படும் நடராசக் கடவுளை வழிபட வேண்டுமென்ற விருப்பம் எழுகிறது. தன் 'ஆண்டையான' நிலப்பிரபுவிடம் அதைத் தெரிவிக்கிறார். அவருக்குக் கோபம் பொத்துக்கொண்டு வருகின்றது. உயர்சாதிக்காரர்கள் வணங்கும் கோவிலுக்குள் தாழ்த்தப்பட்டவன் நுழைவதா? என்று அவர் கொந்தளிக்கின்றார். நந்தன் சரித்திரத்தை எழுதிய கோபாலகிருஷ்ண பாரதிரியார், மேல்சாதிக்காரரின் ஆணவத்தை அப்படியே படம் பிடித்துக் காட்டுகிறார்:

"பறையா நீ சிதம்பரம் என்று சொல்லப் படுமோடா
போகப்படு மோடா அட பறையா
அறியாத்தனம் இனி சொன்னால் இனிமே
அடிப்பேன் கூலியைப் பிடிப்பேன்
பாவிப்பறையா
சிதம்பரம் என்பதை விடு
கொல்லைச் சேரியிலே வந்து படு நாத்தை
பதத்திற் பிடுங்கினதை நடு கருப்
பண்ண சாமிக்கே பலி கொடுத்திடு"

ஆண்டை விதித்த நிபந்தனைகளைப் பூர்த்தி செய்தபின் நந்தன் சிதம்பரம் கோவிலுக்குச் செல்கிறார். அவர் தாழ்த்தப்பட்டவராதலால், நெருப்புக் குழியைக் கடந்துதான் கோவிலுக்குள் செல்லவேணடுமென்று கோவில் பொதுத் தீட்சிதர்கள் கூறுகிறார்கள். அப்பாவி நந்தன் நெருப்பிலேயே வெந்து மடிகிறார். அவர் "ஜோதியில்" கலந்து விட்டதாகச் சாதி வெறியர்கள் பறைசாற்றுகின்றார்கள்.

நந்தனுக்காக மூட்டப்பட்ட நெருப்புக் குழி இன்னும் அணைக்கப்படவில்லை. வெண்மணி வரை எரிந்தது; இன்னும் எரிந்து கொண்டுதான் இருக்கின்றது.

மகாகவி பாரதியார், தாழ்த்தப்பட்ட மக்களின் நிலைமையை வேதனையோடு விவரிக்கின்றார்:

"...... பெரும்பாலும் தாழ்ந்த சாதியார்களே அதிக ஏழைகளாக இருக்கிறார்களென்பது மறுக்க முடியாத விஷயம். உழைப்பும்

அவர்களுக்குத்தான் அதிகம். அதிக உழைப்பு நடத்திவரும் வகுப்பினருக்கு அதிக வலுவு தேவைப்படும். அநீதி உலக முழுவதிலுமிருக்கிறது. எனினும், நம்முடைய தேசத்தைப் போல் இத்தனை மோசமான நிலைமை வேறங்குமில்லை....”[5]

மனிதர்கள் தங்களுக்கிடையில் மட்டுமல்ல, மிருகங்களிலும் நால்வருண முறையைப் புகுத்தியுள்ளனர் என்பதை பாரதியார் கிண்டல் செய்கிறார்.

கடையம் நகரில் ஒரு விஷேசத்திற்காகச் சங்கரன் கோவிலிலிருந்து கோவில் யானையைக் கொண்டு வந்திருந்தனர். அந்த யானைக்கு மூன்று பாகன்கள். இருவர் பிராமணர். ஒருவர் சைவ ஓதுவார். நடந்த நிகழ்ச்சியைப் பாரதியார் பின்வருமாறு விமர்சிக்கிறார்:

“........ மேற்படி ப்ராமன மாவுத்தரில் ஒருவனிடம் நான் இந்த யானையின் குணங்களைப் பற்றிப் பேசிக் கொண்டிருந்தேன். நான் நதிக்குப் போய்க் கொண்டிருக்கையில் அவன் அந்த யானையை நிஷ்கருணையாக அடித்துக் கொண்டிருக்க நான் பார்த்தேனாதலால், அதை அவனுக்கு நினைப்பு மூட்டி “மிருகங்களை அன்பினால் பழக்க வேண்டும். கருணையில்லாமல் அடித்துப் பழக்குவது சரியில்லை” என்றேன். நான் இந்த வார்த்தை சொன்னதுதான் தாமஸம், அவன் மிகவும் நீளமாகத் தன் சாஸ்திரக் கட்டுக்களையெல்லாம் அவிழ்த்து விரிக்கத் தொடங்கி விட்டான்.

அந்த மாவுத்தன் சொல்கிறான்:

“இந்த யானை கீழ்ஜாதி யானை; யானைகளில் ப்ரம்ம, க்ஷத்திரிய, வைசிய, சூத்திர என நான்கு முக்கிய ஜாதிகளுண்டு. ஒவ்வொரு ஜாதியிலும் கிளை வகுப்புக்களிருக்கின்றன. அவற்றுள் இது சூத்திர ஜாதியைச் சேர்ந்த யானை. மனிதர்களில் சூத்திரர்களுக்குள்ள ஈழவர் என்ற ஜாதியர் இருக்கிறார்களே, அது மாதிரி இந்த யானை ‘வீரன்’ வகுப்பைச் சேர்ந்தது...”

இங்ஙனம் அந்த மாவுத்தன் நீண்ட கதை சொன்னான்.

“நான் இந்த விஷயத்தை இங்கு எடுத்துச் சொல்லியதன் நோக்கம் யாதெனில், நம்மவர்கள் மனதில் இந்த ஜாதிக்கொள்கை எத்தனை ஆழமாகப் பதிந்திருக்கிறது என்பதை உணர்த்தும் பொருட்டேயாம். யானையை எடுத்தால் அதில் ப்ரம்ம, க்ஷத்திரிய, வைசிய, சூத்திரர்! குதிரையிலும் அப்படியே! வானத்திலுள்ள கிரஹங்களிலும் அதேமாதிரி ப்ரம்ம, க்ஷத்திரிய முதலிய ஜாதி பேதங்கள்! இரத்தினங்களிலும் அப்படியே!

“இங்ஙனம் ஜாதிக்கொள்கை வேரூன்றிக் கிடக்கும் நாட்டில், மனுஷ்ய ஸ்வதந்திரம், ஸமத்துவம், ஸஹோதரத்துவம் என்னுங்

கொள்கைகளை நிலைநிறுத்துவதென்றால் அது ஸாதாரண வேலையா?...."[6]

'தீண்டாமை' என்ற இழிதன்மை வாய்ந்த சமூகக் கொடுமையானது எவ்வளவு கொடூரமானது என்பதை இந்து சமயச் சீர்திருத்தவாதியான விவேகானந்தர் சுட்டிக்காட்டுகிறார்:

"இந்துக்கள் அனுதாபம் காட்டாததன் காரணமாக ஆயிரக்கணக்கான பறையர்கள் சென்னை ராஜ்யத்தில் கிறிஸ்தவர்களாக மாறி வருகிறார்கள். பசிக் கொடுமையால் மட்டும் அவர்கள் மதம் மாறுகிறார்கள் என்று நினைக்க வேண்டாம். உங்களுடைய அனுதாபம் அவர்களுக்குக் கிடைக்கவில்லை என்பதுதான் உண்மை. என்னைத் தொடாதீர்கள் என்று இடையறாது அவர்களிடம் நீங்கள் கூறி வருகிறீர்கள். இதைத் தொடாதே, அதைத் தொடாதே என்கிறீர்கள். நம் நாட்டில் சகோதர உணர்வு, தர்ம உணர்வு, இன்னும் எஞ்சியிருக்கிறதா? இப்போது இருப்பதெல்லாம் தீண்டாமைதான். இந்த மானக்கேடான பழக்கவழக்கங்களையெல்லாம் உதைத்து விரட்டுங்கள். இந்தத் தீண்டாமைத் தடைகளை நான் தகர்த்தெறிய விரும்புகின்றேன். அவர்கள் எல்லோரையும் ஒன்றாகத் திரட்டுவோம்... அவர்கள் ஏற்றம் காண வேண்டும். இல்லாவிடில் இந்திய மாதா ஒரு நாளும் விழிப்படைய மாட்டாள்...

"... தேசிய இரத்த ஓட்டமானது சமுதாயம் முழுவதிலும் ஒரே சீராக இல்லாத எந்தத் தேசமாவது வளர்ந்தோங்கியதாக உலக வரலாற்றில் நீங்கள் கண்டதுண்டா? கேட்டதுண்டா? இதை நிச்சயமாகத் தெளிந்தறியுங்கள். ஓர் உறுப்பு பாரிச வாயுவினால் பீடிக்கப்பட்ட உடலினால் பெரிய வேலை எதையும் செய்ய முடியாது...

"...கடவுளுக்குச் சேவை செய்ய வேண்டுமென்று விரும்புகிறவன் மனிதனுக்குச் சேவை செய்ய வேண்டும். அதிலும் அடித்தளத்தில் ஏழ்மையில், இழிநிலையில் இருப்பவர்களுக்குத் தொண்டு புரிய வேண்டும். தளைகளை எல்லாம் தகர்த்தெறியுங்கள். தீண்டாமை மனிதத் தன்மையற்றது. இந்தியாவில் அதன் குரூரம் வெளிப்படையாகத் தெரிகின்றது.... சகோதரர்களே கைகொடுத்து அவர்களைத் தூக்கி விடுங்கள்...?"[7]

இத்தகைய வேதனைமிக்க பின்னணியில் வாழ்ந்து வந்த தாழ்த்தப்பட்ட மக்களின் இதயத்துயருக்கு, மனப்புழுக்கத்திற்கு, உள்ளக் குமுறலுக்கு விடிவு காண அந்த மக்களிடையேயிருந்து தோன்றிய ஒரு போராட்ட வீரனின் வரலாறே இந்நூல்.

தாழ்த்தப்பட்ட குடும்பத்தில் பிறந்து, சமூக ஒடுக்குமுறைத் தன்மையினால் அல்லலுற்று, அடிவாங்கி, அழுது புலம்பி, வெந்து நொந்து வேதனைப்பட்ட ஒரு இளைஞன் அந்தக் கொடுமைக்கு ஒரு முடிவுகட்ட குமுறியெழுந்த வரலாறே இந்நூல்.

டாக்டர் பி.ஆர்.அம்பேத்கர் என்ற பெயர் கொண்ட அந்தப் போராட்ட வீரரின் தங்களின் விடிவெள்ளியாக தாழ்த்தப்பட்ட மக்கள் கருதிய சட்ட மேதையின்வரலாறு நெடிய வரலாறாகும். அது இங்கே சுருக்கமாகத் தரப்படுகின்றது.

குறிப்புகள்:

1. தங்களுக்கான தார்மீக ஆதரவாக நேர்மை மனிதர்களின் துணையைப் பெற்றிருந்தன.
2. டி.டி.கோசாம்பி: "இந்திய வரலாற்றாய்வு ஓர் அறிமுகம்" (An Introduction to the Study of Indian History) என்கிற ஆங்கில நூலிலிருந்து.
3. சித்தர் பாடல்கள்.
4. எஸ்.சி. துபே: இந்தியச் சமூகம் (Indian Society)
5. பாரதி தமிழ் வசனத்திரட்டு, நேஷனல் புக் டிரஸ்ட்
6. அதே நூல்
7. ரோமன் ரோலண்ட்: விவேகானந்தர்

2

கொடுமைகள் நிறைந்த ஆட்சி

டாக்டர் அம்பேத்கரின் குடும்பச் சூழ்நிலையைக் காணப் புகுமுன் அன்றைய மகாராஷ்டிராவில் நிலவிய சமுதாய அமைப்பின் அவலங்களை, சமூக ஒடுக்குமுறைகளை ஆராய வேண்டியதும் இந்தக் கொடுமைகளுக்கெதிராகக் குமுறியெழுந்த இயக்கங்களையும், இந்த இயக்கங்களுக்குத் தலைமை தாங்கிய சமூகச் சீர்திருத்த முன்னோடிகளின் பெருமைக்குரிய பங்கையும் காண வேண்டியதும் இன்றியமையாததாகின்றது. சின்னஞ்சிறு வயதில் ஒரு சிறுவனின் சிந்தனையோட்டம் தனது பணியைத் தொடங்கும்போது, அது, தான் சார்ந்த குடும்பம், அந்தக் குடும்பம் வாழ்கின்ற சமூக அமைப்பு ஆகிய இரு அம்சங்களின் ஆரம்பக் கட்டங்களைத் தனது நினைவு அலைகளில் பதித்தவாறே பயணத்தைத் தொடங்குகின்றது. அவ்வாறு பதியப்பெறும் நினைவுக்கீற்றுகள், அந்தச் சிறுவனின் சிந்தனையோட்டத்தில் வளர்ந்து வரும் பகுத்தாராயும் திறன் கொண்டு உணரப்படுகின்றது. அந்த எதிர்கால மனிதனின் சமூகச் சிந்தனைக்கு ஆரம்ப அடித்தளம் உருவாகின்றது.

டாக்டர் அம்பேத்கர் பிறந்த 19ம் நூற்றாண்டானது, பழமைவாதக் கொடுங்கோன்மையின் மொத்த உருவாகத் திகழ்ந்து வந்த பேஷ்வா மன்னராட்சி மகாராஷ்டிராவில் முடிவுக்கு கொண்டு வரப்பட்டு ஆங்கிலேயர்களின் ஆட்சி இந்தியா முழுமையிலும் ஏற்பட்ட காலமாகும். அந்த பேஷ்வாக்களின் ஆட்சி என்பது பின்தங்கிய பகுதி மக்களுக்கு அதிலும் குறிப்பாகத் தாழ்த்தப்பட்ட மக்களுக்கு இழைத்த கொடுமைகளையும் ஏற்படுத்திய வேதனைகளையும் விவரிக்க புதிய சொற்றொடர்களைத்தான் உருவாக்க வேண்டும்.

மார்க்சிஸ்ட் கம்யூனிஸ்ட் கட்சியின் மத்தியக்குழு உறுப்பினரும் பிரபல மார்க்சிய ஆய்வாளருமான பிரபாகரர் சன்ஸ்கிரி கூறுகிறார்:

“பேஷ்வாக்களின் ஆட்சி என்பது அதிலுங்குறிப்பாக அதனுடைய

சரிவுக் கட்டத்திலான ஆட்சி என்பது பழமைவாதப் பிராமணியத்தின் ஆட்சியாகவே இருந்தது; அதில் சாதீய ஒடுக்குமுறை என்பது மிகமிகக் கொடூரமாக இருந்தது. தாழ்த்தப்பட்ட மக்கள் மிகவும் அவமானகரமான நிலையில், மனிதத்தன்மையற்ற நிலைமைகளில் வாழக்கை நடத்துமாறு விதிக்கப்பட்டனர். அவர்கள் புனாவின் தெருவில் நடந்து போகும்போது தங்களுடைய கழுத்தைச் சுற்றி ஒரு மண் பாத்திரத்தைக் கட்டியிருக்க வேண்டும். இடுப்பைச் சுற்றி மரக்கிளை ஒன்றைக் கட்டி இருக்க வேண்டும். எதற்காக? மேல்சாதிக்காரர்கள் தெருவில் நடக்கும்பொழுது அவர்களது பாதங்கள், தாழ்த்தப்பட்ட மக்கள் துப்பிய எச்சிலையும், அந்த தாழ்த்தப்பட்ட மக்கள் மிதித்த மண்ணையும் மிதித்து தீட்டாகிவிடக்கூடாது என்பதற்காக. இந்த மிகக் கொடுமையான கட்டுப்பாடுகளைத் தாழ்த்தப்பட்ட மக்கள் தப்பித்தவறி மீறினால் கடுமையான தண்டனை விதிக்கப்பட்டது..."[1]

"லோகா கித்வாடி" என்ற நூல் பின்வருமாறு குறிப்பிடுகின்றது:

"விவசாயிகள் வறட்சி அல்லது பஞ்சக் காலத்தில் பாஜிராான் விரும்பிய தொகையைக் கொடுக்கத் தவறினால், அவர்களுடைய குழந்தைகள் மீது எண்ணைச் சட்டியிலிருந்து கொதிக்கும் எண்ணையை அவன் ஊற்றுவான். அவர்களது முதுகில் சவுக்கடி கொடுக்கப்படும். அவர்களது தலையை மூச்சுத் திணற வைக்கும் புகையில் அவன் அமுக்குவான். அவர்களது தொப்புள் மற்றும் காதுகளை அவன் வெடி மருந்து வைத்துத் தகர்ப்பான்..."[2]

பேஷ்வா மன்னராட்சிக் காலத்துச் சாதிய, சமூகக் கொடுமைகளுக்கு இவை ஒரு சில உதாரணங்கள் மட்டுமே ஆகும். இந்தக் காரணங்களால்தான் 1818ஆம் ஆண்டில் 'கட்கி' என்ற இடத்தில் நடைபெற்ற போரில் பேஷ்வாக்கள் தோற்கடிக்கப்பட்டு ஆங்கிலேயர்கள் ஆட்சியைப் பிடித்தபொழுது, பேஷ்வாக்களுக்காக அனுதாபப்பட்ட ஒருவர்கூட இல்லை என்பது மட்டுமல்லாது, மக்கள் மகிழ்ச்சியே அடைந்தனர். "இரண்டாம் பாஜிராவின் ஆட்சி ஒழிந்தது, அந்த அயோக்கியனுக்குச் சரியான முடிவு கிடைத்தது" என்று மக்கள் மகிழ்ந்ததாக வரலாற்றாசிரியர்கள் குறிப்பிடுகின்றனர்.

ஆங்கிலேயர்கள் எவ்வாறு பேஷ்வா பாஜிராவைத் தோற்கடித்தனர்? முழுவதுமாக ஆங்கிலேயர்களைக் கொண்ட படையைக் கொண்டா? இல்லை. படைத்தலைவர்களில் முழுவதும், சிப்பாய்களில் ஒரு பகுதியினர் மட்டுமே ஆங்கிலேயர்கள், இதர பெரும்பகுதி சிப்பாய்கள், மிகவும் பிற்படுத்தப்பட்ட, தாழ்த்தப்பட்ட குடும்பங்களைச் சேர்ந்தவர்கள், தாழ்த்தப்பட்ட குடும்பங்களிலிருந்து என்று கூறும்போது மஹர் (Mahar) என்றழைக்கப்படும் பிரிவைச்

சேர்ந்தவர்கள் மிக அதிகளவில் ஆங்கிலேய ராணுவத்தில் இருந்தனர்.

பல நூற்றாண்டுக் காலமாகவே காடுகளிலும், மலைகளிலும் அலைந்து திரிந்து கடின வாழ்க்கைக்குத் தங்களைப் பழக்கப்படுத்திக் கொண்ட 'மஹர்கள்' ஆங்கிலேயர்களின் படையில் சேர்வதில் ஆர்வம் காட்டினர். ஏனென்றால், சமூக ஒடுக்குமுறைக்கு ஆட்பட்டிருந்த அவர்களுக்கு, ஆங்கிலேய ராணுவத்தில் கொடுக்கப்பட்ட 'ஓரளவு' சமத்துவமும், நவீன கல்வியும் கிடைத்ததற்கரிய பொருளாகத் தென்பட்டன. அன்றிருந்த சமூக அமைப்பைப் பயன்படுத்திக் கொண்டு, இந்தியாவில் தங்கள் அரசியல் அதிகாரத்தை வேரூன்றச் செய்வதை நோக்கமாகக் கொண்டிருந்த ஆங்கிலேய ஆட்சி, தங்களுடைய பிரித்தாளும் கொள்கைக்கேற்ப, சுதேசி மக்களின் தனித்தனிப் பிரிவினரைக் கொண்ட படைப்பிரிவுகளை உருவாக்கியது.

'மஹர் ரெஜிமெண்ட்'

'கூர்க்கா ரெஜிமெண்ட்'

'கார்வாலி ரெஜிமெண்ட்'

'சீக்கிய ரெஜிமெண்ட்'

'ஜாட் ரெஜிமெண்ட்'

'மெட்ராஸ் ரெஜிமெண்ட்'

என்று பல்வேறு படைப்பிரிவுகளை உண்டாக்கியது. டாக்டர் அம்பேத்கரின் குடும்பம் மூன்று தலைமுறைகளாகவே 'மஹர் ரெஜிமெண்டில்' பணியாற்றி வந்தது. சக்பாலின் தந்தை வழிப்பாட்டனார் மலோஜி சக்பால், மஹர் ரெஜிமெண்டில் பணியாற்றி ஓய்வு பெற்றவர். சக்பாலின்மகனான ராம்ஜி சக்பால் 1866ஆம் ஆண்டில் அந்த ரெஜிமெண்டில் சேர்ந்தார். ராம்ஜி சக்பாலின் புதல்வர்களில் ஒருவர்தான் டாக்டர் அம்பேத்கர்.

குறிப்புகள்:

1. Ambedkar: A Centenary Appraisal - Prabakar Sanszgiri.
2. மேற்கோள், பி.டி.ரணதிவே: "ஜாதி, வர்க்கம், சொத்து உறவுகள்"

3

ராம்ஜி சக்பால் குடும்பம்

மஹாராஷ்டிரா மாநிலத்தின் ரத்னகிரி மாவட்டத்திலுள்ள அம்பாவதே என்னும் கிராமம்தான் ராம்ஜி சக்பாவின் பூர்வீக இடமாகும். அது தபோலி என்னும் இடத்திற்கு அருகிலுள்ளது. அவர் சார்ந்திருந்த 'மஹர்' பிரிவானது தாழ்த்தப்பட்ட சாதியாகக் கருதப்பட்டு மேல்சாதிக்காரர்களின் கொடூரத்தனமான சமூக ஒடுக்குமுறைக்கு ஆளாகி வந்தது. தீண்டத்தகாதவர்களாக நடத்தப்பட்டு வந்த 'மஹர்கள்' கிராமத்திற்கு வெளியில்தான் வாழ வேண்டியிருந்தது. அத்துடன் கிராமத்தின் காவலாளியாகவும் அவர்கள் செயல்பட வேண்டியிருந்தது.

மராட்டியத்தில் மன்னராட்சி நடைபெற்று வந்த காலத்தில் பட்டீல், குர்கர்னி, தேசாய் போன்ற கிராமப்புற அதிகாரிகளுக்கும் நாவிதர், தச்சர், காவலாளி (மஹர்கள்) போன்ற பணிபுரிவோருக்கும் திட்டவட்டமான வேலைகள் கொடுக்கப்பட்டு அதற்கான நிலவரி விதிக்கப்படாமல் நிலங்கள் அளிக்கப்பட்டன. இந்த நிலங்களுக்கு 'வட்டன் நிலங்கள்' என்று பெயர். ஆனால் ஆங்கிலேயர்கள், மராட்டியத்தைப் பிடித்துக் கொண்டபின் இந்த முறையை மாற்றிக் கிராம அதிகாரிகளுக்கு சம்பளம் கொடுக்கும் முறையைப் புகுத்தினர். இந்தப் புதிய ஏற்பாட்டில் மஹர்கள் சேர்க்கப்படவில்லை. மஹர்களுடைய வேலைக்குச் சம்பளம் தரப்படாததோடு மட்டுமல்ல; அவர்களுக்கு ஏற்கெனவே கொடுக்கப்பட்டிருந்த வட்டன் நிலங்களும் பறிமுதல் செய்யப்பட்டன.

எனவே, மஹர்களின் பணி என்பது முழுக்க முழுக்க கட்டாய, இலவசப் பணி என்றாகியது. அவர்களுக்கு அளிக்கப்பட்ட ஒரே ஒரு உரிமை என்னவென்றால் கிராமப்பெண் கடவுளின் பல்லக்கைத் தூக்கும் வாய்ப்பு என்பதுவே. அதுவும்கூட அனைத்து மஹர்களுக்கும் அல்ல, ராம்ஜி சக்பால் குடும்பத்திற்கு மட்டுமே.

கிராமங்களில் தகராறுகள் எழும்போது அவற்றைத் தீர்ப்பதற்காகக் கிராமத் தலையாரிகள், மஹர்களைப் பயன்படுத்திக் கொள்வார்கள். ஸ்தல பஞ்சாயத்துக்களிலும் மஹர்கள் கலந்துகொள்ளலாம். ஆனால் தாழ்ந்த சாதியினரான அவர்கள் மற்றவர்களுடன் சரிசமமாக உட்கார முடியாது. மற்றவர்கள் நாற்காலிகளில் அமர்ந்திருக்கும்பொழுது மஹர்கள், தரையில்தான் உட்கார வேண்டும்.

ஆட்சியைப் பிடித்த ஆங்கிலேயர்கள், கிராம நிர்வாகப் பணிகளிலிருந்து விடுவிக்கப்பட்ட பட்டீல்கள், குல்கர்னிகள் போன்ற முந்தைய அதிகாரிகளுக்கு, அவர்கள் முன்பு வைத்திருந்த நிலங்கள் மீது பெயரளவுக்கு நிலவரி விதித்து அவற்றைத் தக்கவைத்துக் கொள்ள அனுமதித்ததோடு, இந்த அதிகாரிகளின் வாரிசுகளுக்கு லட்சக்கணக்கான ரூபாய் மானியமாகவும் அளித்தனர். ஏனென்றால், சாதிய முறையிலமைந்த அன்றைய கிராமப்புற அமைப்பைத் தக்கவைத்துக் கொள்வதுதான் தங்களது ஆட்சிக்கான அடித்தளம் என்று அவர்கள் கருதினர். எனவே, தாழ்த்தப்பட்ட மஹர்களைப் பற்றிக் கவலைப்பட ஆங்கிலேயர்கள் தயாராயில்லை.

மஹர்கள், பொதுக்குளத்திலோ பொதுக்கிணற்றிலோ தண்ணீர் எடுக்க முடியாது. கோவிலுக்குப் போக முடியாது. மீறினால் கடுமையான தண்டனை கிடைக்கும்.

இதுதான் டாக்டர் அம்பேத்கர் பிறந்த நேரத்திலிருந்த மராட்டிய கிராமப்புற சூழ்நிலை.

ராம்ஜி சக்பால், 1866ஆம் ஆண்டில் ஆங்கிலேய ராணுவத்தில் சேர்ந்தார். அவருடைய துணைவியாரான பீமாபாயினுடைய குடும்பமும் ராணுவ வீரர் குடும்பமாகும்.

ராம்ஜி சக்பால்-பீமாபார் தம்பதியினர் தங்களது இல்லற வாழ்வில் 14 குழந்தைகளைப் பெற்றெடுத்தனர். ஆனால் அவற்றில் நான்கு ஆண் குழந்தைகளும், மூன்று பெண் குழந்தைகளும் மட்டுமே உயிரோடிருந்தன. இந்தத் தம்பதியினரின் கடைசிக். குழந்தை இந்தூருக்கு அருகில் உள்ள 'மோ' என்ற நகரில் 1891ஆம் ஆண்டு ஏப்ரல் 14ஆம் தேதி பிறந்தது. தனது புதிய குழந்தை மகாபாரதத்தில் வரும் பீமனைப் போன்று பலசாலியாக இருக்க வேண்டுமென்று விரும்பிய ராம்ஜி சக்பால், அந்த ஆண் குழந்தைக்குப் பீம்ராவ் ராம்ஜி சக்பால் என்று பெயரிட்டார். அந்தக் குழந்தைதான் பின்னாட்களில் புகழ்பெற்ற பீம்ராவ் அம்பேத்கர்!

1866ஆம் ஆண்டில் ராணுவத்தில் சாதாரண சிப்பாயாகச் சேர்ந்த ராம்ஜி சக்பால் 1893ஆம் ஆண்டில் பதவியிலிருந்து ஓய்வு பெற்றார். கற்றறியும் வேட்கையால் உந்தப்பட்ட அவர் ராணுவத்தில்

இருக்கும்பொழுது ஆங்கில மொழியை நன்கு அறிந்து காண்டு ராணுவத்தில் ஆசிரியராகப் பணியாற்றினார். பின்னர் "சுபேதார் மேஜர்" என்ற தகுதியைப் பெற்று மோ நகரிலிருந்த ராணுவப் பள்ளியின் தலைமை ஆசிரியராகவும் செயல்பட்டு வந்த நேரத்தில் பதவியிலிருந்து ஓய்வு பெற்றார்.

ராணுவக் குடியிருப்பைக் காலி செய்ய வேண்டியிருந்த காரணத்தாலும், தனது மகன்களின் படிப்புக்கு ஏற்பாடு செய்ய வேண்டியிருந்ததாலும் தபோலி நகருக்கே திரும்பி விடுவதென்று ராம்ஜி சக்பால் முடிவு செய்தார். தபோலி நகரில் குடும்பம் குடியேறியது.

1896ஆம் ஆண்டில் ராம்ஜி சக்பால் தனது மகன் பீம்ராவை அந்த நகரிலிருந்த ஆரம்பப் பள்ளியில் சேர்த்துப் படிக்க வைத்தார். பீம்ராவ் பள்ளிக்குச் செல்லத் தொடங்கிய சில மாதங்களுக்குப் பின் அவரது குடும்பத்தில் பேரிடி விழுந்தது. அவருடைய பாசத்திற்குரிய அன்னை பீமாபாய் நோய் வாய்ப்பட்டு காலமானார். அந்தக் குடும்பம் அடைந்த வேதனைக்கு அளவேயில்லை. கடமையுணர்வு மிக்க ராம்ஜி சக்பால், தனது துயரை அடக்கிக் கொண்டு, பிள்ளைகளைக் கருத்தூன்றி வளர்த்தார். அவர்கள் மீது அன்பைப் பொழிந்தார். அந்த நேரத்திலேயே, அவர் கண்டிப்பு மிக்க தந்தையாகவும் விளங்கினார். அவர்களுக்கு எழுதப்படிக்கக் கற்றுக் கொடுத்ததுடன், மாலை நேரங்களில் அவர்களுக்கு ராமாயணம், மகாபாரதம் போன்ற இதிகாசங்களிலிருந்து படித்துக் காட்டுவார். கபீர்தாசர் மற்றும் இதர கவிஞர்களின் பாடல்களையும் தனது பிள்ளைகளுக்குப் பாடிக் காண்பிப்பார்.

கபீர் மீது ராம்ஜி சக்பால் ஆழ்ந்த பற்று கொண்டிருந்தார். ஏனென்றால் சாதிய ஒடுக்குமுறையை வன்மையாகக் கண்டித்தவர்களில் கபீரும் ஒருவர்.

ராமனையும் துதித்து அல்லாவையும் வணங்கிய ஆன்மீக வழிப்பட்ட சிந்தனையாளராகிய கபீர், இந்து மதத்தின் சாதி அமைப்பை வன்மையாகக் கண்டித்தார். அவர் இந்துக்கள் மற்றும் முஸ்லீம்களின் வைதீக ஈடுபாடுகளைக் குறைகூறினார். அனைத்து வகைப்பட்ட குறுகிய கோட்பாடுகளையும் நோக்கங்களையும் சம்பிரதாயங்களையும் அவர் விமர்சித்தார்:

"பிராமணனும் உயர்ந்த சாதியில்லை, சூத்திரனும் தாழ்ந்த சாதியில்லை. ஏன் ஒருவர் மற்றவரை வெறுக்க வேண்டும்? வெறுத்தல் மடமையாகும்."[1]

கடவுள் சிலைகளைத் தொழுதால் மோட்சம் கிடைக்கும், புனித ஆற்றில் குளித்தால் சொர்க்கம் கிடைக்கும் என்று கூறுபவர்களைக் கபீர் சாடுகின்றார்:

“தீர்த்த கட்டங்கள் தம்மில், நீரைத் தவிர வேறில்லை

அவை பயனற்றவை என்பதையே அறிந்துள்ளேன் நான் நன்றாக

ஏனெனில் நானே அவற்றினிலே எண்ணருமுறை குளித்துள்ளேன்.

விக்கிரகங்கள் எல்லாம் வெறும் உயிரற்ற பொருள்தாமே.

அவற்றால் பேச முடியாது, அறிவேன் இதையும் நான் நன்றாய்.

ஏனென்றால் நான் அவற்றிடமே எண்ணரு முறைகள் கதறியுள்ளேன்.

புராணமும் குரானும் வெறுஞ்சொற்கள்

போக்கித் திரையை கண்டுள்ளேன்.”

கபீர் மேலும் கூறுகிறார்:

“...கற்களை வழிபடுவதால் கடவுளைக் காண முடியுமானால், நான் மலையை வழிபடுவேன்; இந்தக் கற்களை (விக்கிரகங்களை) விட மாந்தர்க்கு உணவை அரைத்துக் கொடுக்கும் மாவு இயந்திரத்தின் கற்கள் மேலானவை.

“நீரில் மூழ்கிக் குளிப்பதால் மோட்சம் கிட்டுமெனில், தவளைகள் இடைவிடாமல் குளித்துக் கொண்டேயிருக்கின்றன. தவளையைப் போன்றே இம்மனிதர்களும் உள்ளனர். திரும்பத்திரும்ப அவர்கள் கருப்பையில் விழுகிறார்கள்.”

“கருப்பையில் வசிக்கும்போது எவ்வித இனமோ, சாதியோ இல்லை...” [2]

“பசியுடன் பிரார்த்தனை செய்ய முடியாது. வயிற்றை இருமுறை நிரப்பிட எனக்கு அரை சேர் தானியம் வேண்டும்” என்று கூறிய கபீர், சமுதாய ஏற்றத்தாழ்வையும், சாதிய அநியாயங்களையும் கடுமையாக விமர்சித்தார்.

சுருங்கச் சொன்னால் ராம்ஜி சக்பால் தனது பிள்ளைகளுக்குத் தானே, தாயும் தந்தையும் ஆசானுமாக விளங்கினார்.

தனக்குக் கிடைக்கும் ராணுவ ஓய்வூதியத்தைக் கொண்டு பெரிய குடும்பத்தைச் சமாளிக்க இயலாததால் அவர் ஒரு வேலைக்கு முயற்சி செய்தார். சிறிது காலம் கழித்து சதாரா நகரில் அவருக்கு ஒரு வேலை கிடைத்தது. எனவே குடும்பம் முழுவதும் நகருக்குக் குடிபெயர்ந்தது.

ஆரம்பப் படிப்பை முடித்த பீம்ராவும், அவருடைய அண்ணன் ஆனந்தும், சதாரா நகரிலிருந்த அரசாங்க உயர்நிலைப்பள்ளியில் சேர்க்கப்பட்டனர். பொதுவாக உயர்நிலைப்பள்ளி என்பது ஒரு மாணவனின் அறிவு வளர்ச்சிக்கான முதல் வாயிலாக இருக்கும். ஆனால் பீம்ராவுக்கோ அது அருவருக்கத்தக்க சாதியக் கொடுமைகளின் முதலாவது நுழைவாயிலாகவும் இருந்தது. இது பீம்ராவுக்கு மட்டுமல்ல; தாழ்த்தப்பட்ட குடும்பங்களைச் சேர்ந்த ஒவ்வொரு மாணவனுக்கும் அவர்கள் கடக்க வேண்டிய முட்பாதையாக இருந்தது.

வகுப்பறையில் ஆனந்தும், பீம்ராவும் மற்ற மாணவர்களுடன் சேர்ந்து உட்கார முடியாது. வகுப்பறையின் கடைசியில் ஒரு சாக்குத் துணியை விரித்து அதன் மேல்தான் அவர்கள் உட்கார வேண்டும். அவர்களிருவரும் எழுதும் விடைத்தாள்களையோ நோட்டுப்புத்தங்களையோ ஆசிரியர்கள் தொட மாட்டார்கள். அவர்கள் இருவரிடமும் கேள்விகள் கேட்க மாட்டார்கள். ஏனென்றால் கேள்விகளுக்குப் பதில் சொல்லும்போது அவர்கள் எச்சில் தெறித்து தங்கள் மேல் பட்டுவிட்டால் அது தீட்டாகிவிடுமே!

ஆனந்தும், பீம்ராவும் தாகம் எடுக்கும்பொழுது, மாணவர்களுக்காக வைக்கப்பட்டுள்ள குடிநீர்ப் பானையிலிருந்து நீரை மொண்டு குடிக்கக் கூடாது. அவ்வாறு செய்தால் 'தீட்டு' ஆகிவிடுமே! சாதி இந்து மாணவர்களிடம் கெஞ்சினால் அவர்கள் பானையிலிருந்து நீரை எடுத்து ஊற்றுவார்கள். இவ்விரு சகோதரர்களும் அதைக் குனிந்து கைகளில் பிடித்துக் குடிக்க வேண்டும்.

ஒன்றல்ல, இரண்டல்ல; இதுபோன்ற எண்ணற்ற அவமானங்களை ஆனந்தும், பீமாவும் தாங்கிக் கொள்ள வேண்டியிருந்தது. உயர்ந்த சாதி, தாழ்ந்த சாதி என்ற பிரிவினையும் மேல் சாதிக்காரர்களின் கொடுமைகளும் கூரிய அறிவு படைத்த சிறுவன் பீம்ராவின் நெஞ் சில் தைத்த நெருஞ்சி முட்களாக இருந்தன. தன் மனக்குமுறல் அனைத்தையும் அன்புத் தந்தையிடம் கொட்டிஅழுவான். அனுபவ அறிவு மிக்க அவர், மகனுக்கு ஆறுதல் கூறி, மேலும் நன்றாகப் படிக்குமாறு உற்சாகமூட்டுவார்.

இருளில் வீசும் ஒளிபோல, மேல்சாதி மனோபாவம் கொண்ட ஆசிரியர்களுக்கிடையில் மனிதாபிமானம் மிக்க, பரந்த நோக்குடைய ஆசிரியர்கள் இருவர் அந்தப் பள்ளியில் இருந்தனர். ஒருவர் 'பெண்ட்ஸே' என்ற சாதியப் பெயரைக் கொண்டவர். ஒருநாள் கொட்டும் மழையில் உடை முழுக்க ஈரமான நிலையில் வகுப்பறைக்கு வந்த சிறுவன் பீம்ராவைக் கண்ட அந்த ஆசிரியர் மனமுருகினார். ஒரு தாழ்த்தப்பட்ட சிறுவன் கல்வி பெறுவதற்காக எத்தனை

சிரமங்களைத் தாங்க வேண்டியிருக்கிறது என்று வருந்திய பிராமணரான அந்த ஆசிரியர், அதே வகுப்பில் படிக்கும் தன் மகளை அழைத்து பீம்ராவைத் தங்கள் வீட்டுக்கு அழைத்துப் போய் வேறு உடை கொடுக்கும்படியும், சூடான உணவைக் கொடுக்கும்படியும் கட்டளையிட்டார். ஈர உடையுடன் நடுங்கிக் கொண்டிருந்த பீம்ராவுக்கு இது அமிர்தம் போன்றிருந்தது.

அதேபோல் அந்தப் பள்ளியிலிருந்த, அம்பேத்கர் என்ற சாதியப் பெயரைக் கொண்டிருந்த ஒரு ஆசிரியர் பீம்ராவ் மீது மிகுந்த அன்பு கொண்டிருந்தார். பிராமணக் குடும்பத்தைச் சேர்ந்த இந்த ஆசிரியர், பீம்ராவை தனது மகன் போலவே கருதினார். மதிய நேரத்தில் உணவருந்தும்பொழுது, தான் கொண்டுவரும் உணவில் ஒரு பகுதியை பீம்ராவுக்குக் கொடுத்துத் தன் அருகிலேயே அமர்ந்து உண்ணும்படிச் செய்வார். பீம்ராவ் நன்றாகப் படித்து முன்னுக்கு வர வேண்டும். அதுதான் முக்கியம் என்று பெரிதும் வலியுறுத்துவார். ஆசிரியர் அம்பேத்கரின் பெருந்தன்மையான பாங்கும், தாழ்த்தப்பட்ட சிறுவனான தன்னைச் சரிசமமாக அவர் நடத்துவதும் தன் எதிர்காலம் குறித்து அவர் காட்டும் ஆழ்ந்த அக்கறையும் சேர்ந்து, பீம்ராவின் உள்ளத்தில் அவரைக் குறித்த அழியாத மனச்சித்திரத்தைப் பொறித்து விட்டது. சாதியக் கொடுமை என்னும் வேட்டை நாயினால் கொடிய வனவிலங்கினால் துரத்தப்பட்டு வரும் தனக்கு ஆறுதல் அளித்து, அரவணைக்கும் பண்பு கொண்ட அந்த ஆசிரியர் பெயர் தன் வாழ்வில் என்றென்றும் இடம் பெற்றிருக்க வேண்டும் என்று பீம்ராவ் கருதினார். அந்தக் காரணத்தினால் தன் பெயரை மாற்றிக் கொண்டார். “பீம்ராவ் ராம்ஜி சக்பால் என்ற தனது பெயரை “பீம்ராவ் ராம்ஜி அம்பேத்கர்” என்று பள்ளியில் மாற்றிக் கொண்டார். அந்தப் பெயர் இந்தியாவின் சமூக, அரசியல் வானத்தில் அழிக்க முடியாத பெயராக நிலைபெற்று விட்டது.

மனிதாபிமானமிக்க இவ்விரு ஆசிரியர்களின் அணுகுமுறையானது பிம்ராவ் அம்பேத்கரின் உள்ளத்தில் ஒரு கருத்தை உருவாக்கியது. ‘மேல்சாதிக்காரர்கள் அனைவரும் கொடுமைக்காரர்களல்ல, அவர்களனைவரும் சாதிய வெறி கொண்டவர்களல்ல, அவர்களிலும் நல்லவர்கள் இருக்கிறார்கள், சாதிய முறை என்பதுதான் மிகவும் மோசமானது, கொடூரமானது, அது ஒழிக்கப்பட்டால்தான் அனைவரும் சமமாக நடத்தப்படுவார்கள்’ என்ற கருத்தை உருவாக்கியது. அந்தக் கருத்தோட்டம் அவரது வாழ்நாள் முழுவதும் இருந்தது.

பீம்ராவ் அம்பேத்கர் பள்ளியில் படித்துவரும் காலத்தில் பள்ளிக்கு வெளியே நடைபெற்ற இரு சம்பவங்கள் சாதியக் கொடுமை

எத்தகைய நீசத்தனம் வாய்ந்தது, அருவருப்பானது என்பதை அவருக்கு மேலும் உணர்த்தின.

ஒருநாள் பகலில், பொறுக்க முடியாத தாகத்தினால் உந்தப்பட்ட பீம்ராவ் அம்பேத்கர் மேல்சாதிக்காரர்களுக்கான குளத்தில் இறங்கி நீர் மொண்டு குடித்தார். தூரத்திலிருந்து இதைக் கண்ட மேல்சாதிக்காரர்கள் ஓட்டமாக ஓடிவந்து அம்பேத்கரைப் பிடித்து 'அடிஅடியென்று' அடித்தார்கள். சிறுவன் அம்பேத்கர் அழுது துடித்தபோதும் அந்த மேல்சாதிவெறியர்கள் விடவில்லை. அவர் மயங்கி விழுமளவுக்கு அடித்துப் போட்டனர்.

அம்பேத்கர் உள்ளத்தில் ஆழந்த வடுவை ஏற்படுத்திய மற்றொரு சம்பவமானது, அவரது தந்தையாரைக் காண்பதற்காகச் சென்றபோது நிகழ்ந்ததாகும். அச்சமயத்தில் ராம்ஜி சக்பால், கோரேகான் என்ற இடத்தில் ஒரு நிறுவனத்தில் பணியாற்றி வந்தார். அம்பேத்கரும், அவரது சகோதரர் ஆனந்தும், தங்கள் தந்தையைக் காண வேண்டி, ரயிலில் புறப்பட்டு மசூர் ரயில் நிலையத்தில் இறங்கினார். கடிதத்தில் கேட்டுக் கொண்டபடி தந்தையார் வருவார் என்று பலமணிநேரம் காத்திருந்த இவ்விரு சகோதரர்களும், அவர் வராதால், ஒரு மாட்டு வண்டியை வாடகைக்கு அமர்த்திக் கோரேகானுக்குப் பயணமாயினர். அந்த வண்டிக்காரருக்கு முதலில் இவர்களைக் குறித்து ஒன்றும் தெரியவில்லை. ஆனால் வண்டியை ஓட்டிக் கொண்டுவரும்பொழுது, இவர்களிருவரும் தாழ்த்தப்பட்ட சாதியைச் சேர்ந்தவர்கள் என்று கண்டு கொண்டு ஆத்திரமடைந்த அந்த வண்டிக்காரர், வண்டியை விட்டிறங்கி, மாட்டை அவிழ்த்துவிட்டு வண்டியை பின்புறமாகச் சாய்த்தார். சகோதரர்களிருவரும் கீழே விழுந்தனர். வசவுகளைப் பொழிந்த அந்த வண்டிக்காரர், 'தன் வண்டி தீட்டாகியதென்றும், மேற்கொண்டு வண்டியை ஓட்ட முடியாதென்றும் கத்தினார். சகோதரர்கள் இருவருக்கும் என்ன செய்வதென்றே தெரியவில்லை. எப்படியாவது தந்தையிருக்கும் இடத்திற்குப் போயாக வேண்டும் என்ற கவலையினால் வண்டிக்காரருக்கு இருமடங்கு வாடகை தருவதாகக் கூறினர். பணம் என்றால் பிணமும் வாயைப் பிளக்குமல்லவா! வண்டிக்காரர் சம்மதித்தார். ஆனால் ஒரு நிபந்தனை விதித்தார்.

வண்டியை ஆனந்த் ஓட்ட வேண்டுமென்றும், தான் வண்டியின் பின்னால் நடந்து வருவதாகவும் கூறினார். அதன்படி ஆனந்த் வண்டியை ஓட்டிக்கொண்டு வந்தார். ஆனால் சகோதரர்கள் இருவருக்கும் வரும் வழியில் யாரும் தண்ணீர் தரத் தயாராயில்லை. வறண்டுபோன நாவுடன், அவர்களிருவரும் தங்கள் தந்தையிடம் வந்து சேர்ந்தனர்.

இந்த சம்பவங்கள் அனைத்தும் சாதிய முறையை ஒழித்தே தீர வேண்டும் என்ற வைராக்கியத்தை இளம் அம்பேத்கர் உள்ளத்தில் ஏற்படுத்தியது.

அம்பேத்கருக்குப் பத்து வயதாகும்பொழுது, அவரது தந்தையார் மறுமணம் செய்து கொண்டார். இது இளம் அம்பேத்கருக்குப் பிடிக்கவில்லை. தனது அன்றாடச் செலவுகளுக்காகத் தந்தையிடமிருந்து எதையும் எதிர்பார்க்கக்கூடாது என்று கருதிய அவர், பம்பாய்க்கு ஓடிப்போய் ஏதாவது மில்லில் கூலித் தொழிலாளியாகச் சேர்ந்து விடலாமென்று நினைத்தார். ஆனால் அவருடைய அத்தை அந்த முயற்சியைத் தடுத்துவிட்டார். கல்வி மூலம்தான் உயர்வு ஏற்படுமென்று அவர் கூறியது இளம் அத்பேத்காருக்கு சரியானதென்று பட்டது. எப்பாடுபட்டாகிலும் படிப்பைத் தொடர்வதென்று அவர் முடிவெடுத்தார்.

மற்றொரு நிகழ்ச்சியும் அம்பேத்கருக்கு மிகுந்த வேதனையை ஏற்படுத்தியது. தலைமுடியை வெட்டிக்கொள்வதற்காக ஒரு முடிதிருத்துபவரிடம் சென்றபோது, அவர் மறுத்துவிட்டார். தாழ்ந்த சாதிக்காரனுக்குத் தான் சேவை செய்ய முடியாதென்று மறுத்துவிட்டார். எனவே, அம்பேத்கரின் முடியை வெட்டும் பணியை அவருடைய சகோதர, சகோதரிகளே செய்ய வேண்டியிருந்தது.

சிறிது காலத்தில் அம்பேத்கரின் தந்தையாருக்கு பம்பாயில் ஒரு வேலை கிடைத்தது. எனவே குடும்பம் முழுவதும் பம்பாய்க்குக் குடிபெயர்ந்தது. அங்கே, ஏராளமான குடித்தனங்களைக் கொண்ட நெரிசலான பகுதியில் ஒரு சிறிய அறையில் மிகுந்த சிரமத்துடன் குடும்பம் வசிக்கத் தொடங்கியது.

ஆனந்தும் அம்பேத்கரும் எல்பின்ஸ்டன் உயர்நிலைப்பள்ளியில் சேர்க்கப்பட்டனர். அக்காலத்தில் அது பம்பாயின் சிறந்த பள்ளிகளுள் ஒன்றாக விளங்கியது. விவரிக்க முடியாத சிரமங்கள் இருந்த போதிலும் அம்பேத்கர் சதாசர்வகாலமும் படிப்பிலேயே மூழ்கியிருந்தார்.

அந்தப் பள்ளியிலும் தீண்டாமைப்போக்கு இருந்தது. அம்பேத்கருக்குச் சமஸ்கிருத மொழியைப் படிக்க வேண்டுமென்பதில் அளவுகடந்த அவா உண்டு. ஆனால் தாழ்த்தப்பட்ட ஒருவர், அந்த மொழியைப் படிப்பதா என்று ஆத்திரங்கொண்ட சாதிய வெறிகொண்ட ஆசிரியர்கள், அவரைச் சமஸ்கிருதம் படிக்க அனுமதிக்கவில்லை. எனவே, தனக்கு விருப்பமில்லாதபோதிலும், அம்பேத்கர் பாரசீக மொழியைப் படிக்க வேண்டிய நிர்ப்பந்தம் ஏற்பட்டது.

அனைத்து சிரமங்களையும் தாங்கிக் கொண்ட அம்பேத்கர், 1907 ஆம் ஆண்டில் நடைபெற்ற மெட்ரிகுலேஷன் தேர்வில் அதிக மதிப்பெண்கள் பெற்று வெற்றி பெற்றார். பாரசீக மொழியில் மிக அதிக மதிப்பெண்கள் பெற்றார்.

எத்தகைய சூழ்நிலைமையில் அவர் படிக்க வேண்டியிருந்தது என்பதை அறிய வேதனைதான் ஏற்படும். அவர் குடும்பம் வசித்த ஒரு அறை வீட்டிற்குள்ளேயே தட்டுமுட்டுச் சாமான்களை வைத்துக் கொள்ள வேண்டும். அந்த அறையின் ஒரு மூலையில் விறகு அடுப்பு எரிந்து கொண்டிருக்கும். அறைமுழுவதும் எப்பொழுதும் புகை மண்டிக்கிடக்கும். மின்சார விளக்கு எதுவும் கிடையாது. மண்ணெண்ணை விளக்குதான். இரவில் எரியும். அதற்கும் கண்ணாடி சிமிழிகூடக் கிடையாது. அதை வைத்துத்தான் அம்பேத்கர் படிக்க வேண்டும்.

ராம்ஜி சக்பால், தன் மகன் நன்றாகப் படித்துச் சிறந்த மனிதனாக விளங்க வேண்டுமென்பதில் மிகவும் அக்கறை காட்டினார். தன் மகனுக்குத் தேவையான புத்தகங்கள் வாங்குவதற்காக, குடும்ப நகைகளை அடகு வைத்தார். திருமணம் செய்து கொடுக்கப்பட்டிருந்த தன் மகள்களிடமிருந்துகூட அதற்காகக் கடன் வாங்கினார். ஆங்கிலத்தில் நன்கு தேர்ச்சி பெற்றிருந்த அவர், அம்பேத்கருக்கு ஆங்கிலமொழியில் சரளமாக எழுதுவதற்கும், பேசுவதற்கும் கற்றுக் கொடுத்ததோடு, ஆங்கிலத்திலிருந்து மராத்தி மொழியில் சரளமாக மொழியாக்கம் செய்யவும் கற்றுக் கொடுத்தார்.

இரவில் அம்பேத்கர் படிப்பதற்கு வசதியில்லாததால் ராம்ஜி ஒரு ஏற்பாடு செய்தார். இரவு எட்டு மணியளவில் மகனைத் தூங்கும்படிக் கூறிவிடுவார். அருகிலேயே அவரும் உட்கார்ந்திருப்பார். அம்பேத்கரின் தலைமாட்டருகே அம்மியும் குழவியும் இருக்கும். கால்மாட்டருகே ஆட்டுக்குட்டியும் படுத்திருக்கும். சிறிய வீட்டில் வேறென்ன செய்ய முடியும்.

இரவு இரண்டு மணிக்குத் தூங்கிக் கொண்டிருக்கும் மகனை எழுப்பி பாடங்களைப் படிக்கும்படிக் கூறிவிட்டு, அந்த இடத்தில்தான் உறங்குவார். அம்பேத்கர் விடியும்வரை பாடங்கள் அனைத்தையும் படித்து முடிப்பார். காலையில் சிறிது நேரம் உறங்கியபின், அம்பேத்கர் குளித்துவிட்டு பள்ளிக்குச் செல்வார்.

எல்பின்ஸ்டன் பள்ளியில் படிக்கும்பொழுது அவருக்குப் பல கசப்பான அனுபவங்கள் ஏற்பட்டன.

ஒருமுறை கணக்குப்பாடம் நடத்தும் ஆசிரியர், பீம்ராவின் கல்வித் தகுதியைத் தெரிந்து கொள்வதற்காக, ஒரு கணக்கைக் கரும்பலகையில்

எழுதி விடை காணும்படிக் கூறினார். சிறுவன் பீம்ராவ் கரும்பலகையை நோக்கி நடக்கத் தொடங்கியவுடன் வகுப்பறையில் பெரும் கூக்குரல் எழுந்தது. சாதி இந்து மாணவர்கள் தங்கள் மதிய உணவுப் பாத்திரங்களைக் கரும்பலகைக்குப் பின்னால் வைத்திருந்தனர். தாழ்த்தப்பட்ட மாணவன் அவற்றினருகே போனால் அவை தீட்டாகிவிடுமென்று அவர்கள் கூச்சல் போட்டனர். அவர்கள் தங்கள் பாத்திரங்களை எடுத்துக் கொண்டு போனபின்புதான், பீம்ராவ் கரும்பலகையில் கணக்கு எழுதித் தனது தகுதியை நிரூபிக்க முடிந்தது.

சாதிய வெறி கொண்ட ஒரு ஆசிரியர், அம்பேத்கரைக் கிண்டல் செய்வது, மட்டம் தட்டுவது, சோர்வேற்படுத்துவது போன்ற முயற்சிகளில் ஈடுபட்டார். "உனக்கெல்லாம் படிப்பு எதுக்குப்பா?" என்றுகூடக் கேட்பதுண்டு. அம்பேத்கரும் பொறுத்துப்பொறுத்துப் பார்த்தார். இது நின்றபாடில்லை. ஆத்திரம் பொங்க ஆசிரியரைப் பார்த்து "உங்களுடைய வேலையைச் செய்துவிட்டுப் போங்கள்" என்று கத்தினார். அன்றோடு ஆசிரியர் வாயை மூடிக் கொண்டார்.

அம்பேத்கர் அந்தப் பள்ளியில் படிக்கும்பொழுது, குடும்பத்திற்கு மிகவும் பணக்கஷ்டம் ஏற்பட்டது. ராம்ஜிக்கு இரு மகன்களைப் படிக்க வைப்பது சிரமமாயிருந்தது. எனவே ராம்ஜியும், மூத்த மகன் ஆனந்தும் ஒரு முடிவுக்கு வந்தனர். ஆனந்த் படிப்பை நிறுத்திவிட்டு, வேலைக்குப் போவதென்றும் அம்பேத்கர் தன் படிப்பைத் தொடங்குவதற்கு அனைத்து உதவிகளையும் செய்வதென்றும் முடிவு செய்தனர்.

ஆக, தனது கடுமையான உழைப்பு, குடும்பத்தினரின் அரிய ஒத்துழைப்பு காரணமாக அம்பேத்கர் மெட்ரிகுலேஷன் வகுப்பில் சிறப்பாகத் தேர்ச்சி பெற முடிந்தது. மஹார் பிரிவில், முதன் முதலில் மெட்ரிகுலேஷன் வகுப்பில் தேறியவர் அம்பேத்கர்தான். அதனால் அவரது பிரிவினரிடமிருந்து ஏராளமான பாராட்டுக்கள் குவிந்தன. ஒரு பாராட்டு விழா நடத்தப்பட்டது. பிரபல சமூக சீர்திருத்தவாதியான எஸ்.கே.போலே இந்தப் பாராட்டுக் கூட்டத்திற்குத் தலைமை வகித்தார். அம்பேத்கரைப் பாராட்டிப் பேசியவர்களுள், பிரபல மராத்தி எழுத்தாளரும் சமூகச் சீர்திருத்தவாதியுமான கே.ஏ.கேலுஸ்கர் என்பவர். பம்பாய் வில்சன் உயர்நிலைப்பள்ளியில் உதவி ஆசிரியரான அவர், ஏற்கெனவே அம்பேத்கரை நன்கு அறிந்தவர். மாலை நேரத்தில் பூங்காவில் அமர்ந்து புத்தகங்களைப் படிக்கும் வழக்கமுடைய கேலுஸ்கர், ஒரு மாணவன் தன்னைப் போலவே மாலை நேரத்தில் பூங்காவில் அமர்ந்து படிப்பதைக் கண்டு வியப்புற்று மகிழ்ச்சியும் அடைந்தார். அம்பேத்கர் என்ற பெயர்

கொண்ட அந்த மாணவன் மீது அவருக்கு அன்பு உருவானது. சமூகச் சீர்திருத்தம் குறித்த பல புத்தகங்களை அம்பேத்கருக்குப் படிப்பதற்காக அளித்தார். அந்த நண்பர், இந்தப் பாராட்டு கூட்டத்தில் பேசியதோடு தான் எழுதியிருந்த "கௌதம புத்தரின் வாழ்க்கை வரலாறு" என்ற நூலையும் அம்பேத்கருக்குப் பரிசளித்தார். இந்த நூல், அம்பேத்கரின் வாழ்வில் பெரும் மாற்றத்தை ஏற்படுத்தப்போகிறது என்பதை அன்று கேலுஸ்கர் அறிந்திருக்க முடியாது.

பள்ளியில் படித்துவரும் காலத்தில், விளையாட்டுக்களிலும் அம்பேத்கர் ஆர்வங்காட்டினார். கிரிக்கெட், கால்பந்து விளையாட்டுக்களில் அவர் ஆர்வம் காட்டினார். பல சமயங்களில் இந்த விளையாட்டுக் குழுக்களின் 'கேப்டனாகவும்' இருந்தார். விடுமுறை நாட்களில், பஞ்சாலைகளில் வேலை செய்து வந்த தன் உறவினர்களுக்கு மதிய உணவு எடுத்துச் செல்வார். தொழிலாளிகள் எத்தகைய சிரமமான சூழ்நிலைமைகளில் வேலை செய்து பிழைக்க வேண்டியிருக்கிறது என்பதை அம்பேத்கர் நேரிடையாக அறிந்து கொள்ளும் வாய்ப்பை இது அளித்தது. தவிரவும் அம்பேத்கர் குடியிருந்த குடியிருப்பு முழுவதும் தாழ்த்தப்பட்ட தொழிலாளிகளின் குடும்பங்களாகவே இருந்ததானது, ஏழை மக்கள் நிராதரவான நிலையில் படும் துயரங்களை அவருக்கு உணர்த்தின.

குறிப்புகள்:

1. பிரபாகர் மாச்வே, கபீர் தமிழாக்கம் தி.வேங்கடகிருஷ்ணய்யங்கார். சாகித்ய அகாதெமி
2. அதே நூல்

4

திருமணமும் உயர்படிப்பும்

அம்பேத்கருக்குத் திருமணம் செய்து வைக்கத் தந்தையார் முடிவு செய்தார். ஏனென்றால், அந்தக் காலத்தில் உயர்நிலைப்படிப்பு முடிந்தவுடனேயே இளைஞர்களுக்கு திருமணம் செய்து வைப்பது என்பது வழக்கமாக இருந்தது. ராம்ஜி, தன் மகனுக்குப் பெண் தேடும் படலத்தைத் துவக்கினார். அம்பேத்கருக்கு தங்கள் மகள்களைத் திருமணம் செய்துதரப் பலர் முன்வந்தனர். ஆனால், ராம்ஜி ஒரு முடிவில் இருந்தார். தன் மகன் திருமணம் செய்யப்போகும் பெண், மிகுந்த பொறுமையும் திறமையும் கொண்ட பெண்ணாக இருக்க வேண்டுமென்று நினைத்தார்.

இறுதியில், தபோலி நகரில் சுமை தூக்குபவராயிருந்த பிகு வலங்கர் என்பவரின் மகளான ஒன்பது வயதுச் சிறுமி ராமியைத் தன் மகனுக்காகத் ராம்ஜி தேர்ந்தெடுத்தார். இளம் வயதிலேயே திருமணம் செய்துவிப்பது என்பது அந்த நாளில் பழக்கத்தில் இருந்தது.

ராம்ஜியின் அடுத்த கவலை எந்த இடத்தில் வைத்து திருமணத்தை நடத்துவது என்பதாக இருந்தது. சாவடி, சத்திரம் என்பவற்றுக்குள் தாழ்த்தப்பட்ட மக்கள் போக முடியாது. கோவில்களுக்குள்ளும் போக முடியாது. எனவே, பைக்குல்லா என்ற இடத்திலுள்ள மீன் மார்க்கெட்டில் இரவு நேரத்தில் திருமணம் நடத்துவதென்று முடிவு செய்தார். அதன்படி 1906ம் ஆண்டு ஏப்ரல் மாத இரவொன்றில் பைக்குல்லா மீன் சந்தையில் அம்பேத்கர் ராமி திருமணம் நடைபெற்றது. அந்தத் திருமணம் நடைபெற்றதே வினோதமானது. மீன் கடைக்காரர்கள், கடைகளை அடைத்தபின் காலியாகக் கிடந்த அந்த மைதானத்தின் ஒரு மூலையில் மணமகள் வீட்டுக்காரர்களும் மற்றொரு மூலையில் மணமகன் வீட்டுக்காரர்களும் தங்கினர். அவர்கள் அமர்ந்திருந்த இடத்திற்குக் கீழே ஓடிக்கொண்டிருந்த

சாக்கடையிலிருந்து, அசுத்த நீர் கசித்து அங்குமிங்குமாக ஈரமாக்கிக் கொண்டிருந்தது. அங்கிருந்த பாறாங்கல் மேடைகள், அமரும் பலகைகளாகப் பயன்படுத்தப்பட்டன. இந்தப் பின்னணியில் திருமணம் நடைபெற்றது. பொழுது புலரும் நேரத்தில் அனைவரும் திரும்பிச் சென்றுவிட்டனர். இதுதான் ஒரு எதிர்கால அறிஞரின் திருமண விழா! அச்சமயத்தில் அம்பேத்கருக்கு 17 வயது; ராமிக்கு 9 வயது; திருமணமானபின் ராமியின் பெயர் ரமாபாய் என்று மாற்றப்பட்டது.

அமைதியும் பொறுமையும் உருவான ரமாபாய் தன் கணவனுக்கு உகந்த மனைவியாக விளங்கினார். வாழ்வின் பல்வேறு சிரமங்களையும் வேதனைகளையும் தாங்கி அம்பேத்கர் தன் லட்சியப் பாதையில் செல்ல உறுதுணையாய் இருந்தார்.

திருமணத்திற்குப் பிறகு உயர்படிப்பு படிக்கும் பொருட்டு அம்பேத்கர் பம்பாயிலுள்ள எல்பின்ஸ்டன் கல்லூரியில் சேர்க்கப்பட்டார். முன்புபோலவே இப்பொழுதும் படிப்பில் மிகுந்த கவனமாக இருந்தார். ஆனால் உடல் நலக்குறைவு காரணமாக ஒரு வருடம் படிக்க முடியாமல் போய்விட்டது. மீண்டும் கல்லூரியில் சேர்ந்து படித்தார். மிகுந்த பண நெருக்கடிக்கிடையே இண்டர்மீடியட் வகுப்பு வரை படித்துத் தேர்ச்சி பெற்ற அம்பேத்கருக்கு மேற்கொண்டு படிக்க வழியில்லாது போய்விட்டது. அவர் மீது நல்லெண்ணம் கொண்டிருந்த கேலுஸ்கர் என்ற நண்பர் உதவ முன்வந்தார். அவர் பரோடா மன்னராயிருந்த சாயாஜிராவ் கெய்க்வாட்டிடம் சென்று, அம்பேத்கர் தொடர்ந்து படிக்க உதவிப்பணம் வழங்குமாறு கேட்டுக் கொண்டார். மேல்படிப்பு படிக்கும் பொருட்டுத் தகுதிவாய்ந்த தாழ்த்தப்பட்ட மாணவர்களுக்கு உதவி புரிய, தான் தயாராயிருப்பதாகப் பம்பாயில் நடைபெற்ற கூட்டமொன்றில் கெய்க்வாட் மன்னர் பேசியிருந்ததையும் கேலுஸ்கர் சுட்டிக்காட்டினார். கெய்க்வாட் மன்னர் அம்பேத்கரைக் கூப்பிட்டனுப்பி அவருடைய திறமையை பரிசோதிக்கும் பொருட்டு பல கேள்விகளைக் கேட்டார். அம்பேத்கர் அளித்த பதிலைக் கண்டு அவருடைய தகுதியைப் புரிந்து கொண்ட கெய்க்வாட் மன்னர், அவருக்கு மாதம் 25 ரூபாய் வீதம் உதவிப்பணம் அளிக்க முன்வந்தார். அந்நாட்களில் அது மிகப்பெரிய தொகையாகும்.

இந்த உதவிப்பணமானது அவர் குடும்பம் மற்றொரு குடியிருப்புக்கு இடம்மாற உதவி செய்தது. இரண்டு தனித்தனி அறைகள் கொண்ட இடம் கிடைத்தது. ஒரு அறை அம்பேத்கர் குடும்பத்தின் சமையலறை, சாமான் அறையாகவும் மற்றொரு அறை அம்பேத்கரின் படிப்பறையாகவும் பயன்படுத்தப்பட்டன. ராம்ஜி சக்பால், மகனுடைய அறைக்கு வெளியில் உட்கார்ந்து கொண்டு அவர் படித்துக்

கொண்டிருப்பதைப் பார்த்துக் கொண்டிருப்பார்.

எஸ்.கே.போலே, கேலுஸ்கர் போன்றோர் எவ்வாறு சமூகச் சீர்திருத்த மனோபாவம் பெற முடிந்தது, பரோடா மன்னரைப் போன்றவர்கள் தாழ்த்தப்படட மாணவர்களுக்கு உதவிப்பணம் அளிக்க முன்வந்ததன் பின்னணி என்ன என்பதை இங்கே ஆராய வேண்டியது அவசியமாகும். சென்ற நூற்றாண்டின் மாபெரும் சமூகச் சீர்திருத்தவாதியான ஜோதிபா புலேயின் பணியிலிருந்து அதைத் தொடங்க வேண்டும்.

5

மகாத்மா ஜோதிபா புலே

மகாராஷ்டிராவின் சமூகச் சீர்திருத்த முன்னோடியான ஜோதிபா புலே, பிற்படுத்தப்பட்ட குடும்பம் ஒன்றைச் சார்ந்தவர். ‘மாலி’ (தோட்டக்காரர்) என்றழைக்கப்படும் குடும்பத்தில் ஜோதிபா புலே 1827ஆம் ஆண்டு பிறந்தார். மேல்சாதிக்காரர்களின் கொடுமைகளுக்கு ஆட்பட்ட அவருக்குச் சாதிய முறைக்கெதிராக சமூக ஒடுக்குமுறைக்கெதிராகப் போராட வேண்டியது அவசியம் என்ற உணர்வு ஏற்பட்டது. இதில் அவருக்கு மிகவும் உறுதுணையாக இருந்தவர் அவருடைய துணைவியார் சாவித்திரிபாய் புலே.

புலே தம்பதியினர் அடித்தட்டு மக்களின் உயர்வுக்காகத் தங்கள் வாழ்க்கையை அர்ப்பணித்தனர். அடித்தட்டு மக்கள் என்று கூறும்பொழுது தாழ்த்தப்பட்ட மக்கள், பின்தங்கிய பகுதி மக்கள், ஏழைகள், அநாதைகள், விதவைகள், கந்து வட்டிக் கொடுமைக்கு ஆளான விவசாயிகள் ஆகியோரே அதில் அடங்குவார்கள். தாழ்த்தப்பட் குழந்தைகளுக்கென்றும், பெண் குழந்தைகளுக்கென்றும் இந்தியாவில் முதன்முதலில் பள்ளிக்கூடங்களைத் திறந்தவர்கள் புலே தம்பதிகளே.

ஆனால் மேல்சாதிகளைச் சேர்ந்த ஆசிரியர்கள் அந்தப் பள்ளிகளில் பணியாற்ற மறுத்தனர். எனவே, ஜோதிபா புலே தன் மனைவி சாவித்திரிக்குப் பயிற்சி அளித்து அந்தப் பள்ளிகளை நடத்தச் செய்தார். மேல்சாதிக்காரர்களின் தொல்லைகள், சமூகப் பகிஷ்காரம் போன்றவற்றைச் சமாளித்துக் கொண்டே தாழ்த்தப்பட்ட மக்களிடையே சேவை செய்த முதல் இந்தியப் பெண் சாவித்திரிபாய் புலே ஆவார்.

பிரபாகர் சன்ஸ்கிரி கூறுகிறார்: “புராணங்கள், வேதங்கள், புனித நூல்கள் என்று கூறப்படுபவை கீழ்ச்சாதி மக்களின் சிந்தனையை அடிமைப்படுத்தி அவர்களை அடிபணியச் செய்து விடுகிறது” என்று ஜோதிபா புலே கருதினார். ஆகையால் அவர், இத்தகைய

நூல்களையும் கடவுள்களையும் அவதாரங்கள் என்று கூறப்படுபவனவற்றையும் ஈவிரக்கமின்றி மோசமான வார்த்தைகளால் சாடினார்.

“விவசாய மக்கள் நாசமடைந்து வருவதைக் கண்ட புலே, கந்து வட்டிக்காரர்கள், அதிகார வர்க்கம் போன்றவற்றை கடுமையாக நிந்தித்தார். அவர்களின் ஊழல்மலிந்த, தீய நடைமுறைகளைச் சாடினார். இந்தப் பகுதியினரில் பிரதானமானவர்கள் பிராமணர்களே.

“புனித நூல்கள் மற்றும் தீர்க்கதரிசிகளின் கட்டளைகள் போன்றவற்றை அடிப்படையாகக் கொண்ட இந்து மதம், இஸ்லாம், கிறிஸ்துவம் போன்ற மதங்களைப் புலே நிராகரித்தார். அன்றைய கல்வி முறையானது மேல் சாதிப் படிப்பாளிகளுக்கே மிகவும் அதிகமாகப் பயன்படுகிறது” என்று விமர்சித்த புலே, மக்களிடையே ஆரம்பக் கல்வியைப் பரப்புவதற்குக் கூடுதல் நிதி ஒதுக்க வேண்டுமென்று ‘ஹண்டர் குழுவிடம்’ மனு அளித்தார். அவர் தாமஸ் பெய்ன் என்ற ஆங்கிலேயே எழுத்தாளரின் எழுத்துக்களால் மிகவும் ஆகர்ஷிக்கப்பட்டார். [1]

தனது சமூகச் சீர்திருத்தக் கருத்துக்கு ஆதரவாகப் போராடியதோடு புலே நின்றுவிடவில்லை. மேல்சாதிகளைச் சேர்ந்த சமூகச் சீர்திருத்தக்காரர்களைப் பாதுகாப்பதற்கும் ஏற்பாடு செய்தார். ஏனென்றால் அவர்களின் உயிருக்கும் உடமைக்கும் மேல்சாதிக்காரர்களிடமிருந்து தொடர்ந்து அச்சுறுத்தல் இருந்து வந்தது. 1873ஆம் ஆண்டில் “சத்ய சோதக் சமாஜம்” (உண்மையை நாடும் கழகம்) என்ற அமைப்பை ஜோதிபா புலே உருவாக்கினார்.

ஜோதிபா புலேயின் சீர்திருத்தக்கருத்துக்கள், பிராமணரல்லாத மராட்டிய மன்னர்கள் மீதும் தாக்கத்தை ஏற்படுத்தியது. அது எவ்வாறு நிகழ்ந்தது?

பிராமணர்கள்தாம் உயர்ந்தவர்கள், வைசியர், சத்திரியர், சூத்திரர் என்றழைக்கப்பட்டவர்கள் பிராமணர்களுக்குக் கீழ்ப்படிந்தவர்களே என்று கூறும் நால் வருண முறையானது (வருணாசிரம தர்மம்) மகாராஷ்டிராவில் ஆதிக்கம் செலுத்தி வந்தது.

அந்நாட்களில் சமஸ்கிருத மொழியையும் வேதங்களையும் படிப்பதென்பது பிராமணர்களுக்கு மட்டுமே உள்ள தனி உரிமையாகக் கருதப்பட்டு வந்தது. இதர சாதிய இந்துக்களுக்குக் கூட இந்த உரிமை கிடையாது. அதேபோல் கல்வி என்பதும் பிராமணர்களின் ஏகபோகமாக இருந்து வந்தது. பிராமணரல்லாத

சதாரா மகாராஜா இரவு நேரங்களில்தான் தன்னுடைய கல்வியைப் பெற முடிந்தது என்று தனஞ்செய்கீர் என்ற பிரபல மகாராஷ்டிரிய நூலாசிரியர் கூறுகின்றார். [2]

பிரபல மராட்டிய மன்னராகிய சிவாஜி மன்னர் சூத்திரர் என்பதால் அவருக்கு முடி சூட்டுவிழா நடத்த முடியாதென்று கூறிய பிராமணர்களின் வழிவந்த மகாராஷ்டிர பிராமணர்கள் தங்கள் முன்னோர்களையே பின்பற்றி வந்தனர். அவர்களுடைய உயர்சாதிப் போக்கும் ஜோதிபா புலே அதற்கெதிராகக் குரல் எழுப்பியதும் சேர்ந்து கோலாப்பூர் மன்னரான சாகு மகாராஜாவையும் பரோடா மகாராஜாவையும் ஜோதிபா புலே துவக்கிய 'சத்ய சோதக் சமாஜத்தின்' ஆதரவாளர்களாக்கின.

ஜோதிபா புலேயின் காலத்திற்கு முன்னரும் அவருடைய காலத்திலும் பல சமூகச் சீர்திருத்தவாதிகள் இருந்தனர். உடன்கட்டை கொடுமைக்கு எதிராகப் போராடிய ராஜாராம் மோகன்ராய், பஞ் சாபில் தயானந்த சரஸ்வதி, மகாராஷ்டிராவில் மகாதேவ கோவிந்த ரானடே, பாலகங்காதரத் திலகர் போன்றோர் செயல்பட்டனர். அவர்களுடைய சீர்திருத்த நடவடிக்கைகளுக்கும், ஜோதிபா புலே துவக்கி வைத்து நடத்திய நடவடிக்கைகளுக்குமிடையே பெரும் வித்தியாசம் இருந்தது.

இந்தியாவில் தலைசிறந்த சமூக விஞ்ஞானிகளுள் ஒருவரும், மார்க்சிஸ்ட் கம்யூனிஸ்ட் கட்சியின் அரசியல் தலைமைக்குழு உறுப்பினருமான இ.எம்.எஸ்.நம்பூதிரிபாத் கூறுகிறார்:

“.... இந்தச் சந்தர்ப்பத்தில் மகாராஷ்டிராவில் பிராமணர் அல்லாத இயக்கத்தை உருவாக்கிய தலைவரான ஜோதிபா புலேயை விசேஷமாகக் குறிப்பிட வேண்டும். ராஜராம் மோகன்ராயைப் போலல்லாது, புலே ஒரு தாழ்ந்த சாதியில் பிறந்தவர். இந்தக் காரணத்தினால் கிறிஸ்துவப் பாதிரியார்களின் உதவி கிடைக்கும்வரை அவருடைய கல்வியை அவர் பூர்த்தி செய்ய முடியவில்லை. பிராமணர்களும் மற்ற உயர்சாதிக்காரர்களும் இழைத்த எண்ணற்ற அவமரியாதைகளை அவர் தாங்கிக் கொள்ள வேண்டியிருந்தது. இவையனைத்தின் விளைவாக, பொதுவாகச் சாதிய முறையுடனும், குறிப்பாக பிராமணர் ஆதிக்கம் குறித்த கோபத்துடனும் புலே தன்னுடைய பொதுவாழ்க்கையைத் துவக்கினார்.

“ராஜாராம் மோகன்ராய்க்கும், ஜோதிபா புலேக்குமிடையிலான வித்தியாசங்களை அவர்கள் துவக்கிய இயக்கங்களின் தன்மைகளிலும் காண முடியும். ராஜாராம் மோகன் ராய் நிறுவிய “பிரம்ம சமாஜம்” பிரதானமாக உயர்சாதி இந்துக்களிடையே செயல்பட்டது. அந்நிலையில் அது, சாதிய முறைக்கு எதிரான ஒரு இயக்கமாகவும்

ஆணுக்கும் பெண்ணுக்குமிடையே சமத்துவத்தைக் கோரும் இயக்கமாகவும் இருந்தது. மறுபுறத்தில் ஜோதிபா புலே துவக்கிய இயக்கமானது கீழ்ச்சாதிகளிடையே குறிப்பாகத் தாழ்த்தப்பட்ட மக்களிடையே உறுதியாக வேர்கொண்டுள்ளது. இதன் காரணமாக அதனுடைய தத்துவம் என்பது பிராமணிய எதிர்ப்பு என்பதாக இருந்தது.

"அவர் பிரதிநிதித்துவப்படுத்திய சாதாரண மக்களின் வாழ்க்கை நிலைமைகளின் தன்மைகளை வெளிப்படுத்தும் விதத்தில், இங்கிலாந்து அரசக் குடும்பத்தின் உறுப்பினரான யாரக் பிரபு வந்திருந்தபொழுது, வறுமையில் பீடிக்கப்பட்ட இந்திய விவசாயிகளின் உண்மையான பிரதிநிதி என்ற முறையில் ஜோதிபா புலே கோவணத்தை மட்டும் கட்டிக்கொண்டு அவர் முன்சென்று பேசினார். இது அவர் கொண்டிருந்த சமூக தொலைநோக்குப் பார்வைக்குத் தக்க உதாரணம் ஆகும்..."

"... இவ்வாறு வங்காளத்தின் பிரம்ம சமாஜமும், மகாராஷ்டிராவின் பிரார்த்தனா சமாஜமும் நவீனப்படுத்துதல் என்பதை வலியுறுத்திய போதிலும் சமூகச் சீர்திருத்தம் மற்றும் கலாச்சார மறுமலர்ச்சிக்கான அந்த இயக்கங்கள் இந்து மீட்சிவாதத்தின் இயக்கங்களாகவே இருந்தன.

...... ஜோதிபா புலே தலைமையிலான இயக்கம் போன்ற மற்ற சில இயக்கங்கள், தாழ்த்தப்பட்டவர்கள் உள்ளிட்ட பிற்படுத்தப்பட்ட சாதிகளைத் தூக்கிவிட வேண்டும் என்ற கோஷத்தையே அடிப்படையாகக் கொண்டிருந்தன.[3]

இந்தியாவின் தலைசிறந்த மார்க்சிய அறிஞர்களுள் ஒருவரான காலஞ்சென்ற பி.டி.ரணதிவே எழுதுகிறார்:

"... ஜோதிபா புலே ஒரு மதச்சார்பற்ற ஜனநாயகவாதியாவார். ஏழைகளுக்கும் ஒடுக்கப்பட்ட மக்களுக்கும் நண்பராவார். ஒடுக்கப்பட்ட மக்களின் நலன்களுக்கு அதிமுக்கியத்துவம் அளிப்பதற்கு அவர் தயங்கியதில்லை... தீண்டத்தகாதவர்கள் என்றழைக்கப்படும் மக்கள் மீது அவர் கொண்டிருந்த பாசம் இதுவரை யாரும் எங்கும் கேள்விப்படாத ஒன்றாகும். அவரிடம் எந்தவிதச் சாதிய எண்ணங்களும் இருந்ததில்லை. அவரது நியாய உணர்வு ஒடுக்கப்பட்ட எல்லாச் சாதியினரையும் சார்ந்திருந்தது... அவரது இயக்கமானது பொய்களும் அநீதிகளும் பித்தலாட்டமும் நிறைந்திருந்த பிராமணர்களின் ஆதிக்கத்திலிருந்த இந்துக்களின் சமூக ஒழுங்கீனங்களுக்கு எதிரானது பிராமணர்களுக்கும் அவர்களது கொள்கைகளுக்கும் எதிரான புனிதப் போரை அவர் நடத்தினார்.

“.... இந்து சமுதாய அமைப்பில் பிராமணர்கள் உயர்நிலையில் இருந்ததால், சாதி ஆதிக்கத்திற்கெதிராக சத்துவத்திற்காக நடத்தப்படும் எந்த இயக்கமும் அக்காலத்தில் பிராமண எதிர்ப்பு இயக்கமாகவே இருந்திருக்க முடியும்...

“...ஜோதிபா புலே, தனது நியாயமான கோபத்தினைத் தவிர்க்க முடியாத முறையில் பிராமணர்கள் மீது திருப்பியபோதிலும், அவருடைய பார்வை ஒருபோதும் குறுகிய வாதமாக இருந்ததில்லை. மாறாக, அவர் மாறாக ஜனநாயகவாதியாகவே இருந்தார். ஆகவேதான், அவர் பிராமணியக் கோட்பாட்டோடு கடைசிவரை சமரசம் செய்து கொள்ளாத முறையில் அதனது எதிரியாகத் திகழ்ந்தார். அவருக்கும் அவருடைய எதிரிக்குமிடையே எவ்விதச் சமரசமும் கிடையாது. இதற்குக் காரணம் அவர் ஒருபோதும் ஒரு குறிப்பிட்ட சாதிக்கு இந்துச் சமுதாய அமைப்பில் ஓர் இடம் தேடியதில்லை...” [4]

அந்த மகத்தான ஜோதிபா புலேயின் தீவிரமான ஆதரவாளர்களில் முக்கியமானவர்கள் ஜி.கே.வலங்கர், எஸ்.ஜே.காம்ப்ளே போன்றோர். ஜி.கே.வலங்கர், திருமதி ரமாபாய், அம்பேத்கரின் நெருங்கிய உறவினருமாவார். ராம்ஜி சக்பாலும், ஜோதிபா புலேயின் தீவிர ஆதரவாளர்களில் ஒருவர்.

ஆனால் அம்பேத்கருக்கும் ஜோதிபா புலேக்கும் இணைப்புப் பாலமாக விளங்கியர் ஜி.கே.வலங்கரே ஆவார். அவர்தான் அம்பேத்கரின் சிந்தனையில் ஜோதிபா புலேயின் கருத்துக்களைப் படிப்படியாக புகுத்தியவர்.

குறிப்புகள்:

1. பி.பி.சன்ஸ்கிரி: அதே நூல்.
2. தனஞ்செய் கீர்: டாக்டர் அம்பேத்கர் வாழ்வும் பணியும் (Dr.Ambedkar Life and Mission)
3. இ.எம்.எஸ். நம்பூதிரிபாத்: “இந்தியச் சுதந்திரப் போராட்ட வரலாறு” (A History of Indian Freedom Struggle)
4. பி.டி.ரணதிவே: “ஜாதி, வர்க்கம், சொத்து உறவுகள்”

6

தந்தையின் பிரிவும் மேல் படிப்பும்

பரோடா மன்னரின் உதவித்தொகையுடன் பி.ஏ. பட்டப்படிப்பைத் தொடர்ந்த அம்பேத்கர், இரவுபகலாகப் படிக்கத் தொடங்கினார். இந்தக் காலகட்டத்திலும் மேல் சாதியினரின் ஏளனத்திற்கும் நிந்தனைகளுக்கும் அவர் தொடர்ந்து ஆளாகி வந்தார்.

எல்பின்ஸ்டன் கல்லூரியில் உணவு விடுதியை நடத்தி வந்தவர் ஒரு பிராமணர். அவர் அம்பேத்கருக்கு உணவோ தேநீரோ வழங்க மறுத்துவிட்டார்.

அந்தக் கல்லூரியில் பேராசிரியராகப் பணிபுரிந்த முல்லர் என்பவர் அம்பேத்கருக்கு மிகவும் உதவி புரிந்தார். அவர் படிப்பிற்குத் தேவையான புத்தகங்களைக் கொடுத்ததோடு, உடைகளையும் அளித்தார். இது, அம்பேத்கருக்குப் பேருதவியாய் இருந்தது.

விடாமுயற்சியுடன் படித்து வந்த அம்பேத்கர் 1912ஆம் ஆண்டு நடைபெற்ற பி.ஏ.தேர்வில் வெற்றி பெற்றார். இது அவருடைய குடும்பத்தினருக்கும் நண்பர்களுக்கும் எல்லையற்ற மகிழ்ச்சியை அளித்தது.

அம்பேத்கர் பட்ட மேல்படிப்பு படிக்க வேண்டுமென்று பெரிதும் விரும்பினார். ஆனால் குடும்பத்தின் நிலைமையோ மிகவும் மோசமாக இருந்தது. தந்தையார் கடுமையாக நோய்வாய்ப்பட்டிருந்தார். குடும்பத்தில் அன்றாட உணவுக்குக் கூட வழியில்லை. எனவே, பரோடா மன்னரின் ஆயுதப்படையில் 'லெப்டினென்ட்' என்ற பதவியை ஏற்றுக் கொண்டார். தந்தையாருக்கு இதில் விருப்பமேயில்லை. அம்பேத்கர் விரும்பியிருந்தால் அவருக்கு ஆங்கிலேயரின் நிர்வாகத்திலேயே ஒரு பதவி கிடைத்திருக்கக் கூடும். ஆனால் அதை

ஏற்கத் தயங்கினார். ஏனென்றால், அந்த நிர்வாகத்தில் ஆதிக்கம் செலுத்தும் மேல்சாதிக்காரர்களின் இழிசொற்களையும் அவமானங்களையும் தாங்கிப் பணிசெய்வது சிரமம் என்று அம்பேத்கர் கருதினார். எனவேதான் அவர் பரோடா மன்னரின் கீழ் பணியாற்றச் சென்றார்.

பணியில் சேர்ந்து 15 நாட்கள்கூட ஆகவில்லை. பம்பாயில் தந்தையாரின் உடல்நிலை மோசமாகி விட்டதென்றும் உடனடியாக பம்பாய்க்கு வருமாறும் கோரி அவருக்கு தந்தி வந்தது. அதிர்ச்சியடைந்த அம்பேத்கர் உடனே பம்பாய்க்குத் திரும்பி உயிருக்கு மன்றாடிக் கொண்டிருந்த தந்தையாரைக் கண்டார். அவர் அருகிலேயே அமர்ந்து பணிவிடை செய்தார். நினைவிழந்த தந்தையார், நினைவு திரும்பும்பொழுதெல்லாம் பரிவுடன் மகனின் முதுகைத் தடவிக் கொடுப்பார். பிப்ரவரி 2ஆம் தேதி அவ்வாறு தடவிக் கொடுத்த ராம்ஜி சக்பாலின் கண்கள் அடுத்த சில வினாடிகளில் குத்திட்டு நின்றன. மிகவும் பிரியத்திற்குரிய மகனைக் கண்டபடியே அவர் உயிர்நீத்தார். தனது வாழ்வின் ஆதர்ச சக்தியாகவும் தனக்குப் பின்பலமாகவுமிருந்த தந்தையாரின் மறைவு அம்பேத்கரை உலுக்கிவிட்டது. அவர் பல நாட்கள் கதறி அழுதார்.

தந்தையாரின் இறுதிச் சடங்குகளை முடித்த அம்பேத்கர் பல பிரச்சனைகளை எதிர்நோக்க வேண்டியிருந்தது. இதுவரை குடும்பப் பாரத்தைத் தாங்கிவந்த தந்தையார் மறைந்துவிட்டதால் குடும்பப் பொறுப்பை அவர் ஏற்க வேண்டியிருந்தது. மேல்படிப்பு படிக்க வேண்டுமென்ற ஆரவம் மற்றொருபுறம் அவரை உந்திக் கொண்டிருந்தது. பரோடாவிலும் மேல்சாதிக்காரர்களின் கொடுமை நிறைந்திருந்தது என்பதை தனது 15 நாட்கள் அனுபவத்தில் கண்டதால் அங்கே திரும்பிச் செல்வதற்கும் அவர் சிந்தனை மறுத்தது. என்ன செய்வதென்று தெரியாமல் அவர் திகைத்து நின்ற நேரத்தில் 1913 ஜூன் மாதத்தில் ஒரு தகவல் கிடைத்தது.

தகுதி வாய்ந்த சில மாணவர்களுக்கு உபகாரச் சம்பளம் அளித்து அவர்களை அமெரிக்காவிலுள்ள கொலம்பியா பல்கலைக்கழகத்திற்குப் படிக்க அனுப்பப்போவதாக பரோடா மன்னர் அறிவிப்புச் செய்திருந்தார். அம்பேத்கர் இதை அறிந்ததும் பரோடாவுக்கு விரைந்து சென்று மன்னரைச் சந்தித்துத் தனக்கு ஒரு வாய்ப்பு அளிக்கும்படி வேண்டுகோள் விடுத்தார். மன்னரின் நண்பர் கேலுஸ்கரும், அம்பேத்கருக்காகப் பரிந்துரை செய்தார். ஏற்கெனவே அம்பேத்கரின் திறமையை நன்குணர்ந்த மன்னர் கெய்க்வாட், அதை ஏற்று உபகாரச் சம்பளம் அளிக்கச் சம்மதித்தார். 'அமெரிக்காவில் படிப்பில் மட்டுமே முழுக் கவனம்செலுத்த வேண்டும், நாட்டிற்குத்

திரும்பிய பின் பரோடா மன்னர் நிர்வாகத்தில் 10 ஆண்டுகள் பணிபுரிய வேண்டும்' என்ற நிபந்தனையை ஏற்று அம்பேத்கர் ஒப்பந்தத்தில் கையெழுத்திட்டார்.

அம்பேத்கரின் மனைவி ரமாபாய்க்கும் குடும்பத்தினருக்கும் அவர் அமெரிக்காவிற்கு மேல்படிப்பிற்காகப் போவது மிகுந்த மகிழ்ச்சியை அளித்தது. ஆனால் குடும்பத்தின் செலவுகளுக்கு என்ன செய்வது என்ற கேள்விக்குறி எழுந்தது. அம்பேத்கர் ஒரு திட்டம் வகுத்தார். தனக்கு ஒவ்வொரு மாதமும் கிடைக்கும் உதவிப் பணத்தைச் சிக்கனமாகப் பயன்படுத்தி, அதில் ஒரு பகுதியை மிச்சம் பிடித்து ரமாபாய்க்கு அனுப்பி வைப்பதென்றும் அதைக் கொண்டு ரமாபாய் குடும்பத்தை நடத்தி வருவதென்றும் ஆலோசனை கொடுத்தார். அதன்பின் அவர் அமெரிக்காவுக்குப் பயணமானார்.

உதவித்தொகை பெற்ற அம்பேத்கரும் மற்ற மூவரும் 1913ஆம் ஆண்டு ஜூலை மாதத்தின் மூன்றாவது வாரத்தில் நியூயார்க் நகருக்குச் சென்று சேர்ந்தனர்.

மிகவும் வளர்ச்சியடைந்த முதலாளித்துவ நாடான அமெரிக்காவில் கல்வி கற்பதிலும் வேலை வாய்ப்புகளிலும் ஆணுக்கும் பெண்ணுக்கும் உள்ள சம வாய்ப்புகள் அம்பேத்கரை மிகவும் கவர்ந்தன. இந்தியாவில் தாழ்த்தப்பட்ட மக்களை மேல்சாதிக்காரர்கள் வேட்டையாடுவது போன்ற நிலைமை அங்கில்லை என்பதும் அவருக்கு ஆறுதலாக இருந்தது. ஆனால் அமெரிக்காவில், நீக்ரோ மக்கள் எத்தகைய அவல நிலையில் ஆழ்த்தப்பட்டுள்ளார்கள் என்பதை அவர் அன்று உடனடியாகத் தெரிந்து கொள்ள முடியவில்லை.

நியூயார்க் வந்தவுடன் குறைந்த செலவில் தங்குவதற்கான இடத்தை அம்பேத்கர் தேடியலைந்து இறுதியில் லிவிங்ஸ்டன் அரங்கச் சத்திரத்தில் நேவல் பதெனா என்ற பார்ஸி மாணவருடன் தங்கிப் படிக்க ஆரம்பித்தார். பரந்த மனோபாவங்கொண்ட நேவல் பதெனா, அம்பேத்கரின் இணைபிரியா நண்பரானார்.

எம்.ஏ. வகுப்பில் சேர்ந்த அம்பேத்கர், நாளொன்றுக்கு 18 மணி நேரம் வீதம் படிப்பில் கவனஞ் செலுத்தினார். விலைகுறைவான உணவு வகைகளையே உண்டார். அதன் மூலம் உதவிப் பணத்தில் ஒரு பகுதியை மிச்சம்பிடித்து குடும்பத்திற்கு அனுப்பி வந்தார். அரசியல் விஞ்ஞானம், தார்மீக தத்துவம், மனித வளர்ச்சியியல், சமூகவியல், பொருளாதாரம் முதலிய பாடங்களைப் பயின்றார்.

கொலம்பியா பல்கலைக்கழகத்தில் அவருக்கு மூன்று சிறந்த

ஆசிரியர்கள் கிடைத்தனர். அவர்களில் ஒருவர் பேராசிரியர் ஜான் டேவேய். இவர் தத்துவத்துறை தலைவராக இருந்தார். மற்றொருவர் பேராசிரியர் எட்வின் ராபர்ட் ஆண்டர்சன் செலிக்மான் என்பவர். இவர் பொதுநிதி என்ற துறையில் வல்லுநர். மூன்றாமவர் பேராசிரியர் கோல்டன் வெய்சர் என்பவராவார். மனித வளர்ச்சியியல் துறையில் அனுபவம் மிக்கவர் இவர். இம்மூவரின் வழிகாட்டல்கள் அம்பேத்கருக்கு மிகவும் பயனுள்ளதாகவிருந்தது.

இரு வருடப் படிப்பிற்குப்பின் 1915ஆம் ஆண்டில் எம்.ஏ. பட்டம் பெறுவதற்காக அம்பேத்கர் தனது ஆய்வுரையைச் சமர்ப்பித்தார். "பண்டைக்கால இந்திய வர்த்தகம்" என்ற தலைப்பில் அவர் சமர்ப்பித்த ஆய்வுரை ஏற்றுக் கொள்ளப்பட்டு அவருக்கு எம்.ஏ. பட்டம் வழங்கப்பட்டது. அதைத் தொடர்ந்து டாக்டர் பட்டத்திற்காக அம்பேத்கர் ஆராய்ச்சி செய்யத் தொடங்கினார்.

1916ஆம் ஆண்டு மே மாதத்தில் மனித வளர்ச்சியியல் துறை சார்பில் நடத்தப்பட்ட கருத்தரங்கில் கலந்து கொண்டு "இந்தியாவில் சாதிகள் அவற்றின் தோற்றம், வளர்ச்சி செயல்பாட்டு முறை" என்ற தலைப்பில் ஆய்வுரையொன்றை அவர் சமர்ப்பித்தார். அதில், இந்தியாவில் சாதிய முறை தோன்றிய விதம் குறித்தும் அதனுடைய தீமை பயக்கும் விளைவுகள் குறித்தும் விளக்கியிருந்தார்.

அம்பேத்கர், 1916ஆம் ஆண்டு ஜூன் மாதத்தில் டாக்டர் பட்டத்துக்கான தனது ஆய்வுரையைக் கொலம்பியா பல்கலைக்கழகத்திற்குச் சமர்ப்பித்தார். "இந்தியாவின் தேசிய பங்குத்தொகை: ஒரு வரலாற்றுபூர்வ பகுப்பாய்வு" என்ற தலைப்பிலான அந்த ஆய்வானது இந்தியாவில் ஆங்கிலேய நிர்வாகத்தின் பொருளாதார சமத்துவமின்மையையும் பலவீனங்களையும் அம்பலப்படுத்தியது. இந்தியாவில் நிலவரி முறையானது விவசாய மக்கள் மீதான மிகப்பெரும் சுமை என்பதை அவர் அந்த ஆய்வில் சுட்டிக்காட்டியிருந்தார். அந்த வரிவிதிப்பு முறையானது அதனுடைய சமத்துவமற்ற போக்கானது சமூக எழுச்சியை உருவாக்கலாம், இந்திய சமூகத்தை ஏழ்மையாக்கலாம் என்பதையும் அவர் அந்த ஆய்வில் சுட்டிக்காட்டியிருந்தார். '1792ஆம் ஆண்டு முதல் 1856ஆம் ஆண்டு வரைப்பட்ட காலத்தில், நிலவரி மூலம் கிடைத்த வருமானமானது மொத்த வருமானத்தில் 50 சதவீதத்திற்கும் அதிகமாகும். விவசாயத் தொழில்கள் வளர்ச்சியடைவதை இந்த நிலவரி தடுத்ததென்றால், நாட்டின் பொருள் தயாரிப்புத் துறையின் வளர்ச்சிக்குச் சுங்கவரிகள் இடையூறு விளைவிக்கின்றன' என்று அம்பேத்கர் அந்த ஆய்வில் சுட்டிக்காட்டினார்.

மேலும், சுங்கவரிச் சட்டங்கள், வர்த்தக வளர்ச்சியை முடக்கி

தொழில் வளர்ச்சியைச் சிரமமான நிலையில் வைத்துள்ளன. இவ்விரு துறைகளிலிருந்தும் கிடைக்கும் அற்பமான வருமானமே இந்தக் காப்புக் கொள்கையின் நாசகர விளைவிற்குச் சான்று பகரும் என்று அவர் குறிப்பிட்டார்.

'இங்கிலாந்து அரசாங்கச் சட்டத்தின் ரெவின்யு முறையானது மிகவும் அநீதியானது. அது வசதியானவர்களிடமிருந்து பணத்தை வசூலிக்கவில்லை. ஆனால் ஏழை எளிய, வறுமையில் வாடும் மக்களிடமிருந்தே வசூலிக்கிறது. ஏழைக் குத்தகைதாரர்களின் வருமானத்தைப் பறித்து உண்டு கொழுத்து ஓய்வெடுத்து வாழ்கிற நிலப்பிரபுக்களையோ நல்ல ஊதியமும் இதர பல வசதிகளையும் பெற்றுச் சுகமான வாழ்வு நத்துகிற பல ஐரோப்பிய சிவில் அதிகாரிகளையோ இந்த வரிவிதிப்பு தொடவில்லை. இவ்விரு பகுதியினரும், அரசாங்கச் செலவுகளுக்குப் பணம் கொடுக்க வேண்டுமென்பதிலிருந்து விதிவிலக்களிக்கப்பட்டிருக்கின்றனர்... மறுபுறத்தில், பாடுபடும் ஏழை மக்கள் மீது உப்பு வரி போன்ற வரிகள் விதிக்கப்பட்டுத் தொடர்ந்து இம்சிக்கப்படுகின்றனர்' என்று அம்பேத்கர் சுட்டிக்காட்டினார்.

பின்வரும் மூன்று முக்கிய அம்சங்களை அவர் சுட்டிக்காட்டினார்.

ஒன்று, கொடுமையான வரி விதிப்பின் மூலம் பெறப்பட்ட பணம் சாதாரண மக்களின் நலனுக்காகப் பயன்படுத்தப்படவில்லை. 19ஆம் நூற்றாண்டு முழுவதிலும் செலவிடப்பட்ட மொத்தப் பணத்தில் 50 சதவீதத்திற்கும் அதிகமான பணம் ராணுவத்திற்காக மட்டுமே செலவிடப்பட்டுள்ளது. தவிர, ராணுவம் மற்றும் போலீஸ், நீதித்துறை போன்றவற்றிற்காகக் கட்டப்பட்டுள்ள கட்டிடங்கள், அரண்கள் போன்றவற்றுக்காகச் செலவிடப்பட்டுள்ள பணத்தையும் கணக்கிலெடுத்தால், அது, மொத்தச் செலவில் 80 சதவீதத்திற்கும் அதிகமாகும். இந்தப் பணம் ராணுவக் காரியங்களுக்காகச் செலவிடப்பட்டுள்ளது என்பது புரியவரும்.

இரண்டாவதாக, ராணுவத்தினருக்குக் கொடுக்கப்படும் ஊதிய முறையும் அநீதியானது. நான்கு சுதேசிச் சிப்பாய்களுக்குக் கொடுக்கப்படும் ஊதியம் ஒரு ஐரோப்பியச் சிப்பாய்க்குக் கொடுக்கப்படுகிறது.

மூன்றாவதாக, பாசனவசதி, சாலைகள் போன்ற பொதுப்பணித்துறையின் பணிகள் முற்றிலும் புறக்கணிக்கப்பட்டுள்ளன; ரயில் போக்குவரத்து, துறைமுகங்கள் போன்ற ஆங்கிலேயர்களின் வர்த்தகத்திற்கு நன்மையளிக்கக்கூடிய ராணுவப் போக்குவரத்திற்குப் பயன்படக் கூடியவற்றுக்கு மட்டுமே பிரதானமாகப் பணம் செலவிடப்பட்டு வருகிறது என்று சுட்டிக்காட்டிய அம்பேத்கர்

இங்கிலாந்தின் அரசாங்கப் பொருளாதாரக் கொள்கை மீது கடும் தாக்குதலைத் தொடுத்தார்.

குறிப்பு

1. *தாமஸ் மேத்யு: அம்பேத்கர் சீர்திருத்தமா புரட்சியா?* *(*Thomas Mathew: Ambedkar Reform or Revolution*)*

7

லட்சியங்களும் லண்டன் பயணமும்

கொலம்பியா பல்கலைக்கழகத்தில் டாக்டர் பட்டத்திற்கான ஆய்வைச் சமர்ப்பித்தபின், அம்பேத்கர் லண்டனை நோக்கிப் பயணமானார். அங்கே சென்றதும், 'லண்டன் பொருளாதார மற்றும் அரசியல் விஞ்ஞானக் கழகம்' (London School of Economics and Political Science) என்ற ஆய்வு மையத்தில், பொருளாதாரத்தில் எம்.எஸ்.ஸி, டி.எஸ்.ஸி பட்டம் பெறுவதற்காகச் சேர்ந்தார். அதோடு, பார் அட் லா பட்டம் பெறுவதற்காக கிரே இன் (Gray's Inn) என்ற அமைப்பிடம் பதிவு செய்து கொண்டார். இந்த மூன்று பட்டங்களையும் பெறுவதற்காக அம்பேத்கர் இரவு பகலாகப் படித்து வந்த நேரத்தில் பரோடா மன்னரிடமிருந்து அவருக்கு அதிர்ச்சி தரும் கடிதம் வந்தது. உபகாரச் சம்பளம் தர வேண்டிய காலம் முடிவடைந்துவிட்டதால் உடனே திரும்பி வரும்படி மன்னர் கூறியிருந்தார்.

அம்பேத்கருக்கு என்ன செய்வதென்று விளங்கவில்லை. படிப்பையோ பாதியில் நிறுத்த முடியாது. மகாராஜாவுக்கு கொடுத்த வாக்குறுதியையும் காப்பாற்ற வேண்டும். அவருக்கு ஒரே ஒரு வழிதான் தோன்றியது. தன்னுடைய பொருளாதாரப் பேராசிரியரான டாக்டர் எட்வின் கானனிடம் சென்றார். தனது இக்கட்டான நிலைமையை அவருக்கு விளக்கிக் கூறி, நான்கு வருடக் காலத்திற்குள் திரும்பி வந்து தொடர்ந்து படிப்பதற்கு அனுமதி கிடைக்க உதவுமாறு கோரினார்.

டாக்டர் எட்வினும் அவ்வாறு சிபாரிசு செய்ய இசைந்தார். இதன் காரணமாக அம்பேத்கருக்கு விஷேச அனுமதி கிடைத்தது. பெருமளவு புத்தகங்களைக் கொண்ட தன்னுடைய மூட்டை,

முடிச்சுகளை ஒரு சரக்குக் கப்பலில் அனுப்பிவிட்டு அம்பேத்கர் ஒரு பயணிகள் கப்பலில் பம்பாய்க்குப் பயணமானார். அது முதலாம் உலகப்போர் நடைபெற்று வந்த காலம். ஜெர்மனியும் இங்கிலாந்தும் எதிரி நாடுகள். லண்டனிலிருந்து புறப்பட்ட சரக்குக் கப்பலை நடுக்கடலில் ஜெர்மானிய நீர்மூழ்கிக் கப்பல் தகர்த்தெறிந்தது. இதனால் அம்பேத்கர் தனது நூல்கள் அனைத்தையும் இழந்தார். அதனால் அவர் பயணம் செய்த கப்பல் பத்திரமாகப் பம்பாய்க்கு வந்து சேர்ந்தது. 1917 ஆகஸ்ட் 21ஆம் தேதி அவர் பம்பாய்த் துறைமுகத்தில் இறங்கினார்.

நான்காண்டுக் காலத்திற்குப் பின் தனது அன்புக் கணவரைக் கண்ட ரமாபாய் ஆனந்தக் கண்ணீர் வடித்தார். அம்பேத்கரும் அதே நிலையில் இருந்தார். சுமார் ஒரு மாதக்காலம் தன் குடும்பத்தினருடன் தங்கியபின் பரோடாவுக்குச் செல்லத்தயாரானார். ஆனால் குடும்பச் செலவுகளுக்கோ பரோடாவுக்குச் செல்ல டிக்கட் வாங்குவதற்கோ அவரிடம் பணம் கிடையாது. என்ன செய்வதென்று திகைத்து நின்றார் அம்பேத்கர்.

அந்த நேரத்தில் அவருக்கு எதிர்பாராத இடத்திலிருந்து பணம் கிடைத்தது. லண்டனிலிருந்து சரக்குக் கப்பலில் அனுப்பப்பட்ட அவருடைய புத்தகங்கள் கடலில் மூழ்கிவிட்டதால் 'தாமஸ் குக்சன்' என்ற கப்பல் கம்பெனியார் அம்பேத்கருக்கு நஷ்ட ஈட்டுத் தொகை அனுப்பியிருந்தனர். புத்தகங்களை இழந்தது அவருக்கு மிகுந்த வேதனையாக இருந்தாலும், இந்த நெருக்கடியான நேரத்தில் பணம் கிடைத்ததற்காக அம்பேத்கர் மகிழ்ச்சியடைந்தார். அந்தப் பணத்தில் ஒரு பகுதியை மனைவியிடம் வீட்டுச் செலவுக்கு கொடுத்துவிட்டு, மறுபாதியை டிக்கட் வாங்க பயன்படுத்திக் கொண்டார்.

அம்பேத்கரும் அவரது சகோதரரும் பரோடா ரயில் நிலையத்தில் வந்திறங்கினர். ஆனால் அவர்களை வரவேற்பதற்கு அங்கு யாருமே இல்லை. தனது ஊழியர்கள் சிலரை ரயில் நிலையத்திற்குப் போய் அம்பேத்கரை வரவேற்க வேண்டுமென மன்னர் உத்தரவிட்டிருந்தார்.

சாதிய வெறி மிகுந்த ஊழியர்கள், தாழ்த்தப்பட்ட சமூகத்திலிருந்து வரும் மனிதனை வரவேற்கக் கூடாது என்ற ஆணவத்துடன் ரயில் நிலையத்திற்கு வரவில்லை. அதுமட்டுமல்ல, தாழ்த்தப்பட்ட 'மஹர்' சாதி மனிதன் வருகிறான் என்று நகரம் முழுவதும் செய்தியைப் பரப்பி ஒரு ஆத்திரமூட்டும் சூழ்நிலையை உருவாக்கினர்.

இவற்றை அறியாத அம்பேத்கரும் அவரது சகோதரரும் தங்களுக்கு வழிகாட்ட யாரும் இல்லாததாலும், ரயில் நிலையத்திலிருந்து கிளம்பித் தங்குவதற்கான இடம் தேடி ஒவ்வொரு விடுதியாக ஏறி இறங்கினர். அவர்களுக்கு இடமளிக்க எந்த ஒரு

ஹோட்டல்காரரும் சம்மதிக்கவில்லை. இறுதியில் 'பார்ஸி'க்காரர்களுக்கான சத்திரத்தில் தங்களை யாரென்று வெளிப்படுத்திக் கொள்ளாமல் இடம் கேட்டனர். அவர்களும் 'இந்த ஆட்கள் உயர் சாதிக்காரர்களென்று' நினைத்து இடமளித்தனர்.

குளித்து முடித்துத் தன் பொருட்களை அங்கேயே வைத்துவிட்டு அம்பேத்கர் மன்னர் கெய்க்வாட் அரண்மனைக்குச் சென்று அவரைச் சந்தித்தார். அமெரிக்காவிலும் இங்கிலாந்திலும் தனக்குக் கிடைத்த அனுபவங்களை விளக்கினார். அம்பேத்கரைத் தனது ராணுவச் செயலாளராக மன்னர் நியமித்தார். அவர், பல துறைகளிலும் அனுபவம் பெற்றபின், நிதி அமைச்சராக அவரை நியமித்து விடலாம் என்று கருதினார்.

அம்பேத்கருக்குப் பணிபுரிய இடம் ஒதுக்கப்பட்டது. ஆனால் அந்த இடத்திற்குள் நுழைந்த அவரை ஏளனமும் எக்காளமும் வரவேற்றன. சாதிய இந்துக் குடும்பங்களைச் சேர்ந்த 'பியூன்கள்'கூட அவரை மதிக்க முடியாதென்றனர். அவரிடம் கொடுக்க வேண்டிய 'பைல்களை'க்கூட, அவரது மேசை மீது தூக்கியெறிந்தனர். குடிநீர் தர மறுத்தனர். அம்பேத்கர் தனது நாற்காலியில் அமருவதற்குப் போகும் முன்பு, தரை விரிப்புகளைச் சுருட்டி வைத்தனர். அதேபோல் அவர் தனது இடத்திலிருந்து கிளம்பும் பொழுதும் அவ்வாறே செய்தனர். அம்பேத்கர் கட்டளைப்படி நடக்க வேண்டிய எழுத்தர் போன்ற இதர ஊழியர்களும் இதே திமிருடனே நடந்து கொண்டனர். வேலையில்லாத நேரத்தில் நூலகத்திற்குப் போய் படிக்குமாறு அவரது மேலதிகாரி கூறினார். அம்பேத்கர் அந்த அறையிலிருப்பது 'தீட்டானது' என்றே அவரும் கருதினார்.

இவ்வாறு சில நாட்கள் கழிந்தன. ஒரு நாள் தனது வேலையை முடித்துவிட்டு "பார்ஸி" சத்திரத்திற்குத் திரும்பிய அம்பேத்கரை 'வரவேற்க' பல பர்ஸிக்காரர்கள் கைகளில் கம்புகளுடன் நின்றிருந்தனர். "நீ யார்?" என்று கேட்டனர். "நான் இந்து" என்று அம்பேத்கர் கூறினார். "நீ ஒரு அயோக்கியன், அருவருப்பான தாழ்த்தப்பட்டவன்" என்று கத்தினர். அந்த இடத்தை உடனே காலி செய்யும்படிக் கேட்டனர். தனக்கு 8 மணி நேர அவகாசம் தரும்படி அம்பேத்கர் கேட்டுக் கொண்டார். ஒவ்வொரு இடமாகச் சென்று தங்குவதற்கு இடமளிக்கும்படிக் கெஞ்சினார். ஆனால் யாரும் அதற்குத் தயாரில்லை. மகாராஜாவைச் சந்தித்து தனது துயரத்தை விவரித்தார். மகாராஜா, தனது திவானை அழைத்து அம்பேத்கருக்கு இடவசதி செய்யுமாறு கூறினார். ஆனால் சாதிவெறி கொண்ட திவானும் கையை விரித்துவிட்டார். எனவே அம்பேத்கர், பெட்டிப்படுக்கையை எடுத்துக் கொண்டு பம்பாய்க்கே திரும்பி

வந்தார். தனது நெருங்கிய நண்பர் கேலுஸ்கரைச் சந்தித்து தனக்கேற்பட்ட சிரமங்களை விவரித்த அம்பேத்கர், பரோடாவில் தனக்குத் தங்குவதற்கு இடம் ஏற்பாடு செய்யும்படி அவரைக் கேட்டுக் கொண்டார். அவரும் பரோடாவிலிருந்த தனது பேராசிரிய நண்பர் ஒருவருக்குக் கடிதம் எழுதி அம்பேத்கர் தங்க இடமளிக்க வேண்டுமென்று கேட்டுக் கொண்டார். முற்போக்கான மனோபாவம் கொண்ட அந்தப் பேராசிரியரும் அதற்குச் சம்மதித்துப் பரோடாவுக்கு வரும்படி அம்பேத்கருக்குக் கடிதம் அனுப்பிவிட்டார்.

குறித்த நாளில் பரோடா ரயில் நிலையத்தில் வந்திறங்கிய அம்பேத்கருக்கு மற்றொரு அதிர்ச்சி காத்திருந்தது. வரச்சொன்ன பேராசிரியர் ஒரு ஆள்மூலம் அம்பேத்கரிடம் சேர்ப்பிக்கச் சொல்லி ஒரு கடிதத்தை அனுப்பியிருந்தார். அம்பேத்கர் தனது வீட்டிற்கு வருவதைத் தனது மனைவி எதிர்ப்பதாகவும் எனவே அம்பேத்கர் வேறிடத்தில் தங்கிக் கொள்ள வேண்டுமென்றும் அந்தப் பேராசிரியர் குறிப்பிட்டிருந்தார். வேதனையும் ஏமாற்றமும் அடைந்த அம்பேத்கர் அடுத்த ரயிலில் பம்பாய்க்குத் திரும்பினார்.

அச்சமயத்தில் மிகவும் நோய்வாய்ப்பட்டிருந்த அவரது சிற்றன்னை, சில தினங்களில் காலமானார். அவருடைய சிடுசிடுப்பான குணம், குடும்ப உறுப்பினர்கள் அனைவரிடமும் வெறுப்பேற்படுத்தியிருந்தது என்றாலும் அம்பேத்கர் அவருக்குச் செய்ய வேண்டிய இறுதிச் சடங்குகள் அனைத்தையும் முறையாகச் செய்தார்.

அம்பேத்கர் ஆழ்ந்து சிந்தித்தார். குடும்பத்தைக் காப்பாற்ற உடனடியாக பணம் சம்பாதிக்க வேண்டும், லண்டனில் நிறுத்தப்பட்டுள்ள படிப்பைத் தொடர பணம் சேமிக்க வேண்டும் என்ற இரு அம்சங்கள்தான் உடனடியாகச் செய்ய வேண்டிய கடமையாக அவருக்குப் பட்டது. வேலை தேடும் படலத்தில் இறங்கினார். 1918ஆம் ஆண்டு நவம்பர் மாதத்தில் அவருக்குப் பம்பாயிலுள்ள சைடன்ஹாம் வர்த்தகப் பொருளாதாரக் கல்லூரியில் அரசியல் பொருளாதார பேராசிரியர் பதவி கிடைத்தது.

முதலில் மாணவர்கள் மத்தியில் இவருக்கு வரவேற்பில்லை. மேல்சாதி இந்து மாணவர்களுக்கு ஒரு தாழ்த்தப்பட்ட பேராசிரியர் என்ன போதித்துவிட முடியும் என்றே கருதினர். ஆனால் நாளாக நாளாக அம்பேத்கரின் கூரிய அறிவுத்திறனும் ஆழ்ந்த புலமையும் மாணவர்களுக்குப் புரியும் முறையில் விளங்க வைக்கும் தன்மையும் சேர்ந்து மாணவர்களை வெகுவாகக் கவர்ந்தன. அம்பேத்கர் கற்றுத்தரும் முறை மற்ற கல்லூரிகளுக்கும் பரவி, வெளியிலிருந்தும் மாணவர்கள் இவரது வகுப்புகளுக்கு வர ஆரம்பித்தனர். இந்தக் கல்லூரியிலும் மேல் சாதியினரின் ஆதிக்க வெறி சில குஜராத்திப்

பேராசிரியர்களின் உருவில் தலைதூக்கியது. அவர்கள் ஆசிரியர்கள் குடிப்பதற்காக வைக்கப்பட்டிருந்த மண்பானையிலிருந்து அம்பேத்கர் நீர் மொண்டு குடிக்கக்கூடாது என்று தகராறு செய்தனர். விபரம் தெரிந்த நாளில் இருந்தே சாதிய இந்துக்களின் ஒடுக்குமுறைக்கு ஆளாகி வந்த அம்பேத்கருக்கு இந்தப் பேராசிரியர்களின் செயல்கள் மிகுந்த வேதனையையும் வெறுப்பையும் அளித்தன. தீண்டாமை என்பதன் மூல வேரைக் கண்டுபிடித்து அதை அகற்றியே தீர்வது என்று உறுதி கொண்டார். தாழ்த்தப்பட்ட மக்களுடன் பரந்த அளவில் தொடர்பு கொண்டு தனது லட்சியத்திற்கு ஆதரவு திரட்ட ஆரம்பித்தார்.

அதன் முதற்படியாகத் தாழ்த்தப்பட்ட பிரிவைச் சேர்ந்த பி.பாலு என்ற பிரபலமான கிரிக்கெட் வீரருக்கு ஒரு தாழ்த்தப்பட்ட அமைப்பின் மூலம் பாராட்டு விழா நடத்த ஏற்பாடு செய்தார். பம்பாய் மாநகராட்சியில் தாழ்த்தப்பட்டவர்களுக்காகக் கூடுதலாக ஒரு இடத்தை ஒதுக்கச் செய்து அந்த இடத்தை பி.பாலுவைக் கொண்டு நிரப்பச் செய்தார்.

இந்தக் காலக்கட்டத்தில் கோலாப்பூர் மகாராஜாவான சாகு மகாராஜ் என்பவருடன் அம்பேத்கருக்குத் தொடர்பு ஏற்பட்டது. தீண்டாமையை ஒழிப்பதிலும் தாழ்த்தப்பட்ட மக்களை மேம்படுத்துவதிலும் முன்னின்றவர் சாகு மகாராஜ் சாதியத் தடைகளை உடைப்பதற்குப் பாடுபட்ட சாகு மகாராஜ் தன்னுடைய நேர்முக உதவியாளர்களாகத் தாழ்த்தப்பட்ட மக்களையே நியமித்திருந்தார். தாழ்த்தப்பட்ட மக்களுடன் சேர்ந்து பகிரங்கமாகவே உணவருந்தும் இந்த மன்னர், தாழ்த்தப்பட்ட சிறுவர்களுக்கு இலவசக் கல்வி, உணவு, உறைவிடம் அனைத்தையும் அளித்தார். 1919ஆம் ஆண்டில் மாதமிருமுறை வெளிவரும் பத்திரிகை ஒன்றை அம்பேத்கர் துவக்குவதற்கு இந்த மகாராஜா உதவி செய்தார். “மூக் நாயக்” என்ற பெயர் கொண்ட இந்தப் பத்திரிகையின் முதல் இதழ் 1920ஆம் ஆண்டு ஜனவரி 31ஆம் தேதியன்று வெளியானது. அச்சமயத்தில் அம்பேத்கர் கல்லூரியில் பணியாற்றி வந்ததால் வேறு ஒருவர் அதிகாரியாக நியமிக்கப்பட்டார். மூக் நாயக் என்றால் “ஊமைகளின் தலைவன்” என்று பொருள்படும். இந்தப் பத்திரிகையில் சாதிய முறையின் அவலங்கள் குறித்தும், பகுத்தறிவுக்கு ஒவ்வாத தன்மை குறித்தும் அடிப்படையான அநீதி குறித்தும் அம்பேத்கர் ஏராளமான கட்டுரைகள் எழுதினார்.

லண்டனுக்குப் போய் எவ்வாறாவது தனது படிப்பைத் தொடர வேண்டும் என்ற ஆர்வத்திலிருந்த அம்பேத்கர் தனக்குக் கிடைக்கும்

ஊதியத்தில் ஒரு பகுதியை வீட்டுச் செலவுக்காக ரமாபாயிடம் கொடுத்து விடுவார். மீதிப்பணத்தைச் சேர்த்து வைக்கத் துவங்கினார்.

1920ஆம் ஆண்டு மே மாதத்தில் அகில இந்திய தாழ்த்தப்பட்ட வகுப்பினரின் மாநாடு நாகபுரியில் நடைபெற்றது. இதற்கு ஏற்பாடு செய்வதிலும், நடத்துவதிலும் அம்பேத்கர் முன்னின்றார். அது முடிந்த பின்னர் அம்பேத்கர் லண்டனுக்குப் பயணமானார். அவர் சேர்த்து வைத்திருந்த தொகை அதற்குப் போதுமானதல்ல. எனவே கோலாப்பூர் மகாராஜா கொடுத்த நிதி உதவியுடனும், அவருடைய பழைய நண்பர் நேவல் பதெனா கொடுத்த ஐயாயிரம் ரூபாய் கடனுடனும் அம்பேத்கர் 1920ஆம் ஆண்டு ஜூலை மாதத்தில் பயணமானார். அங்கே சென்று சேர்ந்ததும் பழைய விட்டுப்போனப் படிப்பைத் தொடர்ந்தார். அதே சமயத்தில் பார் அட் லா பட்டத்திற்காகவும் இடைவிடாது முயற்சி செய்து வந்தார். அவர் தங்கியிருந்த வீட்டிலேயே மிகச் சாதாரணமான உணவு கிடைத்தது. அதற்கும் சேர்த்துத்தான் கட்டணம் செலுத்த வேண்டியிருந்தது. பெரும்பாலான நாட்களில் மதிய உணவு என்பதே கிடையாது. ஏற்கெனவே இரண்டாயிரத்திற்கும் அதிகமான புத்தகங்களைச் சரக்குக் கப்பல் தாக்குதலில் இழந்த அம்பேத்கருக்கு மீண்டும் புத்தகங்கள் வாங்க வழியில்லை. எனவே அவர் பிரிட்டீஷ் மியூசியம் நூலகத்திற்குத் தினமும் போய் பலமணி நேரம் படித்துக் குறிப்புகள் எடுத்துக் கொண்டார். இரவில் அவர் தங்கியிருந்த வீட்டுக்காரி மிகக் குறைந்த அளவு உணவே அளிப்பார். அது அவருக்கு அரை வயிற்றுக்குக்கூட காணாது. அதிகாலை வரை படிக்கும் அம்பேத்கர், நண்பர் ஒருவர் அளித்த அப்பளக் கட்டிலிருந்து நான்கைந்து அப்பளங்களை நெருப்பில் வாட்டிச் சாப்பிட்டு பசியைத் தணித்துக் கொள்வார்.

நாட்கள் கடந்தன. 1921ஆம் ஆண்டு ஜூன் மாதத்தில் அவருடைய ஆய்வுரையான “பிரிட்டீஷ் இந்திய அரசாங்க நிதியில் மாநிலங்களுக்கான அதிகாரப் பரவல்” என்பதை ஏற்று லண்டன் பொருளாதார மற்றும் அரசியல் விஞ்ஞான அமைப்பு அவருக்கு எம்.எஸ்.சி. பட்டம் வழங்கியது. 1923ஆம் ஆண்டில் லண்டன் பல்கலைக்கழகம் அவருடைய ஆராய்ச்சிக் கட்டுரையான “ரூபாயின் பிரச்சனை” என்ற ஆய்வுரைக்கு டாக்டர் பட்டம் வழங்கியது. அதே ஆண்டில் லண்டன் பொருளாதார மற்றும் அரசியல் விஞ்ஞான அமைப்பின் மாணவர் சங்கத்தில் ஒரு ஆய்வுரையை அவர் வாசித்தார். “இந்தியாவில் ஒரு பொறுப்பான அரசாங்கத்தின்

பொறுப்புக்கள்" என்ற ஆய்வுரையானது மிகவும் தீவிரத்தன்மை வாய்ந்த கட்டுரை என்று பேராசிரியர் ஹெரால்ட்லஸ்கி போன்றவர்களால் பாராட்டப்பட்டது.

அதே ஆண்டில், அவர் பார்அட்லா பட்டமும் பெற்றார். அம்பேத்கர் ஜெர்மனிக்குப் போய் மேலும் பல ஆராய்ச்சிகள் செய்ய வேண்டுமென்று நினைத்தார். ஆனால் அவர் கையிலிருந்த பணம் முழுவதும் செலவாகிவிட்ட படியாலும், பம்பாயில் அவர் குடும்பத்தினர் வறுமையில் வாடிவந்த காரணத்தாலும் ஜெர்மனிக்குப் போவது தடைபட்டுவிட்டது. அதே ஆண்டு ஏப்ரல் மாதம் 3ஆம் தேதி இந்தியாவுக்குத் திரும்பினார். இங்கு வந்த பின் "ரூபாயின் பிரச்சனை" என்ற தனது ஆய்வுரையை டாக்டர் பட்டம் பெறுவதற்காக லண்டன் சர்வகலாசாலைக்கு அனுப்பி வைத்தார். லண்டன் பல்கலைக்கழகம் அதை ஏற்றுக் கொண்டு அவருக்கு டி.எஸ்.ஸி (விஞ்ஞானத்தில் டாக்டர்) பட்டம் வழங்கியது.

8

வழக்கறிஞரானார்

அம்பேத்கர் பெற்றிருந்த படிப்புத் தகுதியை அன்று இந்தியாவில் வேறு யாரும் பெற்றிருப்பார்களா என்பது ஐயத்திற்குரியதே. அவருடைய அறிவுத் தகுதிகள் அற்புதமானவையாக இருந்தன. ஆனால் வறுமை என்னும் கொடிய பிசாசு அவரையும் அவரது குடும்பத்தையும் அலைக்கழித்து வந்தது.

வழக்கறிஞர் படிப்பில் தேறிய ஒருவர், வழக்கறிஞராகப் பணியாற்ற விரும்பினால், பணம் செலுத்தி 'சன்னது' (உரிமம்) வாங்க வேண்டும். ஆனால் அம்பேத்கர் அதற்குக்கூட வழியில்லாமல் இருந்தார். அவருடைய பழைய நண்பர் நேவல் பதெனா மீண்டும் உதவிக்கரம் நீட்டினார். 'சன்னது' வாங்கத் தேவையான பணத்தை தந்துதவினார். இதன் காரணமாக 1923ஆம் ஆண்டு ஜூன் மாதம் டாக்டர் அம்பேத்கர் வழக்கறிஞர் தொழிலை நடத்த முடிந்தது.

ஆனால் அங்கேயும் சாதி வேறுபாடுகள் குறுக்கிட்டன. தாழ்ந்த சாதி வழக்கறிஞரிடம் போவதா என்ற எண்ணத்தில் சாதி இந்துக்கள் தங்கள் வழக்குகளை அவரிடம் கொடுக்க மறுத்தனர். அத்துடன், ஆங்கிலேய வழக்கறிஞர்களை அமர்த்தினால்தான் வழக்குகளில் ஜெயிக்க முடியுமென்ற கருத்தும் அக்காலத்தில் பரவலாக இருந்தது. அத்துடன் 'சொலிசிட்டர்கள்' என்றழைக்கப்படும் வழக்குகளைத் தயாரிக்கும் வழக்கறிஞர்களில் பெரும்பாலோர் மேல்சாதியினராக இருந்ததால் அவர்களும் அம்பேத்கருடன் எவ்விதத் தொழில் உறவையும் வைத்துக் கொள்ள மறுத்தனர்.

இவை அனைத்தின் காரணமாகத் துவக்க நிலையில் டாக்டர் அம்பேத்கர் பட்ட துயரங்களை விவரிக்க இயலாது. இருந்தாலும் அவர் மனந்தளராமல் செயல்பட்டு வந்தார். தாழ்த்தப்பட்ட மக்கள் தங்கள் வழக்குகளை அவரிடம் கொண்டு வந்தனர். ஆனால் அவர்கள் மிகவும் ஏழைகளாக இருந்ததால் உரிய தொகையை கொடுக்க முடியவில்லை. கிடைத்தளவு பணத்தை வைத்துக் கொண்டு

அம்பேத்கர் இவ்வழக்குகளை நடத்தினார். சிலவழக்குகளை அவர் இலவசமாகவும் நடத்த வேண்டியிருந்தது.

இந்தியாவில் சமூக அரசியல் நிலைமை அன்று எவ்வாறிருந்தது?

பம்பாயிலும், அதைச் சுற்றிலுமுள்ள பகுதிகளில் இந்தியர்களின் டெக்ஸ்டைல் மில்கள் வேகமாக வளர்ந்து வந்தன. மில்லில் ஸ்பின்னிங் பகதியைத் தவிர மற்ற பகுதிகளில் தாழ்த்தப்பட்டவர்களும் சாதிய இந்துக்களும் ஒன்றாக வேலை செய்தனர். "ஸ்பின்னிங்" பகுதியில் மட்டும் தாழ்த்தப்பட்டவர்களுடன் சேர்ந்து வேலை செய்ய சாதிய இந்துப் பகுதித் தொழிலாளர்கள் மறுத்து வந்தனர்.

மகாத்மா காந்தியால் தலைமை தாங்கப்பட்டு வந்த சுதந்திரப் போராட்ட இயக்கம் வீறுபெறத் துவங்கியிருந்தது. நாட்டின் தாழ்த்தப்பட்ட பகுதி மக்களிடையே ஒரு புதிய விழிப்பு ஏற்படத் தொடங்கியிருந்தது. அவை அனைத்திற்கும் மேலாக, ரஷ்யாவில் ஜார் மன்னராட்சி வீழ்த்தப்பட்டு லெனின் தலைமையில் புரட்சிகர அரசு உருவாகியிருந்தது. இவை அனைத்தும் சேர்ந்து இந்தியாவின் சமூக அரசியல் வாழ்வின் பல நிகழ்ச்சிப் போக்குகள் மீது அவற்றின் தாக்கங்களைப் பதிக்கத் தொடங்கியிருந்தன.

இதன் ஒரு பிரதிபலிப்பை 1923ஆம் ஆண்டு ஆகஸ்ட் 4ஆம் தேதி பம்பாய் சட்டமன்றக் கவுன்சில் இயற்றிய தீர்மானம் மூலம் நன்கறியலாம். பிரபல சமூகச் சீர்திருத்தவாதியான எஸ்.கே.போலே முன்மொழிந்த அந்தத் தீர்மானம் பின்வருமாறு கூறுகிறது:

"மக்கள் பணத்தால் உருவாக்கப்பட்டு பராமரிக்கப்படுகிற அல்லது அரசாங்க அமைப்புகளால் நிர்வகிக்கப்படுகிற அல்லது சட்டப்படி உருவாக்கப்பட்டுள்ள கிணறுகள் மற்றும் தர்ம சத்திரங்கள் உள்ளிட்ட அனைத்து பொது இடங்களையும் அதைப் போன்றே பொதுப்பள்ளிக் கூடங்கள், நீதிமன்றங்கள், அலுவலகங்கள் மற்றும் மருத்துவச்சாலைகளையும் பயன்படுத்திக் கொள்ள தாழ்த்தப்பட்ட மக்கள் அனுமதிக்கப்பட வேண்டுமென்று இந்தக் கவுன்சில் பரிந்துரை செய்கிறது."

அரசாங்கத்திற்குச் சொந்தமானதும் அதனால் பராமரிக்கப்படுகின்றதுமான பொது இடங்கள் மற்றும் அமைப்புகள் சம்பந்தப்பட்டமட்டில் இந்தச் சட்டத்தை அமலாக்கும் படிப் பம்பாய் ராஜதானி அரசாங்கம் தனது துறைகளின் தலைவர்களுக்கு உத்தரவிட்டது. அத்துடன் தங்களுக்குக் கீழுள்ள ஸ்தல ஸ்தாபன அமைப்புகள் அவை சம்பந்தப்பட்ட மட்டில் கவுன்சிலின் இந்தத் தீர்மானத்தை அமலாக்குவது குறித்து யோசிக்கும்படி அவற்றிற்கு மாவட்ட ஆட்சித் தலைவர்கள் அறிவுறுத்த வேண்டுமென்றும் அந்த

அரசாங்கம் கேட்டுக் கொண்டது. இதே போன்றதொரு கட்டளை பம்பாய் மேம்பாட்டுக் கழகத்தின் தலைவரும் பம்பாய் நகரமன்ற கமிஷனருக்கும் அனுப்பப்பட்டது. தங்கள் கட்டுப்பாட்டின் கீழுள்ள பகுதிகள் சம்பந்தப்பட்டவரை கவுன்சில் தீர்மானத்தை அமலாக்கும்படி அவர்கள் கேட்டுக் கொள்ளப்பட்டனர்.

9

பகிஷ்கார ஒழிப்பு சபை

1924ஆம் ஆண்டில் மூன்று முக்கியச் சம்பவங்கள் நடைபெற்றன. இரண்டு வருடச் சிறைவாசத்திற்குப் பின் விடுதலையாயிருந்த காந்திஜி, தாழ்த்தப்பட்ட மக்களின் முன்னேற்றத்திற்காகவும் இந்துச் சமூகத்தை ஒற்றுமைப்படுத்துவதற்காகவுமென்று கூறிச் செயல்படத் துவங்கினார். சிறையிலிருந்து விடுதலையாகியிருந்த வீர சாவர்க்காரும் "இந்து சங்கம்" என்ற பெயரிலான, தாழ்த்தப்பட்ட மக்களை மேம்படுத்துவதைப் பிரதான நோக்கமாகக் கொண்ட அமைப்பை உருவாக்கினார். அதே சமயத்தில் தாழ்த்தப்பட்ட மக்களை உயர்த்தும் பொருட்டுத் தனது இயக்கத்தை டாக்டர் அம்பேத்கரும் துவக்கினார்.

தாழ்த்தப்பட்ட மக்களைப் பாதித்திருக்கிற எண்ணற்ற துயரங்களைக் களையவும், அவற்றிலிருந்து அவர்களை விடுவிக்கவும், அவர்களுடைய துயரங்களை அரசாங்கத்தின் கவனத்திற்குக் கொண்டு வரும் பொருட்டும் ஒரு மத்திய அமைப்பை உருவாக்குவதற்காக 1924ஆம்ஆண்டு மார்ச் 9ஆம் தேதி பம்பாயில் உள்ள தாமோதர் அரங்கில் டாக்டர் அம்பேத்கர் ஒரு கூட்டத்தைக் கூட்டினார். இந்தக் கூட்டமானது "பகிஷ்கார ஒழிப்பு சபை" (Bahiskrit Hita Karini Sabha) என்ற அமைப்பை உருவாக்கியது.

இதன் பிரதான நோக்கங்களாவன: தாழ்த்தப்பட்ட மக்களிடையே கல்வியைப் பரப்புதல், நூல் நிலையங்கள் மற்றும் வாசகர் வட்டம் போன்றவற்றைத் துவக்குவதின் மூலம் தாழ்த்தப்பட்ட மக்களிடையே கலாச்சாரத்தை மேம்படுத்துதல், தாழ்த்தப்பட்ட மக்களின் பொருளாதார நிலையை மேம்படுத்தும் பொருட்டுத் தொழில் மற்றும் விவசாயப் பள்ளிகளைத் துவக்குதல், தாழ்த்தப்பட்ட மக்கள் பகுதிகளின் குறைகளை அரசாங்கத்தின் கவனத்திற்குக் கொண்டுவருதல் ஆகியவையே இந்த அமைப்பின் பிரதான நோக்கங்களாகும்.

இந்த அமைப்பின் தலைவர் பிரபல வழக்கறிஞரும் குஜராத்தைச்

சேர்ந்த மேல்சாதிக்காரருமான சர்.சி.எச்.செதால்வாட் என்பவர். பிரபல கௌரவ நீதிபதியான எம்.நிஸ்ஸிம், பிரபல பார்ஸி வழக்கறிஞர் ரஸ்டம்ஜி ஜின்வாலா, ஜி.கே.நாரிமன், பிரபல கணிதமேதை ஆர்.பி.பரஞ்ச்பே, டாக்டர் வி.பி.சவான் மற்றும் பி.ஜி.கெர் போன்றோர் உதவித் தலைவர்களாக தேர்ந்தெடுக்கப்பட்டனர். டாக்டர் அம்பேத்கர் நிர்வாகக் குழுவின் தலைவராகத் தேர்ந்தெடுக்கப்பட்டார்.

தாழ்த்தப்பட்டோருக்கான ஒரு அமைப்பின் நிர்வாகிகளாக அந்தப் பகுதியைச் சாராதவர்களை ஏன் டாக்டர் அம்பேத்கர் நியமித்தார்? ஏனென்றால் "தீண்டாமை என்பதானது, இந்தியச் சமூகத்தின் அனைத்துப் பகுதி மக்கள் சம்பந்தப்பட்ட விஷயமாகும். அது தாழ்த்தப்பட்ட மக்கள் மட்டும் சம்பந்தப்பட்ட விஷயமில்லை என்று டாக்டர் அம்பேத்கர் உறுதியாக நம்பினார். இந்த அமைப்பின் நிர்வாகிகள் தேர்ந்தெடுக்கப்பட்ட தன்மையானது டாக்டர் அம்பேத்கரின் பரந்த, மதச்சார்பற்ற கண்ணோட்டத்தைப் பிரதிபலித்தது. தாழ்த்தப்பட்ட மக்களுடைய மற்ற அமைப்புகளின் அணுகுமுறைக்கும் டாக்டர் அம்பேத்கரின் அணுகுமுறைக்கும் இருந்த தெளிவான வித்தியாசம் இதுவே. இந்துக் குடும்பத்தை மட்டும் சீர்திருத்தம் செய்வது என்ற சமூகச் சீர்திருத்தத்திற்கும், இந்துச் சமூகம் முழுவதையும் மாற்றியமைப்பது, புனருத்தாரணம் செய்வது போன்றவற்றை நோக்கமாகக் கொண்ட சமூகச் சீர்திருத்தத்திற்குமிடையே தெளிவான வேறுபாடு இருக்கிறது என்று டாக்டர் அம்பேத்கர் உறுதியாக நம்பினார்.." [1]

சமபந்தி போஜனம் தாழ்த்தப்பட்ட மக்களைக் கனிவாக நடத்துதல், அவர்களுடன் கைகுலுக்குதல் போன்றவை மட்டும் தீண்டாமை என்ற பிரச்சனையைத் தீர்த்துவிட முடியாது என்று அவர் உறுதியாக நம்பினார்.

இந்த பகிஷ்கார ஒழிப்புச் சபையின் தலைமையகம் பம்பாய் தாமோதர் அரங்கில் இருக்குமென்றும் அந்த அமைப்பின் செயல்வட்டம் பம்பாய் ராஜதானியளவில் மட்டும் இருக்குமென்றும் இந்தக் கூட்டம் முடிவு செய்தது.

இந்த அமைப்பு உருவாக்கப்பட்டதைத் தொடர்ந்து டாக்டர் அம்பேத்கர் இரவுபகலாகத் தீவிரமாகச் செயலாற்றத் தொடங்கினார். தாழ்த்தப்பட்ட மக்களிடையே விழிப்பை ஏற்படுத்தித், தங்கள் உரிமைகளை அவர்கள் நிலைநாட்டிக் கொள்ளும் பொருட்டு அவர்களை விழப்படையச் செய்வதற்காக அவர் கிராமங்கிராமமாக, ஒவ்வொரு நகரமாகச் சென்று தாழ்த்தப்பட்ட மக்களைத் திரட்டி அவர்களிடையே உரையாற்றினார். பம்பாய் ராஜதானி

தாழ்த்தப்பட்டோர் மாநாட்டிற்குத்தலைமை தாங்கினார், வழிகாட்டினார்.

"பகிஷ்கார ஒழிப்பு சபை" செயல்படத் தொடங்கியது. அது, ஷோலாப்பூரில் உயர்நிலை வகுப்பில் படிக்கும் தாழ்த்தப்பட்ட மாணவர்களுக்காக ஒரு விடுதியைத் துவக்கியது. மாணவர்களின் துணிகள், எழுது பொருட்கள் மற்றும் உணவுக்கான செலவை அது ஏற்றுக் கொண்டது. அந்தத் தங்கும் விடுதியை பராமரிப்பதற்கான ஷோலாப்பூர் நகரசபை மாதம் நாற்பது ரூபாய் வீதம் அளித்தது. இந்தச் சபையின் வழிகாட்டலின் கீழ் "சரஸ்வதி விலாஸ்" என்ற பெயர் கொண்ட மாத இதழை மாணவர்கள் நடத்தினர்.

பம்பாயில் இலவச வாசகசாலை தொடங்கப்பட்டது. மஹர் ஆக்கிக் கழகம் தொடங்கப்பட்டது. தாழ்த்தப்பட்ட மாணவர்கள் சூதாட்டம், குடி, மற்றுமிதர தீங்கான வழிகளில் போகாதபடி தடுத்து நிறுத்தும் பொருட்டு இவை உருவாக்கப்பட்டன.

குறிப்பு

1. எம்.எல்.சஹாரே: டாக்டர் பீம்ராவ் அம்பேத்கர். வாழ்வும் பணியும் (M.L.Sahare: Dr.Bhimrao Ambedkar. His Life - Work)

10

வழிகாட்டிய வைக்கம் போராட்டம்

அதே 1925ஆம் ஆண்டில் சென்னையில் நடைபெற்ற ஒரு சம்பவம் திருவாங்கூர்கொச்சி சமஸ்தானத்தில் நடைபெற்ற மற்றொரு சம்பவமும் டாக்டர் அம்பேத்கரின் கவனத்தைப் பெரிதும் ஈர்த்தன.

சென்னையில் முருகேசன் என்ற தாழ்த்தப்பட்ட இளைஞன், பக்தி மேலிட்டு ஒரு கோவிலுக்குள் சென்றான். இதைக் கண்டு ஆத்திரமடைந்த மேல்சாதிக்காரர்கள் அந்த இளைஞனைப் பிடித்துக் காவல்துறையிடம் ஒப்படைத்தனர். அந்த இளைஞன் கைது செய்யப்பட்டு நீதிமன்றத்திற்குக் கொண்டு செல்லப்பட்டான். எதற்காக?

"தான் தாழ்த்தப்பட்டவன் என்று தெரிந்தும், தனக்கு கோவிலுக்குள் நுழைய அனுமதி கிடையாது என்று தெரிந்தும் வேண்டுமென்றே கோவிலுக்குள் நுழைந்ததன் மூலம் அதை அசுத்தப்படுத்திவிட்டான்."

இதுதான் குற்றச்சாட்டு! இதை வைத்து அரசாங்கத் தரப்பு வழக்கறிஞர் சொல்மாரி பொழிகிறார். இளைஞன் முருகேசனோ கொடிய விலங்குகளால் சூழப்பட்ட மான் போல மருண்டு நிற்கிறார். அச்சமயத்தில் மற்றொரு வழக்கிற்காக நீதிமன்றத்தில் நுழைந்த ராஜாஜி, இதைக் கண்டு வேதனைப் படுகிறார். குற்றஞ்சாட்டப்பட்ட முருகேசன் சார்பில் வாதாடுவதற்காகத் தன்னை அனுமதிக்க வேண்டுமென ஆங்கிலேய நீதிபதியிடம் விண்ணப்பிக்கிறார். அவரும் அதற்குச் சம்மதிக்கவே, இளைஞன் முருகேசன் செய்தது சரியானதே, அதில் தவறு எதுவும் கிடையாது என்று ஆணித்தரமான வாதத்தை ராஜாஜி முன்வைத்துச் சில நிமிடங்களில் அந்த இளைஞனுக்கு விடுதலை வாங்கிக் கொடுக்கிறார். [1]

இந்தச் செய்தியைப் பத்திரிகைகளில் படித்த டாக்டர் அம்பேத்கர் மிகுந்த மகிழ்ச்சியடைந்தார். பின்னாட்களில் ராஜாஜியும் அம்பேத்கரும் சிறந்த நண்பர்களாவதற்கு இது வழிவகுத்தது.

அதே 1925ஆம் ஆண்டில் திருவாங்கூர்கொச்சி சமஸ்தானத்தைச் சேர்ந்த வைக்கம் என்ற இடத்தில் தீண்டாமைக்கெதிராக நடைபெற்ற போராட்டமானது அம்பேத்கரை மட்டுமல்ல, இந்திய நாடு முழுவதையும் விழிப்படையச் செய்த ஒரு போராட்டமாகும்.

அந்நகரிலிருந்த கோவிலுக்குள் மட்டுமல்ல, அந்தக் கோவிலைச் சுற்றியுள்ள தெருக்களிலும் தாழ்த்தப்பட்ட மக்கள் நடக்கக்கூடாது என்று தடை விதிக்கப்பட்டிருந்தது. இதை எதிர்த்துக் கேரளாவின் பிரபல சமூகச் சீர்திருத்தவாதியான ஸ்ரீநாராயண குருவைப் பின்பற்றும் அய்யங்காளி, டி.கே.மகாதேவன் ஆகியோர் தலைமையில் வைக்கத்தில் மறியல் போராட்டங்கள் நடைபெற்று வந்தன.

தமிழகத்தில் அன்று பிரபல காங்கிரஸ் தலைவர்களுள் ஒருவராக விளங்கியவரும், தமிழகத்தின் சமூகச் சீர்திருத்த இயக்கத்தின் முன்னோடியுமான பெரியார் ஈ.வெ.ரா. வைக்கத்தில் தாழ்த்தப்பட்ட மக்கள் மீது விதிக்கப்பட்டிருந்த கட்டுப்பாடுகளைக் கண்டு கொதிப்படைந்தார். அந்தப் போராட்டத்தில் குதித்தார். அவரே நேரில் சென்று போராட்டத்திற்குத் தலைமை தாங்கியதானது, அந்த இயக்கத்திற்கு வலுவூட்டியதுடன் அந்தப் பிரச்சனையை இந்திய மக்கள் அனைவரின் கவனத்தை ஈர்த்த பிரச்சனையாகவும் ஆக்கியது.

திருவாங்கூர்கொச்சி மகாராஜா குடும்பத்தினர், பெரியாரின் குடும்ப நண்பர்கள் ஆவர். எனவே, அந்தப் போராட்டத்தை நடத்த வேண்டாமென அவரைக் கேட்டுக்கொண்டனர். ஆனால், பெரியார் அதை ஏற்க முடியாதென்று கூறி மறியல் போராட்டத்தை நடத்தினார். கைது செய்யப்பட்டு வைக்கம் சிறையிலடைக்கப்பட்டார். சில நாட்களில் வைக்கம் சிற்றரசர் இறந்து விட்டார். அதைத் தொடர்ந்து அதிகாரத்திற்கு வந்த சிற்றரசரின் மனைவி, பெரியாரை விடுதலை செய்து, பேச்சுவார்த்தை நடத்தினார். இந்தப் போராட்டத்தின் வீச்சு எந்த அளவுக்கு இருந்ததென்றால், பெரியார் ஈ.வெ.ரா. அதை நிறுத்தி வைக்க வேண்டுமென்றும், இந்தப் பிரச்சனையில் தான் தலையிட்டு சமரசம் செய்து வைப்பதாகவும் மகாத்மா காந்தி அறிக்கை விடுமளவிற்குச் இருந்தது.

இறுதியில் கோவிலைச் சுற்றியுள்ள தெருக்களில் தாழ்த்தப்பட்ட மக்கள் நடக்கக்கூடாதென்று விதிக்கப்பட்டிருந்த தடை நீக்கப்பட்டது. 'வைக்கம் வீரர்' என்று பெரியார் புகழப்பட்டார்.

தாழ்த்தப்பட்ட மக்களுக்குக் கிடைத்த இந்த வெற்றியும் அதற்குப் பின்னிருந்த போராட்டமும் அம்பேத்கரை பெரிதும் மகிழ்ச்சியடையச் செய்தன.

"1925இல் பெரியார் வைக்கத்தில் நடத்திய தீண்டாமை ஒழிப்புப் போராட்டம் என்னுள் பெரிய தாக்கத்தை ஏற்படுத்தியது" என்று சில ஆண்டுகளுக்குப் பிறகு டாக்டர் அம்பேத்கர் நினைவுகூர்ந்தார்.

வைக்கம் போராட்டமானது, இத்தகைய கோவில் நுழைவுப் போராட்டங்களைப் பம்பாய் ராஜதானியிலும் நடத்த வேண்டும் என்ற கருத்தை அம்பேத்கர் சிந்தனையில் புகுத்தியது. அதன் விளைவாகத் தோன்றியதுதான் 1927ஆம் ஆண்டு நடைபெற்ற நாசிக்கோவில் போராட்டம்.

1926ஆம் ஆண்டில் புனா நகரைச் சேர்ந்த பிராமணரலலாத தலைவர்களான கே.பி.பாக்டே, கேசவ்ராவ், ஜேதே, தின்கர்ராவ் ஜாவால்கர் போன்றவர்கள் மீது சில பிராமணர்கள் ஒரு வழக்குத் தொடுத்தனர். பிராமணரல்லாத தலைவர்கள் வெளியிட்ட ஒரு பிரசுரத்தில், "பிராமணர்கள் தாம் இந்தியாவைப் பாழ்படுத்தியவர்கள்" என்று குறிப்பிட்டிருந்ததை எதிர்த்து இந்த வழக்கு தொடரப்பட்டது.

குற்றஞ்சாட்டப்பட்டவர்கள் சார்பில் அம்பேத்கர் வாதாடி, வழக்கைத் தள்ளுபடி செய்ய வைத்தார். இது, அம்பேத்கருக்கு மேலும் புகழ் சேர்த்தது. அவரைச் சிறந்த வழக்கறிஞராகப் பிரபலப்படுத்தியது.

அதே ஆண்டில் பம்பாய் சைடன்ஹாம் கல்லூரி முதல்வர் பதவிக்கு ஆள் தேவைப்பட்டது. அன்று பம்பாய் ராஜதானி முழுவதிலும் அம்பேத்கரை விடக் கல்வித் தகுதி பெற்றவர் யாரும் கிடையாது என்ற போதிலும் அந்தப் பதவி அவருக்கு மறுக்கப்பட்டது. எல்பின்ஸ்டன் கல்லூரியில் பேராசிரியர் பதவி தருவதாகக் கூறப்பட்டது. ஆனால் அம்பேத்கர் அதை ஏற்க மறுத்துவிட்டார். பாட்லிபாய் கணக்கியல் பயிற்சிக்கழகத்தில் பகுதி நேர விரிவுரையாளராக 1925ஆம் ஆண்டு முதல் பணியாற்றி வந்த அம்பேத்கர், 1928ஆம் ஆண்டுவரை அதைத் தொடர்ந்து செய்து வந்தார். அங்கே வணிகவியல் சட்டத்தை மாணவர்களுக்குக் கற்றுத்தந்தார்.

குறிப்பு

1. M.I.Sahare: Dr.Bhimrao Ambedkar. His life and work

11

குடும்பத்தில் இழப்புகள்

அரிய பல கல்வித் தகுதிகளையும் வழக்கறிஞர் தகுதியையும் பெற்றிருந்த டாக்டர் அம்பேத்கர், மேல் சாதிய ஆதிக்கம், சமூகப் புறக்கணிப்பு போன்றதன் காரணமாகப் பல ஆண்டுக்காலம் மிகுந்த சிரமத்திற்கிடையே வாழ வேண்டியிருந்தது. பணத்தொல்லை அவரை வாட்டி வதைத்து வந்தது. என்றாலும் அவருக்கு மிகுந்த ஆறுதலையும் மகிழ்ச்சியையும் அளித்தது அவருடைய குடும்ப வாழ்க்கை என்றால் அது மிகையாகாது.

பொறுமையின் பெட்டகமாகத் திகழ்ந்த அவரது துணைவியார் ரமாபாய், தனது கணவருக்கு எவ்விதச் சிரமத்தையும் தராமல், குடும்பச்சுமை முழுவதையும் தானே தாங்கி வந்தார். தெய்வபக்தி மிக்கவரான ரமாபாய், திருமணமான புதிதில் எழுதப்படிக்கத்தெரியாதவராயிருந்தார். ஆனால், அம்பேத்கர் ரமாபாய்க்குத் தானே கற்றுக் கொடுத்து அந்தக் குறையைப் போக்கிவிட்டார்.

மிகச் சிறிய இரண்டு அறைகளுக்குள்ளேயே குடும்பத்தை நடத்திக் கொண்டு வந்த ரமாபாய், அம்பேத்கர் படிக்கும்பொழுதும் எழுதும் பொழுதும் தனது குழந்தைகள் அவரது பணிக்கு இடையூறு செய்யாதபடி கவனித்துக் கொள்வார்.

அம்பேத்கர் அமெரிக்காவுக்குச் செல்லும் முன்பு தாய்மைப் பேற்றை எதிர்நோக்கியிருந்த ரமாபாய், ஒரு பெண் மகவைப் பெற்றெடுத்தார். 'இந்து' என்று அன்பாக அழைக்கப்பட்ட அந்தக் குழந்தை இளம் வயதிலேயே மறைந்து விட்டது. அதன்பின் 1912ஆம் ஆண்டில் ரமாபாய் ஒரு மகனைப் பெற்றெடுத்தார். 'யஷ்வந்த்' என்று பெயரிடப்பட்டது. 12 ஆண்டுகளுக்குப் பிறகு 1924ஆம் ஆண்டில் ரமாபாய், மற்றொரு மகனைப் பெற்றெடுத்தார். புத்தரிடம் ஆழ்ந்த

பற்றுகொள்ளத் தொடங்கியிருந்த அம்பேத்கர் அந்தப் புத்தரின் ஆரம்பகாலப் பெயரான 'ராஜ ரத்தினா' என்ற பெயரைத் தனது இளைய மகனுக்குச் சூட்டினார். சிறிது காலத்திற்குப் பிறகு ரமாபாய் இரண்டு மகன்களைப் பெற்றெடுத்தார். அவ்விருவரும் பிறந்த சில மாதங்களிலேயே இறந்து விட்டனர்.

ரமாபாயின் அன்பான கவனிப்பும் சின்னஞ்சிறு மகன்களின் விளையாட்டுக்களும் சிரமமான நிலையில் செயல்பட வேண்டியிருந்த அம்பேத்கருக்கு ஆறுதலை அளிக்கும் அம்சங்களாக இருந்தன. மனநிறைவையும் மகிழ்ச்சியையும் அளிப்பவையாக அவை இருந்தன.

ஆனால் அதிலும் ஒரு இடி விழுந்தது. 1926ஆம் ஆண்டின் ஜூலை மாதத்தில், அம்பேத்கரின் இளைய மகன் ராஜரத்தினா மரணமடைந்தான். மகனின் பிரிவு அம்பேத்கரை உலுக்கிவிட்டது. கண்ணீர் விட்டுக் கதறினார். இறந்த சிறுவனின் உடலை அடக்கம் செய்வதற்காக நண்பர்கள் எடுத்துச் செல்ல முயன்றபோது, மகனின் உடலைக் கட்டிப்பிடித்துக் கொண்டு, அதைப்பிரிய மறுக்குமளவுக்கு அவர் வேதனைப்பட்டார். அடுத்த பல நாட்களில், மகன் உயிர் நீத்த அறைக்குள் நுழைவதற்கே அவர் தயங்கினார்.

தத்தோபா பவர் என்ற தனது நெருக்கமான நண்பருக்கு எழுதிய கடிதத்தில் அம்பேத்கர் தனது துயரத்தை வெளிப்படுத்துகிறார்:

"…. எங்கள் மகன் மறைவினால் ஏற்பட்ட அதிர்ச்சியிலிருந்து நானும் என் மனைவியும் மீண்டுவிட்டோம் என்று பாசாங்கு செய்வதில் பலனில்லை. மீண்டு விடுவோமென்று நான் கருதவில்லை. மூன்று ஆண் குழந்தைகள், ஒரு பெண் குழந்தை ஆக நான்கு அற்புதமான குழந்தைகளைப் புதைத்து விட்டோம். இந்தச் சிந்தனையே எங்களை அலைக்கழித்து வருகிறது. அவர்கள் உயிரோடு இருந்திருந்தால் வருங்காலம் அவர்களுடையதாயிருக்கும். மேகங்கள் நம்மீது கடந்து செல்வது போல், நாட்களும் கடந்து செல்கின்றன என்ற உணர்வில் நாங்கள் வாழ்கிறோம். எங்களுடைய குழந்தைகளின் இழப்புடன் எங்கள் வாழ்வின் ஜீவனும் போய்விட்டது. என்னுடைய கடைசிமகன் ஒரு அற்புதமான பையன். அவனைப் போன்றதொரு பையனை நான் பார்த்ததேயில்லை…"

இந்த இழப்பானது பல சமயங்களில் அவருக்கு விரக்தியை ஏற்படுத்தியது. ஒரே கவலை, இந்தச் சிந்தனையிலேயே ஆகாயத்தை வெறித்துப் பார்த்துக் கொண்டிருப்பார். காலப்போக்கில் மனத்தை திடப்படுத்திக் கொண்டு தனது வழக்கமான பணிகளில் இறங்கினார்.

தாழ்த்தப்பட்ட மக்களும் ஏழை, எளியோரும் மற்றும் ஒடுக்கப்பட்டோரும் அவரிடம் சட்ட உதவியை நாடி வரத்

தொடங்கினார். அவர்களது துயரங்களைக் கேட்கக் கேட்க அம்பேத்கருக்கு மிகுந்த வேதனையாக இருந்தது. ஏராளமானோரின் வழக்குகளை இலவசமாகவே வாதாடி வெற்றி பெற்றுத் தந்தார். சிலருக்கு பம்பாயில் தங்க வழி இல்லாதபோது அவர்களைத் தனது சிறிய இருப்பிடத்திலேயே தங்கச் செய்து டீயும் ரொட்டியும் கொடுத்தார்.

ஆங்கிலேய அரசாங்கம் தனது ஆயுதப்படைகளில் தாழ்த்தப்பட்டவர்களைச் சேர்க்கக்கூடாதென்று தடை விதித்திருந்தது. இதை அம்பேத்கர் கடுமையாகக் கண்டித்தார். அந்தத் தடையை அகற்ற வேண்டுமென்றும் அவர் குரலெழுப்பினார்.

12

சட்டமன்ற உறுப்பினரானதும் சவுதாகர் குளப் போராட்டமும்

1927ஆம் அண்டு ஜனவரி மாதத்தில் பம்பாய் ராஜதானியின் ஆளுனர், டாக்டர் அம்பேத்கரைப் பம்பாய்ச் சட்டமன்றக் கவுன்சிலின் உறுப்பினராக நியமித்தார். இதைத் தொடர்ந்து அவரைப் பாராட்டுவதற்காகப் பம்பாய்த் தாமோதர் அரங்கில் ஒரு விழா நடைபெற்றது. அதில் அவருக்கு ஒரு பணமுடிப்பு அளிக்கப்பெற்றது. அவர் அதைப் 'பகிஷ்கார சபை'க்கு அளித்துவிட்டார்.

சட்டமன்றக் கவுன்சில் உறுப்பினரானது தாழ்த்தப்பட்ட மக்களின் துயரங்களையும் குறைகளையும் அரசாங்கத்தின் கவனத்திற்குக் கொண்டு வருவதற்கான பெரும்வாய்ப்பை அம்பேத்கருக்கு அளித்தது. எஸ்.கே.பெலே முன்மொழிந்து பம்பாய்ச் சட்டமன்றக் கவுன்சில் நிறைவேற்றிய தீர்மானத்தை அமல்படுத்துவற்காக அம்பேத்கர் பெரும் முயற்சி எடுத்தார். தாழ்த்தப்பட்ட மக்களுக்கு மற்ற மக்களைப் போல் பொதுக் கிணறுகளையும் குளங்களையும் பள்ளிகளையும் மருத்துவமனைகளையும் பயன்படுத்த உரிமை உண்டு என்று அரசாங்கம் இட்ட உத்தரவானது வெறும் ஏட்டளவிலேயே இருந்தது; செயல்படுத்தப்படாமலேயே கிடந்தது. "மஹத்" என்ற நகரின் நகரசபை அந்த ஊரிலுள்ள சவுதாகர் குளம் என்ற பொதுக்குளத்தைத் தாழ்த்தப்பட்ட மக்கள் பயன்படுத்திக் கொள்ளலாம் என்று திறந்து விட்டதாகக் கூறியது. ஆனால், உண்மையில் இது நடைபெறவில்லை. மேல்சாதி இந்துக்களின் பலத்த எதிர்ப்பின் காரணமாகத் தாழ்த்தப்பட்ட மக்கள் இதைப் பயன்படுத்திக் கொள்ள முடியவில்லை. எனவே, இதுகுறித்து விவாதிக்க 1927ஆம் ஆண்டு மார்ச் 19,20 தேதிகளில் தாழ்த்தப்பட்ட

மக்களின் மாநாடு “மஹத்' நகரில் கூட்டப்பட்டது. இதில் கலந்து கொள்ளும்படி டாக்டர் அம்பேத்கருக்கு அழைப்பு விடப்பட்டது. இந்த மாநாட்டை ஏற்பாடு செய்தவர்களில் தாழ்த்தப்பட்ட மக்களிடம் பரிவு கொண்டிருந்த சில மேல்சாதிக்காரர்களும் உண்டு.

குறித்த நாளில், மாநாடு தொடங்கியது. தாழ்த்தப்பட்ட மக்கள் அமைப்புகளின் ஊழியர்களும் தலைவர்களுமாக 5 ஆயிரம் பிரதி நிதிகள் இம்மாநாட்டில் கலந்து கொண்டனர். ஆனால் மாநாடு நடந்த இடத்தில் குடிநீர் கிடைக்கவில்லை. மேல்சாதிக்காரர்களிடமிருந்து காசு கொடுத்து குடிநீரை விலைக்கு வாங்கிக் குடிக்க வேண்டியிருந்தது. மாநாட்டிற்குத் தலைமை வகித்த அம்பேத்கர் தாழ்த்தப்பட்ட மக்களுக்கு ஒரு அறைகூவல் விடுத்தார். மனிதர்கள் என்ற முறையில் அந்த மக்கள் தங்களுடைய உரிமைகளுக்காகக் குரலெழுப்புவதோடு தங்களுடைய குழந்தைகளுக்குக் கல்வி கிடைக்கச் செய்வதன் மூலம் தங்களுடைய வாழ்க்கையை மேம்படுத்திக் கொள்ளதக்க முயற்சிகளை மேற்கொள்ள வேண்டுமென்று அவர் வேண்டுகோள் விடுத்தார். ராணுவத்திலும் போலீசிலும், தாழ்த்தப்பட்ட மக்கள் நுழையக்கூடாது என்ற தடையை அகற்றுவதற்காகக் கிளர்ச்சி செய்ய வேண்டுமென்று அவர் வலியுறுத்தினார்.

மாநாடு பல தீர்மானங்களை நிறைவேற்றியது. அவற்றில் ஒன்று மேல்சாதிக்காரர்களுக்கு வேண்டுகோள் விடுத்தது. தாழ்த்தப்பட்ட மக்கள் தங்கள் உரிமைகளைப் பெறுவதற்கு உதவி செய்ய வேண்டுமென்றும் வேலை வாய்ப்புகளுக்கான வழிகளை அவர்களுக்குத் திறந்து விடும்படியும் தாழ்த்தப்பட்ட மாணவர்களுக்கு உணவு அளிக்கும்படியும் கோரி, மேல்சாதிக்காரர்களுக்கு வேண்டுகோள் விடுத்தது. மற்றொரு தீர்மானமானது, உள்ளாட்சி அமைப்புகளும் நகராட்சிகளும் போலே முன்மொழிந்த தீர்மானத்தை அமலாக்க நடவடிக்கை எடுக்கும்படி அரசாங்கம் கோர வேண்டுமென்றும் தேவைப்பட்டால் இந்தியக் குற்றப்பிரிவுச் சட்டத்தின் 144ஆவது விதியைப் பயன்படுத்த வேண்டுமென்றும் கேட்டுக் கொண்டது.

மற்றொரு தீர்மானமானது, பொதுக்குளமான சவுதாகர் குளத்தில் இறங்கத் தாழ்த்தப்பட்ட மக்கள் அனுமதிக்கப்படும் பொருட்டு இந்த மாநாட்டுப் பிரதிநிதிகள் அந்தக் குளத்திற்குச் செல்வதென்றும் முடிவு செய்யப்பட்டது.

அதன்படி, மார்ச் 20ஆம் தேதியன்று காலையில் பிரதிநிதிகள் அமைதியாக அணிவகுத்து அந்தக் குளத்திற்குச் சென்றனர். தாழ்த்தப்பட்ட மக்கள் தங்கள் உரிமையை நிலைநாட்ட

அணிவகுத்தது இந்தியாவில் இதுதான் முதல் தடவை! ஊர்வலத்திற்கு அம்பேத்கர் தலைமை வகித்தார். குளத்தை வந்தடைந்ததும் முதலில் அம்பேத்கர் அதனுள் இறங்கி இரு கைகளாலும் நீரை அள்ளிப் பருகினார். அதைத் தொடர்ந்து மற்ற பிரதிநிதிகள் அனைவரும் நீரைப் பருகினர். பின்னர் அனைவரும் மாநாட்டுப் பந்தலுக்குத் திரும்பி வந்தனர்.

இந்தச் சம்பவத்தைக் கண்ட சில மேல்சாதி இந்து வெறியர்கள், நகரில் ஒரு வதந்தியைப் பரப்பினர். தாழ்த்தப்பட்ட மக்கள், ஸ்தலத்திலுள்ள கோவிலுக்குள் நுழையத் திட்டமிட்டுள்ளனர் என்ற பொய்ச் செய்தியைப் பரப்பினர். இதன் காரணமாக தடிகளை ஏந்திய சமூக விரோதிகள் உள்ளிட்ட ஏராளமான மக்கள் தெருக்களில் கூடி மாநாட்டுப் பந்தலை நோக்கி வந்தனர். அச்சமயத்தில் மாநாடு முடிந்து பிரதிநிதிகளில் பலர் திரும்பிப் போய்விட்டனர். ஒரு பகுதியினர் உணவருந்திக் கொண்டிருந்தனர். மற்றொரு பகுதியினர் தங்கள் மூட்டை முடிச்சுகளைக் கட்டிக் கொண்டிருந்தனர். இந்த நேரத்தில் மாநாட்டுப் பந்தலுக்குள் நுழைந்த சாதி வெறியர்களின் கூட்டம், பிரதிநிதிகளைத் தாக்கத் தொடங்கியது. அவர்களுடைய உணவை மண்ணில் வீசியெறிந்தது. மஹத் நருக்குள் வசித்து வந்த தாழ்த்தப்பட்ட மக்கள் வீடுகளுக்குள்ளும் புகுந்து அவர்களைத் தாக்கியது. அவர்கள் அருகிலிருந்த முஸ்லீம் வீடுகளுக்குள் புகுந்து உயிர் தப்ப வேண்டியிருந்தது.

அரசாங்க ஓய்வு இல்லத்தில் தங்கியிருந்த அம்பேத்கருக்கு இந்தத் தகவல் கிடைத்ததும் அவர் விரைந்தோடி வந்தார். வழியில் சமூகவிரோதக் கும்பல் அவரைச் சூழ்ந்து கொண்டது. அவர், மிகவும் பொறுமையாக பதிலளித்தார். கோவிலுக்குள் நுழையத் தாங்கள் திட்டமிடவில்லையென்றும் தங்களுக்கு அத்தகைய விருப்பம் எதுவும் கிடையாதென்றும் பதிலளித்தார். அதன் பின்னரே பந்தலுக்குள் செல்ல அவர் அனுமதிக்கப்பட்டார். பந்தல் சேதமடைந்து கிடப்பதையும், உணவுப் பொருட்கள் சின்னாபின்னமாகக் கிடப்பதையும் கண்டு மிகுந்த வேதனையடைந்தார். 20க்கும் மேற்பட்ட பிரதிநிதிகள் படுகாயமடைந்து கிடப்பதைக் கண்டு துயரமடைந்த அவர், உடனே மருத்துவரை அழைத்து வரச் செய்து, அவர்களுக்கு சிகிச்சை கிடைக்கச் செய்தார்.

இரண்டு நாட்கள் அந்த ஊரிலேயே தங்கிய அம்பேத்கர், தாக்குதல் குறித்த விவரங்களைத் திரட்டி சமூக விரோதிகள் மீது போலீசார் வழக்குப்பதிவு செய்ய ஏற்பாடு செய்தார். இதன் காரணமாக ஐந்து சமூக விரோதிகளுக்கு நான்கு மாதம் கடுங்காவல் தண்டனை விதிக்கப்பட்டது.

இந்தச் சம்பவமானது அம்பேத்கரின் சிந்தனையில் ஒரு பெரும் மாற்றத்தை ஏற்படுத்தியது. தாழ்த்தப்பட்ட மக்களை மிகப்பெரும் அளவில் அணி திரட்டி, அவர்களுடைய சமூக, அரசியல், பொருளாதார உரிமைகளுக்காக அமைதியான பெரும் போராட்டங்களை நடத்த வேண்டிய காலம் வந்துவிட்டதென்ற உணர்வை அவர் உள்ளத்தில் ஏற்படுத்தியது.

இந்தப் போராட்டமானது இந்தியா முழுவதிலும் குறிப்பாகப் பம்பாய் ராஜதானியில் பெரும் தாக்கத்தை ஏற்படுத்தத் தொடங்கியது. பல பத்திரிகைகள் இந்தப் போராட்டம் சரியானதென்று புகழ்ந்தன. சில பத்திரிகைகள் இது தவறான போராட்டம் என்று குறைகூறின. சாதிய இந்துக்கள் மத்தியிலும் இரு கருத்துக்கள் தோன்றின. ஒரு பகுதியினர், இந்தப் போராட்டம் சரியானதென்றும் போலே முன்மொழிந்த தீர்மானத்தை அரசாங்கம் அமலாக்க வேண்டுமென்றும் கோரினர். மற்றொரு பகுதியினர், இது தாழ்த்தப்பட்ட மக்கள் இழைத்த நீசத்தனமான குற்றம் என்று நிந்தித்தனர். இந்தப் போராட்டத்தை ஆதரித்த ஒரே ஒரு காங்கிரஸ் தலைவர் வீர சவர்க்கார் மட்டுமே. தீண்டாமை என்பதைக் கண்டிப்பது மட்டுமல்ல, அதை முற்றிலும் ஒழித்துக்கட்ட வேண்டுமென்று அவர் கூறினார்.

மஹாத் நகரிலிருந்த பல மேல்சாதி இந்துளும், இந்தப் போராட்டத்தை நியாயமானதென்று கூறினர். இதன் காரணமாகச் சாதி வெறியர்களின் கோபத்திற்கும் அவர்கள் ஆளாயினர். அந்த நகரிலிருந்த மேல்சாதி வெறியர்கள் சவுதாகர் குளம் அசுத்தப்பட்டுவிட்டதாகவும், அதைச் சுத்தப்படுத்தப் போவதாகவும் கூறி 108 மண்பானைகளில் சாணம், கோமியம், பால், தயிர் முதலியவற்றைக் கொண்டு போய் அந்தக் குளத்தில் கொட்டினர். பிராமணர்களைக் கொண்டு மந்திரம் ஓதச் செய்தனர்.

தாழ்த்தப்பட்ட மக்களை ஆதரித்த மேல்சாதிக்காரர்கள் இந்த நிகழ்ச்சியைப் புறக்கணித்தனர்.

13

பகிஷ்கார பாரதம்

தாழ்த்தப்பட்ட மக்களைப் பெருமளவில் அணிதிரட்ட வேண்டுமென்றால் உடனடியாக ஒரு பத்திரிகை ஆரம்பிக்க வேண்டியது அவசியம் என்றுணர்ந்த அம்பேத்கர் "பகிஷ்கார பாரதம்" (Bahiskrit Bharat) என்ற பெயர் கொண்ட பத்திரிகையைத் துவக்கினார். இது மாதமிரு முறையாக வெளிவந்தது. இதன் முதல் இதழ் 1927ஆம் ஆண்டு ஏப்ரல் 3ம் தேதி வெளியானது.

சிந்தனையைக் கிளறும் பல கட்டுரைகளை அம்பேத்கர் இப்பத்திரிகையில் எழுதினார். போலே தீர்மானத்தை அமலாக்குவதை எதிர்க்கும் நபர்களைத் தண்டிக்கும்படி அவர் கட்டுரைகள் எழுதினார். இறைச்சி மற்றும் மாட்டிறைச்சி உண்பதை வைத்து மட்டும் சில இந்துக்களைத் தாழ்த்தப்பட்டவர்கள் என்றால் இது ஏன் கிறிஸ்தவர்களுக்கும் முஸ்லிம்களுக்கும் பொருந்தாது என்ற வினாவை அம்பேத்கர் எழுப்பினார். இறைச்சியே உண்ணாத சில பகுதியினர்கூடத் தாழ்த்தப்பட்டவர்களாக அறிவிக்கப்படுவது ஏன் என்ற கேள்வியையும் அவர் கேட்டார்.

இங்கிலாந்து அரசாங்கமானது ஜனநாயக முறையில் செயல்பட்டு வந்த இந்தியர்களைத் தங்களுக்குச் சமமானவர்களாக நடத்த வேண்டுமென்று கோரிய உயர் சாதி இந்துக்களுக்கு அம்பேத்கர் ஒரு விஷயத்தை சுட்டிக்காட்டினார். இவ்வாறு கோருபவர்கள், தாழ்த்தப்பட்டவர்களுக்கு இத்தகைய சம உரிமை கொடுக்க மறுப்பது ஏன் என்று கேட்டார்.

லோகமான்ய பாலகங்காதர திலகர் மட்டும் தாழ்த்தப்பட்டவராக இருந்திருப்பாரேயானால் அவர் "சுதந்திரம் எனது பிறப்புரிமை" என்று கூறியதற்கு பதிலாக "தீண்டாமை ஒழிப்பு எனது பிறப்புரிமை" என்று கூறியிருப்பார் என்று ஒரு தலையங்கத்தில் அம்பேத்கர் எழுதினார். தீண்டாமையை ஒழிக்க வேண்டும் என்று கூறும், எழுதும் தலைவர்களும் பொதுமக்களும் தங்களுடைய நோக்கத்தைச்

செயலில் காட்ட வேண்டுமென்று அம்பேத்கர் உருக்கமான வேண்டுகோள் விடுத்தார்.

மஹத் போராட்டத்தின் விளைவாக அம்பேத்கரின் பெயர் நாடெங்கும் பிரபலமானது. பம்பாய்ச் சட்டமன்றக் கவுன்சிலிலும் அவர் நிகழ்த்தும் உரைகள் ஆழ்ந்த கவனத்துடன் கேட்கப்பட்டன. இந்துச் சாதியப் பகுதியிலிருந்தும் அவருக்கு ஆதரவு பெருக ஆரம்பித்தது.

பிறப்பினால் உயர்வு தாழ்வு பார்க்கும் பிராமணியக் கொள்கையையே தாம் எதிர்ப்பதாகவும் அனைத்து பிராமணர்களையும் அல்ல என்பதையும் தாழ்த்தப்பட்ட மக்களில் பலர் நினைப்பதுபோல் பிராமணர்கள்தாம் தங்கள் எதிரிகள் என்று கூறுவது தவறானது என்றும் அம்பேத்கர் தனது கட்டுரைகளில் சுட்டிக்காட்டினார். காந்திஜியின் அஹிம்சை பாதை என்பதுதான் ஒரு லட்சியத்தை அடைவதற்கான சிறந்த வழி என்பதைத் தாம் ஒத்துக் கொள்வதாகவும் ஆனால் வன்முறையின் தேவை என்பதை முற்றிலும் நிராகரிக்க முடியாதது என்றும் அவர் கூறினார்.

மஹத் நகராட்சியானது 1927ஆம் ஆண்டு ஆகஸ்ட் மாதம் 4ஆம் தேதியன்று மஹத் சவுதாகர் குளத்தைத் தாழ்த்தப்பட்ட மக்கள் பயன்படுத்திக் கொள்ளலாம் என்ற தனது பழைய தீர்மானத்தை ரத்து செய்ய முடிவு செய்தது. இது அம்பேத்கருக்கும் அவரது ஆதரவாளர்களுக்கும் பெரும் கோபத்தை ஏற்படுத்தியது. அம்பேத்கர் தனது அமைப்பின் கூட்டத்தைக் கூட்டி இது குறித்து விவாதித்தார். டிசம்பர் 25, 26 தேதிகளில் மஹத் நகரில் சத்தியாகிரகம் செய்வது என்று முடிவு எடுக்கப்பட்டது. அதன்படி அம்பேத்கர் தலைமையில் ஏராளமான தொண்டர்கள் மஹத் நகருக்குச் சென்றனர். ஆனால் அங்கே தடையுத்தரவு பிறப்பிக்கப்பட்டு இந்தப் பிரச்சனை நீதிமன்றத்துக்கு அனுப்பப்பட்டதால் அம்பேத்கர் போராட்டத்தை ஒத்திவைக்க வேண்டியதாயிற்று.

1928ஆம் ஆண்டு மார்ச் 19ஆம் தேதியன்று பம்பாய் சட்டமன்றக் கவுன்சிலில் அம்பேத்கர் ஒரு மசோதாவை முன்மொழிந்தார். 1894ஆம் வருடத்திய பம்பாய்ப் பரம்பரைக் குற்றங்கள் சட்டத்தைத் திருத்த வேண்டுமென்று இந்த மசோதாவில் அம்பேத்கர் கூறியிருந்தார். அந்த சட்டமானது அரசாங்கப் பணியிலுள்ள மஹர் சாதியைச் சேர்ந்தவர். இரவு பகலாகப் பணியாற்ற வேண்டுமென்றும் அவர் உடல்நிலை காரணமாகவோ மற்ற காரணங்களுக்காகவோ பணிக்கு வராமல் போனால் அந்த நேரத்தில் அந்தக் குடும்பத்தைச் சேர்ந்த நபர் அந்த வேலையைச் செய்ய வேண்டுமென்றும் கூறியிருந்தது. இந்தச் சட்டத்தைத் திருத்த வேண்டுமென்று கோரி

அம்பேத்கர் தனது மசோதாவை முன்மொழிந்து சுமார் இரண்டு மணி நேரம் சட்டமன்றக் கவுன்சிலில் நீண்டதொரு உரையாற்றினார். இறுதியில் இந்த மசோதாவை ஒரு பொறுப்புக் குழுவுக்கு அனுப்புவது என்று முடிவாயிற்று. ஆனால் அந்தப் பொறுப்புக்குழுவிலிருந்த மேல்சாதி இந்துக்கள் மற்றும் பழமைவாத முஸ்லிம்களின் பிரதிநிதிகள் இந்த மசோதாவின் முக்கிய அம்சங்களை ஏற்க மறுத்தனர். இதன் காரணமாக பலத்த வெறுப்படைந்த டாக்டர் அப்த்கார் 1929ஆம் ஆண்டு ஜூலை 24ஆம் தேதி தனது மசோதாவை வாபஸ் பெற்றுக் கொள்வதாக அறிவித்தார்.

இதற்கிடையில் வழக்கறிஞர் தொழிலைச் சரிவரச் செய்ய முடியாமல் சமூகச் சேவையில் தீவிரமாக ஈடுபட்டதன் காரணமாக அம்பேத்கரின் வருமானம் பெருமளவு குறைந்தது. குடும்பத்தை நடத்துவது மிகவும் சிரமமாகியது. எனவே நிர்ப்பந்திக்கப்பட்ட நிலையில் 1928ஆம் ஆண்டு ஜூன் மாதத்தில் பம்பாய் அரசாங்கச் சட்டக் கல்லூரியில் தற்காலிகப் பேராசிரியர் பதவியை அவர் ஏற்றுக் கொண்டார்.

14

சைமன் கமிஷன் வருகை

இந்தியாவில் தங்களுக்கு எதிர்ப்பு வலுத்து வருவதைக் கண்ட ஆங்கிலேய அரசாங்கம் சர் ஜான் சைமன் என்பவரைத் தலைவராகக் கொண்ட ஒரு தூதுக்குழுவை 1928ஆம் ஆண்டு இந்தியாவிற்கு அனுப்பியது. இதைப் பகிஷ்காரம் செய்யும்படி காங்கிரஸ் கட்சி மக்களைக் கேட்டுக் கொண்டது. எனவே, ஏப்ரல் 3ஆம் தேதியன்று கப்பலில் பம்பாய் வந்து இறங்கிய அந்தக் குழுவுக்கு இலட்சக்கணக்கான மக்கள் கருப்புக் கொடி காட்டி "சைமனே திரும்பிப் போ" என்று முழக்கமிட்டார்கள்.

அதைத் தொடர்ந்து அந்தக் குழு சென்ற இடங்களிலெல்லாம் மக்கள் அதைப் புறக்கணித்தனர். ஆனால் அம்பேத்கர் அந்தக் குழுவுடன் ஒத்துழைத்தார். இதனால் அவர் பலத்த கண்டனத்திற்கு ஆளானார். பகிஷ்கார ஒழிப்புச் சபையின் சார்பில் அம்பேத்கர் அந்தக் குழுவிடம் ஒரு மனு அளித்தார்.

தாழ்த்தப்பட்ட மக்களுக்குத் தேர்தலி இடஒதுக்கீடு செய்ய வேண்டுமென்றும், ஆனால் வாக்காளர் தொகுதி என்பது தாழ்த்தப்பட்டோரையும் மற்றவர்களையும் கொண்ட கூட்டுத்தொகுதியாக இருக்க வேண்டுமென்றும் சமஸ்தானங்கள் நீங்கலாக மற்ற இடங்களில் உள்ள மக்களில் ஐந்தில் ஒரு பகுதியினராக இருக்கும் தாழ்த்தப்பட்ட மக்களுக்கு 1919ஆம் வருடச் சட்டத்தின் கீழ்ப்பெரும் அநீதி இழைக்கப்பட்டுள்ளது என்றும் அவர் கூறினார்.

பம்பாய்ச் சட்டமன்றக் கவுன்சிலில் உள்ள 140 இடங்களில் 22 இடங்களைத் தாழ்த்தப்பட்டவர்களுக்கு ஒதுக்க வேண்டும் என்று அம்பேத்கர் கோரினார். கவுன்சிலுக்கு தாழ்த்தப்பட்டவர்கள் நியமனம் செய்யப்படுவது கைவிடப்பட வேண்டுமென்றும் அதற்குப் பதிலாக அவர்கள் தேர்ந்தெடுக்கப்பட வழி செய்ய வேண்டுமென்றும்

அம்பேத்கர் கூறினார். அவர்களுக்கு அரசியல் கல்வி தேவைப்படுகிறது என்றும் அமைச்சரவையில் தாழ்த்தப்பட்டவர்களுக்கு ஒரு இடம் அளிக்க வேண்டுமென்றும் அவர் கோரினார்.

அத்துடன் தாழ்த்தப்பட்ட மக்களுக்குக் கல்வி புகட்டுவதற்கான செலவு என்பது அரசாங்கச் செலவில் முதன்மையானதாக இருக்க வேண்டும் என்று நாட்டிற்காக உருவாக்கப்படவிருக்கும் அரசியல் சட்டத்தில் ஷரத்துக்கள் இருக்க வேண்டுமென்றும் அதேபோல் ராணுவம், கடற்படை மற்றும் காவல்துறை போன்றவற்றில் தாழ்த்தப்பட்ட மக்களைச் சேர்ந்து கொள்ளும் உரிமை அவர்களுக்கு உண்டு எனவும் அந்த மனு கூறியது.

1930ஆம் ஆண்டு மே மாதத்தில் சைமன் குழுவின் அறிக்கை வெளியானது. அது, இந்திய மக்களின் மனோநிலையை, கருத்தோட்டத்தைக் கணக்கிலெடுத்துக் கொள்ளவில்லை. இந்திய அரசியல் கட்சிகளிடையே உடன்பாடு எதுவும் ஏற்படாததால் தனி வாக்காளர் தொகுதி என்பதுதான் நீடிக்கப்பட வேண்டுமென்று அந்தக்குழு பரிந்துரை செய்தது.

அது, மத்தியச் சட்டசபையிலுள்ள 250 இடங்களில் 150 இடங்களை இந்துக்களுக்கென்று ஒதுக்கியது. இதில் தாழ்த்தப்பட்டவர்களுக்கான இடங்களும் அடங்கும். தாழ்த்தப்பட்டவர்களுக்கென்று தேர்தலில் இடஒதுக்கீடு செய்து பொது வாக்காளர் பட்டியலில் அவர்கள் போட்டியிடலாமென்று அது கூறியது. ஆனால் அது ஒரு நிபந்தனையும் விதித்தது தாழ்த்தப்பட்ட வகுப்புகளைச் சேர்ந்த எந்தவொரு வேட்பாளரும் தகுதியானவர் என்று சம்பந்தப்பட்ட மாநிலத்தின் ஆளுனர் சான்றிதழ் அளித்தால் மட்டுமே அவர் போட்டியிட முடியுமென்று கூறியது.

அம்பேத்கர் இந்த ஷரத்தை கடுமையாக விமர்சித்தார். அதே ஆண்டு ஆகஸ்ட் மாதம் 8ஆம் தேதியன்று நாகபுரியில் நடைபெற்ற தாழ்த்தப்பட்ட வகுப்புகளின் மாநாட்டில் பேசுகையில் இந்த ஷரத்தை அவர் கடுமையாகச் சாடினார். அவர் கூறினார்:

"அப்பட்டமாகச் சொல்வதென்றால் இது நியமனம் செய்யும் முறையேயன்றி வேறில்லை. மாநில ஆளுனர் ஒரே ஒரு வேட்பாளரை மட்டும் தேர்ந்தெடுத்தால் தேர்தல் என்ற பேச்சுக்கே இடமில்லை. எவ்வித நிபந்தனையோ அல்லது வரம்போ இன்றி நம்முடைய விருப்பப்படி நமது சொந்தப் பிரதிநிதியைத் தேர்வு செய்யும் உரிமையைக் கோருங்கள். நமது நலனுக்கு எது ஏற்றது என்பதை நாம்தான் சிறந்த முறையில் தீர்மானிக்க முடியும். நமக்கு எது நல்லது என்பதைத் தீர்மானிக்கும் அதிகாரத்தை ஆளுனரிடம்கூட நாம் விடக்கூடாது..."

15

தொழிலாளர் போராட்டத்திற்கு எதிர்ப்பு

1929ஆம் ஆண்டில் பம்பாய் நெசவாலை முதலாளிகள், வேலைப்பளுவை அதிகரித்துத் தொழிலாளிகளைப் பெருமளவு ஆட்குறைப்புச் செய்ய திட்டமிட்டனர். இளம் கம்யூனிஸ்ட்டுகள் தலைமையிலான 'கிர்னி காம்கார் சங்கம்' (பஞ்சாலைத் தொழிலாளர் சங்கம்) முதலாளிகளின் இத்தாக்குதலுக்கெதிராக வேலைநிறுத்தம் செய்யும்படித் தொழிலாளிகளுக்கு அறைகூவல் விடுத்தது. 1 1/2 லட்சத்திற்கும் மேற்பட்ட தொழிலாளிகள் முழு வேலைநிறுத்தத்தில் இறங்கினர்.

6 மாத காலம் நீடித்த அந்த வேலைநிறுத்தமானது, மிகப் பிரச்சித்தமான வேலைநிறுத்தமாகும். பி.டி.ரணதிவே, எஸ்.ஏ.டாங்கே உள்ளிட்ட நான்கே நான்கு இளம் கம்யூனிஸ்ட்கள் அந்தப் போராட்டத்திற்கு வழிகாட்டி வந்தனர்.

அம்பேத்கர் அந்தப் போராட்டத்தை எதிர்த்தார். அதற்கு இரண்டு காரணங்களைக் கூறினார். ஒன்று, அந்த நூற்பாலைகளின் 'வீவிங்' (நெசவு) பிரிவு போன்றவற்றில் மற்ற பிரிவுகளைவிட அதிகச் சம்பளம் கிடைக்கும் பிரிவுகளில் தாழ்த்தப்பட்ட தொழிலாளிகள் வேலை செய்ய அனுமதிக்கப்படுவதில்லை. இரண்டாவது இந்த வேலைநிறுத்தமானது பொருளாதாரக் காரணங்களைவிட அரசியல் நோக்கம் அதிகம் கொண்டது.

எனவே இந்தப் போராட்டத்தைத் தாழ்த்தப்பட்ட தொழிலாளிகள் ஆதரிக்கக்கூடாதென்றும், வேலைக்குச் செல்ல வேண்டுமென்றும் அவர் கூறினார். கம்யூனிஸ்ட்கள், தொழிலாளிகளின் வாழ்க்கையை மேம்படுத்த வேண்டும் என்ற லட்சியத்தை விட அரசியல்

லட்சியங்களுக்காகவே வேலைநிறுத்தத்தைத் தூண்டியுள்ளனர் என்று அவர் கூறினார். மில்லிற்குள்ளேயே சில பிரிவுகளில் தீண்டாமையை அனுஷ்டிக்கும் போக்கிற்கெதிராக கம்யூனிஸ்ட்கள் தங்கள் எதிர்ப்புக்குரலை எழுப்பவில்லையென்றும் அவர் குற்றஞ் சாட்டினார்.

அந்தப் போராட்டத்தை முன்னின்று நடத்தியவர்களில் ஒருவரும், மார்க்சிஸ்ட் கம்யூனிஸ்ட் கட்சியின் ஒப்பற்ற தலைவர்களில் ஒருவருமான காலஞ்சென்ற பி.டி.ரணதிவே, இந்தக் குற்றச்சாட்டிற்குப் பதிலளித்திருக்கிறார்.

"... எங்களுடைய அணுகுமுறை சரியானதாக இருந்தது. நாங்கள் சாதிகளுக்கெதிராக, தீண்டாமைக்கெதிராக, பொதுவாகச் சொன்னால் அன்றைய நடப்பு நிலைமைகளுக்கெதிராகப் போராடினோம். எங்களுடைய சிறிய குழுவானது தாழ்த்தப்பட்ட மக்களுக்கு ஆதரவாக நின்றது. இதைத் தொழிலாளி வர்க்கத்திடம் பகிரங்கமாகவே கூறினோம். ஆனால் சில சமயங்களில் நாங்கள் அம்பேத்தகாரை விமர்சிக்க வேண்டியிருந்தது. காரணம் குறிப்பாக அவர் வேலைநிறுத்தத்தை உடைக்கும்படித் தொழிலாளிகளைக் கேட்டுக் கொண்டார். வேலைக்குப் போகும்படித் தொழிலாளிகளிடம் கூறினார்.

"... தாழ்த்தப்பட்ட தொழிலாளிகள் எங்களுடைய கூட்டங்களில் கலந்து கொள்ளவில்லை. நாங்கள் கூறுவதைக் கேட்கவில்லை. ஆனால் அவர்கள் வேலைநிறுத்தத்தை உடைக்கவில்லை. கம்யூனிஸ்ட்கள் என்பவர்கள் 'காந்தியின் ஏஜெண்டுகள்' என்று அம்பேத்கர் எப்பொழுதும் தாக்கி வந்தார். எனவே, தொழிலாளி வர்க்கத்தின் இந்தப் பகுதி தொழிற்சங்க இயக்கத்திலிருந்து சக்தி வாய்ந்த முறையில் தனித்து வைக்கப்பட்டது..."

கேள்வி: அம்பேத்கர் இயக்கமானது எதார்த்தத்தில் தொழிலாளி வர்க்க இயக்கத்தைச் சீர்குலைத்தது என்று கூறுவது சரியாகுமா?

பி.டி.ரணதிவே: அதில் சந்தேகமில்லை. ஆனால் அது சரியான வார்த்தைகளில் கூறப்பட வேண்டும். அம்பேத்கருடைய இயக்கமானது, தீண்டாமை ஒழிப்பு இயக்கத்தை, ஏகாதிபத்திய எதிர்ப்பு இயக்கத்திலிருந்து அன்னியப்படுத்திவிட்டது. ஓரளவிற்குத் தொழிலாளி வர்க்க இயக்கத்திலிருந்தும் அன்னியப்படுத்திவிட்டது. எதார்த்தத்தில் அதன் விளைவு இதுதான். ஆனால் வரலாற்று ரீதியாகப் பரிசீலிக்கும் பொழுது ஒரு அம்சத்தைக் காண வேண்டும்.

அதாவது இந்தப் பழியைச் சுமத்துவது சரிதானா என்ற அம்சத்தைக் காண வேண்டும். ஒரு கொத்தடிமைச் சமூகமானது, கொத்தடிமையாயிருக்கும் கொடுமையைக் காட்டிலும் அதிகமாக நவீன முதலாளித்துவச் சுரண்டலின் கொடுமையை உணர முடியுமா?

"தன்னுடைய போராட்டத்தைத் தொழிலாளி வர்க்கம் உள்ளிட்ட இதர சாதிகளுக்கெதிராகத் தான் திருப்பிவிட்டுள்ளதாக அம்பேத்கர் கூறும்பொழுது அதன் பொருள் என்ன? தீண்டாமையைக் கடைப்பிடிக்கும் தொழிலாளிகளுக்கெதிராகத் திருப்பிவிடப்பட்டுள்ளது என்றுதான் பொருள் கொள்ள வேண்டும். இவ்விரண்டுக்குமுள்ள இணைப்பை மிகவும் தெளிவான ஒரு மார்க்சியவாதிதான் புரிந்து கொள்ள முடியும். அதே மில்லிலேயே வேலை செய்யும் தாழ்த்தப்பட்ட தொழிலாளி, அதே முறையிலேயே சுரண்டப்படும் தாழ்த்தப்பட்ட தொழிலாளி, தனியாக வாழ வேண்டியிருந்தது. அவர்கள் மற்ற தொழிலாளிகளுடன் ஒரே குடியிருப்பில் சேர்ந்து வாழ்வது மிகமிக அரிது. அது ஒரு பகுதி மட்டுமே.

"அது மட்டுமல்ல, அவர்களும் தொழிலாளி வர்க்கத்தின் அங்கம் என்ற யதார்த்தம் ஒரு பகுதி மட்டுமே. அது கிராமத்தில் நடைபெற்றதைப் போன்றதுதான். அம்பேத்கர் கண்ட எதார்த்தம் அது மட்டுமே. மீதமுள்ளவை ஒரே தன்மையானவை என்பதன் செல்வாக்கின்கீழ்ப் போய் விடுகின்றது. தொழிலாளி வர்க்கம் என்பதுவே முறையாக உருவாகாததால் இந்த அன்னியமாதல் என்பது நடைபெற்றது தொழிலாளி வர்க்கமானது தன்னுடைய விவசாயத் தோற்றுவாயின் மற்றும் அதனுடைய சாதியத் தோற்றுவாயின் பிறப்புக் குணங்களைக் கொண்டிருந்தது..." [1]

1920ஆம் ஆண்டுகளில் இந்தியாவில் உருவாகத் தொடங்கியிருந்த கம்யூனிஸ்ட் இயக்கம் சாதி, மத, பேதமின்றி, ஒடுக்குமுறைக்கும் சுரண்டலுக்கும் எதிராக உழைக்கும் மக்களை அணிதிரட்ட முயன்றது. ஏகாதிபத்தியத்தையும் நிலப்பிரபுத்துவத்தையும் எதிர்த்து ஈவிரக்கமற்ற போராட்டத்தை அது உருவாக்கத் தொடங்கியது. நிலப்பிரபுத்துவத்தை ஒழித்துக்கட்டி, அந்த நிலப்பிரபுக்களின் நிலங்களை ஏழை விவசாயிகளுக்கும் விவசாயத் தொழிலாளிகளுக்கும் வினியோகிக்க வேண்டுமென்று கோரியது.

நிலப்பிரபுத்துவத்தை ஒழித்துக்கட்டினால்தான் கிராமப்புறங்களில் அடிமை நுகத்தடியில் சிக்குண்டு தவிக்கும் தாழ்த்தப்பட்ட, பிற்படுத்தப்பட்ட விவசாயத் தொழிலாளிகளையும் ஏழை

விவசாயிகளையும் பாதுகாக்க முடியுமென்று கூறியது. நகர்ப்புறங்களில் தொழிலாளி வர்க்க ஒற்றுமையை வலுப்படுத்தி அனைத்து மதங்களையும் சாதிகளையும் சேர்ந்த தொழிலாளிகளைப் போராட்டக் களத்தில் இறக்கி அவர்களுக்குத் தலைமை தாங்கி வழிகாட்டியதன் மூலம் சாதியத் தடைகளையும் வரம்புகளையும் கம்யூனிஸ்ட் கட்சி உடைத்தெறிய ஆரம்பித்தது.

நிலைமை இவ்வாறிருக்க, கம்யூனிஸ்ட் இயக்கத்தைத் தன்னுடைய நேச சக்தியாகக் கருத வேண்டிய டாக்டர் அம்பேத்கர் ஏன் அவ்வாறு கருதவில்லை? ஏன் எதிரியாகக் கண்டார்? அதற்கான விடையை மார்க்சிய ஆய்வாளர் பிரபாகர் சன்ஸ்கிரி கூறுகிறார்:

“.... எனினும் புதிதாக உருவாகி வந்த இந்தப் புரட்சிகரப் போக்கினை அம்பேத்கர் வெறுப்புடனேயே பார்த்தார். அடிப்படையில் தனது நோக்கங்களை அடைவதற்கு அரசியலமைப்புச் சட்ட ரீதியான முறைகள் மற்றும் சீர்திருத்தங்கள் ஆகியவற்றையே அவர் உறுதியாக நம்பியிருந்ததால் கம்யூனிஸ்ட்கள் எடுத்துக்கூறிய தீவிரமான, புரட்சிகர நடைமுறைகளை அவர் தீவிரமாக எதிர்த்தார். இதன் விளைவாகத்தான் கம்யூனிஸ்ட்கள் தலைமையில் நடைபெற்ற வேலைநிறுத்தங்களை அவர் எதிர்த்தார்...

“... இரண்டாவதாக, இந்தியத் தொழிலாளி வர்க்கம் சாதிய அடிப்படையில் பிளவுபட்டிருந்ததாலும் சாதிய வேறுபாடுகளைக் கடைப்பிடித்து வந்ததாலும் சமூகத்தை தீவிரமான முறையில் மாற்றியமைக்கும் திறம்பெற்ற ஒன்றுபட்டதொரு வர்க்கமாக அதை அவர் ஏற்றுக்கொள்ளவில்லை...

“.... மூன்றாவதாக, மகாராஷ்டிரா மாநிலத்தில் துவக்கத்தில் உருவான கம்யூனிஸ்ட் கட்சியின் தலைவர்களில் பெரும்பாலோர் உயர்சாதி வகுப்புகளில் பிறந்த கல்வியறிவு பெற்ற இளைஞர்களாகவே இருந்ததால் அவரது உள்ளுணர்வு அவர்களின் மீது அவநம்பிக்கை கொண்டிருந்தது... வெல்லத் துண்டிற்காக ஒன்றையொன்று தாக்கிக் கொள்ளும் எறும்புகளைப் போன்ற கம்யூனிஸ்ட்களிடம் ஜாக்கிரதையாக இருக்கும்படி அவர் தனது ஆதரவாளர்களை எச்சரித்தார்...

“... தாழ்த்தப்பட்டோரிடையே செயல்பட்டு வந்த செயல்வீரர்கள் கம்யூனிஸ்ட் கட்சியில் சேர்ந்தபோது அவர்கள் தங்கள் வகுப்பிலிருந்தே ஒதுக்கி வைக்கப்படும் அளவிற்குத் தவறான கண்ணோட்டம் தாழ்த்தப்பட்ட மக்கள் மத்தியில் தூவப்பட்டிருந்தது. டாக்டர் அம்பேத்கரின் ஆரம்பகாலப் போராட்டங்களின்போது அவரின் நெருங்கிய கூட்டாளியாக இருந்த தோழர் ஆர்.பி.மோர் போன்ற தலைவர்களும் இத்தகைய ஒதுக்குதலுக்கு ஆளாக்கப்பட்டனர்...”[2]

கம்யூனிஸ்ட்களுடன் சேரக்கூடாதென்ற கொள்கையை அம்பேத்கர் தொடர்ந்து கடைப்பிடிக்க முடியவில்லை. 1938ஆம் ஆண்டில் தொழிலாளி விரோத மசோதாவிற்கெதிராகக் கம்யூனிஸ்ட்களுடன் இணைந்து அவர் போராடியது பின்வரும் பகுதியில் விவரிக்கப்படுகின்றது.

குறிப்புகள்

1. பி.டி.ரணதிவே: அம்பேத்கருடைய இயக்கம் குறித்து சரியான மதிப்பீடு தேவை (Peopls's Democracy 29.4.90)
2. பிரபாகர் சன்ஸ்கிரி: முன் குறிப்பிட்ட கட்டுரை

16

நாசிக் கோவில் போராட்டம்

வைக்கம் போராட்டத்தினால் பெரிதும் கவரப்பட்ட அம்பேத்கர் நாசிக் நகரிலுள்ள காலாராம் கோவிலிலும் கோவில் நுழைவுப் போராட்டத்தை நடத்த முடிவெடுத்தார். மூன்று மாதங்கள் திட்டமிட்டுத் தாழ்த்தப்பட்ட மக்களைக் கொண்ட ஒரு சத்தியாகிரகக் குழுவைத் தயார் செய்தார். அந்தக் குழுவினர், கோவில் தர்ம கர்த்தாக்களுக்கு ஒரு தகவல் அனுப்பினர். தாழ்த்தப்பட்ட மக்கள் கோவிலுக்குள் நுழைந்து கடவுளை வழிபட அனுமதிக்கவில்லை என்றால் கோவில் முன்பு அமைதியான வழியில் சத்தியாகிரகம் நடைபெறும் என்று அறிவித்தனர். இந்தப் போராட்டத்தில் கலந்து கொள்வதற்காக தாழ்த்தப்பட்ட மக்களுக்கு சத்தியாக்கிரகக் குழு அறைகூவல் விடுத்தது. 15 ஆயிரம் பேர் சத்தியாகிரகத்தில் கலந்து கொள்ள அணிதிரண்டனர். இதில் குறிப்பிடத்தக்க அம்சம் என்னவென்றால் தாழ்த்தப்பட்டவர் அல்லாத பலரும் இதில் கலந்து கொண்டனர். அவர்களில் முக்கியமானவர் பி.ஜி.கெர் என்ற காங்கிரஸ் தலைவராவார். இவர் பிராமணக் குடும்பத்தைச் சேர்ந்தவர். பின்னாட்களில் பம்பாய் ராஜதானியின் முதலமைச்சராகவும் பணியாற்றினார்.

1930ஆம் ஆண்டு மார்ச் 2ஆம் தேதியன்று காலையில் இந்தச் சத்தியாகிரகிகள் மாநாடு டாக்டர் அம்பேத்கர் தலைமையில் நடைபெற்றது. பிற்பகல் வரை மாநாடு நடைபெற்றது. சரியாக 3 மணிக்குப் பிரதிநிதிகள் வரிசையாக அணிவகுத்து நிற்க ஊர்வலம் கோவிலை நோக்கிக் கிளம்பியது. ஒரு மைல் தூரத்திற்கும் அதிகமாயிருந்த இந்த ஊர்வலம் கோவில் வாசலை அடைந்தபோது தடுத்து நிறுத்தப்பட்டது. கோவிலின் ஒவ்வொரு வாசலிலும் ஆயுதப் போலீஸ் நிறுத்தப்பட்டிருந்தது. கோவிலின் முகப்பில் நின்றிருந்த மாவட்ட நீதிபதியும் காவல்துறையினரும் அதிகாரிகளும் மாணவர்களும் ஊர்வலத்தைத் தடுத்தனர். சோர்வடைந்த

ஊர்வலத்தினர் கோதாவரி நதிக்கரைக்கு அணிவகுத்துச் சென்றனர். அங்கே ஒரு பொதுக்கூட்டத்தை நடத்தி மார்ச் 3ஆம் தேதியிலிருந்து கோவில் முன்பு சத்தியாகிரகம் செய்வது என்று முடிவு செய்தனர்.

அதன்படி அடுத்த நாள் அதிகாலையிலிருந்து ஆயிரக்கணக்கான சத்தியாகிரகிகள் பஜனைப் பாடல்களைப் பாடிக் கொண்டு கோவில் முன்பு சத்தியாகிரகம் துவக்கினார்கள். இது ஏப்ரல் 8ஆம் தேதி வரை நீடித்தது. ஏப்ரல் 9ஆம் தேதியன்று ராமர் சிலை ஊர்வலமாகக் கொண்டு செல்லப்பட வேண்டிய நாள். எனவே, மேல்சாதி இந்துக்களுக்கும் தாழத்தப்பட்ட மக்களுக்குமிடையே ஓர் உடன்பாடு ஏற்பட்டது. அதன்படி இரு தரப்பையும் சேர்ந்த பெரிய மனிதர்கள் கூட்டமாகத் தேரை இழுப்பதென்று முடிவு செய்யப்பட்டது.

அடுத்த நாள் காலையில் தேரை இழுப்பதற்காகத் தாழ்த்தப்பட்ட மக்கள் மகிழ்ச்சியோடு சென்றபொழுது அவர்களுக்குப் பெரும் அதிர்ச்சி காத்திருந்தது. அவர்கள் வரும்முன்பே மேல்சாதிக்காரர்கள் தேரை இழுத்துச் சென்றுவிட்டனர். உள்ளூர் ஆங்கிலேய நீதிபதி, காவல்துறை மற்றும் சமூக விரோதிகள் துணையுடன் இது நடைபெற்றது. அதுமட்டுமல்ல; மேல்தட்டுப் பகுதி இந்துக்களில் வெறிப்பிடித்த ஒரு பகுதியினர் தாழ்த்தப்பட்ட மாணவர்களைப் பள்ளிகளிலிருந்து வெளியேற்றினர். தாழ்த்தப்பட்டவர்கள் வரக்கூடாதென்பதற்காக சாலைகளை மூடினர். உள்ளூர் கடைத்தெருவுக்கு வந்து அத்தியாவசிய உணவுப் பொருட்களைக்கூட வாங்க முடியாதபடி அவர்கள் தடுக்கப்பட்டனர். அருகிலுள்ள கிராமங்களிலும் இது நடைபெற்றது. தாழ்த்தப்பட்ட மக்கள் வன்முறைத் தாக்குதலுக்கும் ஆளாயினர்.

இத்தகைய ஆத்திரமூட்டும் சம்பவங்கள் பல நிகழ்ந்த போதிலும் அம்பேத்கர், தனது ஆதரவாளர்களைப் பொறுமையாக இருக்கச் செய்து சத்தியாகிரகத்தை தொடர்ந்து நடத்தினார். ஆனால் 1935ஆம் ஆண்டுதான் தாழ்த்தப்பட்ட மக்கள் அந்தக் கோவிலுக்குள் புக முடிந்தது.

17

நாகபுரி, தாழ்த்தப்பட்டோர் மாநாடும் லண்டன் வட்டமேஜை மாநாடும்

நாசிக் கோவில் போராட்டம் நடைபெற்று வந்த சமயத்தில், 1930ஆம் ஆண்டு மே மாதத்தில் சைமன் கமிஷன் அறிக்கை வெளியானது. அது, மோதிலால் நேரு குழு தயாரித்த அறிக்கையை முற்றிலும் நிராகரித்ததோடு மட்டுமல்ல, இந்தியத் தேர்தல்களில் தனி வாக்காளர் தொகுதிகள் நீடிக்க வேண்டுமென்றும் கூறியது.

இந்த அறிக்கை வெளியாகி இரண்டு மாதக் காலத்திற்குப்பின், அகில இந்தியத் தாழ்த்தப்பட்டோர் அமைப்பின் முதல் மாநாடு ஆகஸ்ட் 8ஆம் தேதி நாகபுரியில் கூடியது. இந்த மாநாட்டிற்கு டாக்டர் அம்பேத்கர் தலைமை வகித்தார். ஒரு ஒன்றுபட்ட சுயாட்சி சமூகமாகச் செயல்படுவது இந்திய மக்களுக்குச் சாத்தியமே என்று கூறிய அம்பேத்கர் மற்றொரு அம்சத்தையும் சுட்டிக்காட்டினார். பல மொழிகளைப் பேசக்கூடிய, பல இனங்களைக் கொண்டிருக்கக்கூடிய, பல மதங்களைக் கொண்டிருக்கக்கூடிய யூகோஸ்லாவியா, செக்கோஸ்லாவியா, ஹங்கேரி, சோவியத் யூனியன் போன்றவை நாடுகளாக இருக்கும்போது ஆங்கிலேயே அரசாங்கம் இந்தியாவை ஒரு நாடாகக் கருத மறுப்பது ஏன் என்ற வினாவை அவர் எழுப்பினார்.

காந்திஜி நடத்தி வந்த சட்டமறுப்பு இயக்கம் தேவையற்றது என்று அம்பேத்கர் கூறினார். அது ஒரு வெகுஜன நடவடிக்கை இயக்கம். அதன் சாராம்சமானது பலவந்தமாகக் கீழ்ப்படியச் செய்வது என்பதாகும் என்று கூறிய அம்பேத்கர், அது மிகப்பெருமளவில் நடத்தப்பட்டால் ஒரு புரட்சியில் போய்

முடியுமென்று கூறினார். ரத்தம் சிந்திய புரட்சியோ அல்லது ரத்தம் சிந்தாத புரட்சியோ எதுவாக இருந்தாலும் சரி, அது தன்னை எதிர்நோக்கியுள்ள பிரச்சனை குறித்து மிகவும் நிச்சயமற்ற நிலையில் செய்யப்படும் மாறுதலாகும். இதில் குழப்பமும் நாசமும் பெருமளவில் ஏற்படக்கூடிய ஆபத்து இருக்கிறது என்று அம்பேத்கர் கூறினார். புரட்சிகள் என்பவை பெரும்பாலும் தவிர்க்க இயலாதவை. அதே சமயத்தில் உண்மையான சமூக மாற்றத்தை ஒரு புரட்சியிலிருந்து பிரிக்கக்கூடிய பெரும் வேறுபாட்டை அவை மறக்கக்கூடாது என்று அவர் கூறினார்.

தாழ்த்தப்பட்ட மக்கள் வெறும் அதிகார மாற்றத்தோடு மட்டும் திருப்தியடைந்துவிடக்கூடாது என்று கூறிய அம்பேத்கர், அதிகார மாற்றமென்பது அதிகாரத்தைப் பங்கிட்டுக் கொள்வதோடு சேர்ந்து வர வேண்டுமென்றும் அப்பொழுதுதான் சமூகத்தில் செயல்பட்டுக் கொண்டிருக்கும் சக்திகளின் பலாபலத்தில் ஒரு உண்மையான சமூக மாற்றத்தைக் கொண்டு வருவதில் அது முடியுமென்றும் கூறினார்.

காந்திஜியின் போராட்டம் தேவையற்றது என்று கூறிய அம்பேத்கர் அந்த நேரத்தில் ஆங்கிலேய அரசாங்கத்தையும் கடுமையாகத் தாக்கினார். இந்தியாவின் ஆங்கிலேய அரசாங்கமானது உலகிலேயே மிக அதிகச் செலவை ஏற்படுத்தும் அரசாங்கம் என்று வர்ணித்த அம்பேத்கர், சென்ற நூற்றாண்டில் ஆங்கிலேய அரசாங்கம் இந்தியாவில் விளைவித்த நாசத்தை சுட்டிக்காட்டினார்.

முதல் 25 வருடங்களில் ஐந்து பஞ்சங்கள் ஏற்பட்டு 1 லட்சம் மக்கள் மடிந்தனர். அடுத்த 25 வருடங்களில் ஆறு பஞ்சங்கள் ஏற்பட்டு 50 லட்சம் பேர் மடிந்தனர். கடைசி 25 வருடங்களில் 18 பஞ்சங்கள் ஏற்பட்டு 150 லட்சம் மக்களிலிருந்து 260 லட்சம் மக்கள் வரை மடிந்தனர் என்று அம்பேத்கர் சுட்டிக்காட்டினார்.

மற்றொரு விஷயத்தையும் தாழ்த்தப்பட்ட மக்களுக்கு அம்பேத்கர் சுட்டிக்காட்டினார். இந்தியாவில் தொடர்ந்து ஆங்கிலேய ஆட்சி நடைபெற்றுக் கொண்டிருக்கும் நேரத்தில்தான் தாழ்த்தப்பட்ட மக்கள் மீதும் ஏழை மக்கள் மீதும் தாக்குதல்களும், அட்டூழியங்களும் இழைக்கப்பட்டு வருகின்றன என்பதையும் அவர் சுட்டிக்காட்டினார். இந்தியா முழுமைக்கும் சுயராஜ்யம் பெற அவர்கள் பாடுபட வேண்டுமென்று அம்பேத்கர் கேட்டுக் கொண்டார். தனது தலைமை உரையை முடிக்கும்முன் அவர் இரு விஷயங்களை மீண்டும் வலியுறுத்தினார். அரசியல் அதிகாரம் என்பது மட்டுமே அவர்களுடைய விடுதலையைக் கொண்டு வந்து விட முடியாது; அவமரியாதைகளிலிருந்தும் அநீதிகளிலிருந்தும் அவர்களை விடுவிக்கக்கூடிய இறுதியான மாமருந்து அவர்கள் சமூக ரீதியாக

உயர்த்தப்படுவதும் சீர்திருத்தமும் ஆகும். இந்தச் சகச் சீர்திருத்த இயக்கங்களானவை நமது மக்களை விடுவிப்பதிலும் அரசியல், சமூகம் மற்றும் பொருளாதாரம் உள்ளிட்ட வாழ்வின் அனைத்துத் துறைகளிலும் ஒவ்வொரு மனிதனும் ஒரே மதிப்பைப் பெற்றிருக்கக்கூடிய ஒரு சமூகத்தை இந்த நாட்டில் உருவாக்குவதிலும் முடியும்.

இந்த மாநாடு வரவிருக்கும் முதல் லண்டன் வட்டமேசை மாநாட்டிற்குத் தனது பிரதிநிதியாக டாக்டர் அம்பேத்கரைத் தேர்ந்தெடுத்தது. இந்த மாநாட்டுத் தயாரிப்பிற்குத் தொடர்ந்து பாடுபட்டதால் அவருடைய உடல்நிலை பெரிதும் பாதிக்கப்பட்டது. அவர் மாநாட்டு மேடையிலேயே மயங்கி விழுந்தார். எனவே, அதன் காரணமாகச் சில நாட்கள் அவர் ஓய்வெடுக்க வேண்டியிருந்தது.

சைமன் கமிஷன் அறிக்கைக்கு எதிராக இந்தியாவில் பலத்த எதிர்ப்பு உருவானதையும் தனது ஆட்சிக்கு எதிராக இந்தியாவில் பெரும் கிளர்ச்சி வெடித்துக் கொண்டிருப்பதையும் கண்ட ஆங்கிலேய அரசாங்கம் அவற்றைத் தணிக்கும் பொருட்டு இந்தியாவிற்கு ஓர் அரசியல் சட்டத்தை உருவாக்குவதென்று முடிவெடுத்தது. அதன் பொருட்டு லண்டனில் ஒரு வட்ட மேசை மாநாட்டைக் கூட்டப்போவதாகவும் அறிவித்தது. இங்கிலாந்து அரசாங்கம், இங்கிலாந்தின் அரசியல் கட்சிகள் மற்றும் இந்தியாவின் பல்வேறு அரசியல் கட்சிகள் சார்பில் பிரதிநிதிகள் கலந்து கொண்ட இந்த வட்ட மேசை மாநாடு 1930ஆம் ஆண்டு நவம்பர் 12ஆம் தேதி லண்டனில் தொடங்கியது. தாழ்த்தப்பட்ட மக்களின் சார்பாக டாக்டர் அம்பேத்கர் இந்த மாநாட்டில் கலந்து கொள்ள வேண்டுமென்று இங்கிலாந்து அரசாங்கம் அழைப்பு விடுத்தது. அம்பேத்கரும் அதை ஏற்று அக்டோபர் 4ஆம் தேதி லண்டனுக்குப் புறப்பட்டார்.அவருக்கு மிகப்பெரும் வழியனுப்பு விழா பம்பாயில் நடைபெற்றது. அம்பேத்கர் ஒரு விஷயத்தை மீண்டும் தெளிவுபடுத்தினார். வட்டமேசை மாநாடானது தாழ்த்தப்பட்ட மக்களின் கண்ணோட்டத்தில் பார்க்கும்பொழுது நிச்சயமாக அவர்களுக்குச் சாதகமானதாகும். தாழ்த்தப்பட்ட மக்கள் அமைப்பு உள்ளிட்ட அனைத்துக் கட்சிகளும் சுயராஜ்யம் என்பதுதான் இந்தியாவின் லட்சியம் என்று உறுதி பூண்டுள்ளன. வித்தியாசம் எதைக் குறித்து எழுதுகின்றதென்றால் எந்த மாதிரியான அரசியல் சட்டம், அந்த அரசியல் சட்டத்தில் சிறுபான்மையினரின் உரிமைகள் என்ன என்பது குறித்தே எழுகின்றன. முக்கியமான பிரச்சனை என்னவென்றால், அத்தகைய அதிகாரங்கள் ஒருசிறிய சிறுபான்மையினரின் கைகளில் விடப்பட வேண்டுமா அல்லது

அனைத்துப் பகுதிகளிடையேயும் சமமாகப் பிரித்துக் கொடுக்கப்பட வேண்டுமா என்பது குறித்தேயாகும். "என்னைப் பொருத்தமட்டில் என்னுடைய மக்களுக்கு நியாயமாக என்ன கிடைக்க வேண்டுமோ அதற்காகப் போராடுவேன். அதே சமயத்தில் சுயராஜ்ய கோரிக்கைளை முழுமனதாய் ஆதரிப்பேன்" என்றார்.

இந்த மாநாட்டில் 53 இந்தியப் பிரதிநிதிகள்,இங்கிலாந்தின் மூன்று அரசியல் கட்சிகளின் 16 பிரதிநிதிகள் உள்ளிட்ட மொத்தம் 89 பிரதிநிதிகள் கலந்து கொண்டனர். சர் தேஜ் பகதூர் சப்ரு, எம்.ஆர்.ஜெயகர், சீனிவாச சாஸ்திரி, ஆகாகான், முகமது அலி ஜின்னா, சர்தார் உஜ்ஜால் சிங், டாக்டர் பி.எஸ்.மூஞ்சே போன்றோரும் இந்திய மன்னர்களின் சார்பாகச் சர்.சி.பி.ராமசாமி அய்யர் போன்றோரும் தாழ்த்தப்பட்ட மக்களின் சார்பாக டாக்டர் அம்பேத்கரும் ராவ் பகதூர் ரெட்டைமலை சீனிவாசனும் இந்த மாநாட்டில் கலந்து கொண்டனர். காந்திஜி தலைமையில் இருந்த இந்தியத் தேசியக் காங்கிரஸ் இந்த மாநாட்டைப் புறக்கணித்தது.

இந்தியாவின் மிதவாதத் தலைவர்களுள் ஒருவராகிய சர்தேஜ் பகதூர் சப்ரு பேசும் பொழுது, பிரிட்டிஷ் காமன் வெல்த்தில் உள்ள மூன்று உறுப்பினர்களுக்கு இணையான தகுதியை இந்தியா பெற விரும்புவதோடு அதை அடைவதில் உறுதியாகவும் இருக்கின்றது என்றார்; இந்தச் சமத்துவமானது மக்கள் குரலுக்குச் செவிசாய்க்கக்கூடிய, அதற்குப் பொறுப்பாக இருக்கக்கூடிய ஒரு அரசாங்கத்தை ஏற்படுத்தும் என்று கூறினார்.

என்.எம்.ஜோஷி பேசும்பொழுது, புதிய அரசியல் சட்டத்தில் தொழிலாளர்களுக்கு அதிக உரிமைகள் கொடுக்கப்பட வேண்டுமென்று கூறினார்.

ஜெயகர் பேசும்பொழுது இந்தியாவிற்குக் குடியேற்ற நாட்டின் அந்தஸ்தைக் கேட்டார்.

டாக்டர் அம்பேத்கர் பேசும்பொழுது, பிரிட்டிஷ் இந்தியாவின் ஐந்தில் ஒரு பகுதி மக்களின் கண்ணோட்டத்தைத் தான் முன்வைப்பதாகக் கூறினார். இங்கிலாந்து அல்லது பிரான்சு நாட்டின் மக்கள் தொகையை விட அதிகமான இந்த ஐந்தில் ஒரு பகுதி மக்கள், பண்ணையடிமை அல்லது அடிமை என்ற நிலையை விட மோசமான நிலைமையில் வைக்கப்பட்டிருப்பதாகக் கூறினார். இந்தியாவில் உள்ள தாழ்த்தப்பட்ட மக்களும் ஆங்கிலேய அரசாங்கத்திற்குப் பதிலாக மக்களால் மக்களைக் கொண்டு மக்களாலேயே நடத்தப்படும் அரசாங்கத்தைப் பெற விரும்புகின்றனர் என்று அம்பேத்கர் சுட்டிக்காட்டினார். அவர் கூறினார்.

".... எங்களுடைய இன்றைய நிலைமையை ஆங்கிலேயர்கள் இந்தியாவிற்கு வருவதற்கு முன்பு இந்தியச் சமூகத்தில் நாங்கள் தாங்கிக் கொள்ள வேண்டியிருந்த துயரத்துடன் ஒப்பிடும்பொழுது, முன்னேறிச் செல்வதற்குப் பதிலாக நாங்கள் தக்க காலத்திற்காகக் காத்திருக்க வேண்டியிருக்கிறது. ஆங்கிலேயர் வருவதற்கு முன்பு தீண்டாமை காரணமாக நாங்கள் மோசமான நிலைமைகளில் வாழ வேண்டியிருந்தது. அவற்றை அகற்றுவதற்கு ஆங்கிலேய அரசாங்கம் எதையாவது செய்திருக்கிறதா? ஆங்கிலேயர்கள் வருவதற்கு முன்பு கிராமக்கிணற்றிலிருந்து நாங்கள் தண்ணீர் இறைக்க முடியாது. ஆங்கிலேய அரசாங்கம் அந்த உரிமையைப் பெற்றுத்தந்ததா? ஆங்கிலேயர்கள் வருவதற்கு முன்பு நாங்கள் கோவிலுக்குள் நுழைய முடியாது. இப்பொழுது நாங்கள் நுழைய முடியுமா? ஆங்கிலேயர்கள் வருவதற்கு முன்பு போலீஸ் படையில் நாங்கள் சேர முடியாது. ஆங்கிலேய அரசாங்கம் எங்களை அதில் சேர்த்திருக்கிறதா? ஆங்கிலேயர்கள் வருவதற்கு முன்பு நாங்கள் இராணுவத்தில் பணிபுரிய அனுமதிக்கப்படவில்லை. இப்பொழுது எங்களுக்கு அந்த வாய்ப்பு திறக்கப்பட்டிருக்கிறதா? ஆங்கிலேய ஆட்சி துவங்கி 150 ஆண்டுகள் ஆகியிருந்தும்கூட எங்களுக்கு இழைக்கப்பட்ட அநீதி இன்னும் களையப்படவில்லை. எங்களுக்கு ஏற்பட்ட காயங்கள் இன்னும் ஆறவில்லை.

அம்பேத்கர் மேலும் தொடர்கிறார்: "இந்த அரசாங்கத்தினால் யாருக்கு என்ன நன்மை? உழைக்கும் தொழிலாளிகளுக்கு வாழ்க்கைக்கான ஒரு ஊதியத்தைத் தர மறுக்கிற கண்ணியமான வேலை நிலைமைகளை ஏற்படுத்த மறுக்கிற முதலாளிகளுக்கான, நிலப்பிரபுகளுக்கான சாதாரண மக்களைக் கசக்கிப் பிழிவதற்கு வழிவகுக்கிற, பல வருடக்காலமாக ஏழை எளிய மக்களின் வாழக்கையை நாசப்படுத்துகிற சமூகத் தீமைகளை அகற்றாத ஒரு அரசாங்கமே ஆங்கிலேய அரசாங்கம். இத்தகைய தீமைகளை அகற்றுவதற்கான சட்டப்பூர்வ அதிகாரங்களை அது பெற்றிருந்த போதிலும்கூட ஆங்கிலேய அரசாங்கமானது இன்றுள்ள சமூக மற்றும் பொருளாதார வாழ்க்கை குறித்த சட்டங்களைத் திருத்துவதற்கு அஞ்சுகின்றது; ஏனென்றால் அதனுடைய தலையீடானது அதற்கு எதிர்ப்பை உருவாக்கி விடும் என்று அஞ்சுகிறது. நாட்டின் மிகச்சிறந்த நலன்களுக்கு முழு விசுவாசம் செலுத்தக்கூடிய மனிதர்கள் அதிகாரத்திலிருக்கக்கூடிய ஒரு அரசாங்கத்தை நாங்கள் பெற வேண்டும். நீதியும் அனுபவ அறிவும் உடனடியாகச் செய்ய வேண்டுமென்று கோருகிற வாழ்வின் சமூக மற்றும் பொருளாதாரச் சட்டங்களைத் திருத்துவதற்குப் பயப்படாத,

அடிபணியும் போக்கை நீக்கிப் போராடும் குணம் உள்ள மனிதர்களை அதிகாரத்தில் கொண்ட ஒரு அரசாங்கத்தை நாங்கள் பெற வேண்டும்."

இந்தியச் சமூகத்தில் தாழ்த்தப்பட்ட மக்கள் படும் துயரத்தையும் வேதனையையும் விவரித்த அம்பேத்கர், மேல்தட்டுப் பகுதிகளிலிருந்து வந்து அரசியல் இயக்கங்களை நடத்திக் கொண்டிருக்கின்ற அறிவுஜீவிகள் குறுகிய சாதிய நோக்கங்களை உதறி எறியாததைச் சுட்டிக்காட்டினார். அவர் கூறினார்:

"எங்களுடைய சொந்தக்கரங்களில் அரசியல் அதிகாரங்களைப் பெற்றால் ஒழிய எங்களுடைய குறைகளை எவரொருவரோ அல்லது நாங்களோ அகற்றி விட முடியாது என்று நாங்கள் உணர்கிறோம். தாழ்த்தப்பட்ட மக்கள் நீண்டகாலமாகக் காத்துக்கிடக்கிறார்கள்."

இறுதியில் அம்பேத்கர் ஒரு எச்சரிக்கை விடுத்தார்: "நாட்டில் இன்றுள்ள கொந்தளிப்பு போதுமான அளவு உணரப்படவில்லை என்று நான் அஞ்சுகின்றேன். பெரும்பான்மையான மக்களுக்கு ஏற்புடையதல்லாத எந்த ஒரு அரசியல் சட்டமும் செயல்பட முடியாது. நீங்களே தீர்மானித்து இந்தியா ஏற்றுக் கொண்டது என்ற காலம் போய்விட்டது. இனி அந்தக் காலம் திரும்பாது. உங்களுடைய புதிய அரசியல் சட்டம் செயல்பட வேண்டுமென்று நீங்கள் விரும்பினால் மக்களுடைய சம்மதத்தைப் பெற வேண்டும்."

அந்த வட்டமேசை மாநாடு ஒன்பது உபக்குழுக்களை உருவாக்கியது. அம்பேத்கர் பல முக்கியமான குழுக்களில் சேர்க்கப்பட்டார். பாதுகாப்புக் குழுவின் அறிக்கை மீது நடைபெற்ற விவாதத்தில் கலந்து கொண்டு அம்பேத்கர் பேசும்பொழுது, இந்திய ராணுவத்தில் தகுதி வாய்ந்த அனைத்து இந்தியர்களுக்கும் வாய்ப்பளிக்கப்பட வேண்டுமென்று கோரினார். இந்தியாவின் எதிர்கால அரசியல் சட்டத்தில் சேர்க்கும் பொருட்டு சிறுபான்மையினர் உபகுழுவிற்கு அவர் ஆவணத்தை தயாரித்து அளித்தார். "அடிப்படை உரிமைகள் பிரகடனம்" என்ற இந்த ஆவணமானது "சுயாட்சி இந்தியாவின் எதிர்கால அரசியல் சட்டத்தில் தாழ்த்தப்பட்ட மக்களைப் பாதுகாக்கும் அரசியல் பாதுகாப்பிற்கான ஒரு திட்டம்" என்ற பெயரைக் கொண்டிருந்தது. இந்தப் பிரகடனமானது நாட்டின் மற்ற குடிமக்களைப் போலவே தாழ்த்தப்பட்ட மக்களுக்கும் சம குடியுரிமைகள் வழங்கப்பட வேண்டும், தீண்டாமையும் மற்ற விதமான அபராதங்கள், பாதகமான நிலைமைகள், செயல்பட விடாமல் தடுக்கும் போக்கு அல்லது சட்டப்படி பாரபட்சம் காட்டப்படுவது போன்றவை நிறுத்தப்பட வேண்டும். அத்துடன் சட்டமன்றங்களில் போதுமான பிரதிநிதித்துவம்

வேண்டுமென்றும் தனியாக வாக்காளத் தொகுதி மூலமாகத் தங்களுடைய சமூகத்தைச் சேர்ந்தவர்களைத் தங்களுடைய பிரதிநிதிகளாகத் தேர்ந்தெடுக்கும் உரிமை வேண்டுமென்றும் அது கோரியது. அரசாங்க வேலைவாய்ப்புகளில் தாழ்த்தப்பட்ட மக்களுக்குப் போதுமான பிரதிநிதித்துவம் அளிக்க வேண்டுமென்றும் அரசாங்கத்திற்கு ஆட்களைத தேர்வு செய்வதற்கும் அரசாங்கத்துறை பணிகளைக் கட்டுப்படுத்துவதற்கும் அரசுத் தேர்வாணைக்குழு உருவாக்கப்பட வேண்டுமென்றும் அந்தப் பிரகடனம் கோரியது.

என்.எம்.ஜோஷி, கே.டி.பால், ஜாதவ் ஆகியோரும் அம்பேத்கரும் வாக்குரிமை உபக்குழுவின் ஆலோசனைகளுக்கு எதிர்ப்புத் தெரிவித்தனர். வாக்குரிமை என்பதை ஒரு பகுதியினரோடு நிறுத்திவிடக்கூடாது, வயது வந்த அனைவருக்கும் வாக்குரிமை வேண்டுமென்றும் இந்த நால்வரும் கோரினர். வாக்குரிமை என்பதை இங்கிலாந்தின் தொழிற்கட்சி அரசாங்கம் ஒரு வரம்புக்குள் மட்டும் நிறுத்தி விடுமானால் அது, தாழ்த்தப்பட்ட மக்களைத் தங்கள் நலனில் அக்கறை காட்டாதவர்களின் தயவில் விட்டுவிடும் என்றும் அது தாழ்த்தப்பட்ட மக்களுக்குச் செய்யும் துரோகம் என்றும் இங்கிலாந்து அரசாங்கத்தை டாக்டர் அம்பேத்கர் எச்சரித்தார்.

இந்த முதல் வட்டமேசை மாநாடானது பொதுவாகத் தோல்வியில் முடிந்தது. இந்தியத் தேசியக் காங்கிரஸ் அதைப் புறக்கணித்தது. இந்துக்களுக்கும் முஸ்லிம்களுக்கும் தனித்தனி வாக்காளர் தொகுதிகள் வைக்கப்பட வேண்டுமென்று முஸ்லிம் லீக் பிடிவாதம் பிடித்தது. யார் யாருக்கு எவ்வளவு தொகுதிகள் ஒதுக்குவது போன்ற பிரச்சனைகளில் மிதவாதத் தலைவர்களுக்கும் முஸ்லிம் தலைவர்களுக்கும் இடையில் ஏற்பட்ட கருத்து வேறுபாடு போன்றவை காரணமாக இந்த மாநாடு தோல்வியில் முடிந்தது. அம்பேத்கர் 1931ஆம் ஆண்டு பிப்ரவரி மாதத் தொடக்கத்தில் லண்டனில் இருந்து புறப்பட்டுப் பிப்ரவரி 27ஆம் தேதி பம்பாய்க்கு வந்து சேர்ந்தார். அவருக்கு ஒரு உற்சாகமான வரவேற்பு அளிக்கப்பட்டது.

18

காந்திஜியுடன் கடும் மோதல்

முதல் வட்டமேசை மாநாடு தோல்வி அடைந்ததைத் தொடர்ந்து இந்தியாவின் அரசியல் நிலைமையில் பல மாற்றங்கள் ஏற்பட்டன. இங்கிலாந்து பிரதமரின் கட்டளைப்படி இந்தியாவின் வைஸ்ராய் இர்வின் பிரபு, சிறை வைக்கப்பட்டிருந்த காந்திஜியையும் மற்ற தலைவர்களையும் விடுதலை செய்தார். அதன்பின் காந்திஜிக்கும் வைஸ்ராய்க்குமிடையே பேச்சுவார்த்தை நடைபெற்று மார்ச் 5ஆம் தேதி ஒரு ஒப்பந்தம் உருவாக்கப்பட்டது. இந்தியத் தேசியக் காங்கிரஸ் அதனுடைய ஒத்துழையாமை இயக்கத்தைத் தற்காலிகமாக நிறுத்திவைக்க வேண்டுமென்றும் இரண்டாவது வட்டமேசை மாநாட்டில் அது கலந்து கொள்ளுமென்றும் காந்திஜி அறிவித்தார்.

1931ஆம் ஆண்டு ஜூலை மாதத்தில் இரண்டாவது வட்டமேசை மாநாட்டில் கலந்து கொள்ளும் பிரதிநிதிகளின் பெயர்களை இங்கிலாந்து அரசாங்கம் அறிவித்தது. காந்திஜி, முகமது அலி ஜின்னா, சரோஜினி நாயுடு, டாக்டர் அம்பேத்கர், மதன்மோகன் மாளவியா, சாப்ரூ, ஏ.ராமசாமி முதலியார், மிர்ஸா இஸ்மாயில் போன்றோர் உள்ளிட்ட பெயர்களை அறிவித்தது.

சிறையில் இருந்து விடுதலையான காந்திஜி வரவிருக்கும் இரண்டாவது வட்டமேசை மாநாட்டில் இந்தியத் தூதுக்குழு முழுவதும் கடைப்பிடிக்க வேண்டிய அணுகுமுறையை உருவாக்குவதற்காக முடிந்தளவு அதில் கலந்து கொள்ளும் உறுப்பினர்களின் கருத்துக்களைக் கேட்டறிய முடிவு செய்தார். அதன்படி, தான், அம்பேத்கரை அன்று மாலை 8 மணிக்கு அவருடைய இல்லத்தில் வந்து சந்திக்கலாமா என்று கேட்டு 1931ஆம்ஆண்டு ஆகஸ்ட் 6ஆம் தேதி காலையில் ஒரு கடிதத்தை அம்பேத்கருக்கு அனுப்பினார். அம்பேத்கர் அப்பொழுதுதான் வெளியூர் சுற்றுப்பயணத்தை முடித்துத் திரும்பியிருந்தார். அத்துடன் ஜுரம் வேறு அடித்துக் கொண்டிருந்தது. எனவே, அவர் அன்று

மாலை 8 மணிக்குத் தானே காந்திஜியை அவருடைய இல்லத்தில் சந்திப்பதாகத் தகவல் அனுப்பினார். ஆனால், ஜுரம் அதிகரித்துக் கொண்டே போனதால் அன்று மாலை அவரால் காந்திஜியைச் சந்திக்க முடியவில்லை. இறுதியாக, ஆகஸ்ட் மாதம் 14ஆம் தேதி மதியம் இரண்டு மணிக்குத்தான் அவர் காந்திஜியை சந்திக்க முடிந்தது. இருவரும் ஒருவருக்கொருவர் மகிழ்ச்சியுடன் வணக்கம் செலுத்திக் கொண்டனர். பரஸ்பரம் ஒருவர் ஆரோக்கியத்தை மற்றவர் விசாரித்துக் கொண்டனர். அதன்பின் பேச்சுவார்த்தை தொடங்கியது.

காந்திஜி: நல்லது. டாக்டர் அவர்களே, இந்த விஷயத்தில் நீங்கள் என்ன சொல்ல விரும்புகிறீர்கள்?

அம்பேத்கர்: எங்கள் கருத்தைத் தெரிந்து கொள்வதற்காக நீங்கள்தான் எங்களை அழைத்தீர்கள். எனவே நீங்கள்தான் சொல்லவேண்டும். இல்லையென்றால் கேள்வியாகக் கேளுங்கள். நான் பதிலாகச் சொல்கிறேன்.

காந்திஜி: (அம்பேத்கரை முறைத்துப் பார்த்தவாறே) காங்கிரசுக்கு எதிராகவும் எனக்கெதிராகவும் உங்களுக்கு மனக்குறை இருப்பதாக எனக்குத் தெரிகிறது. ஒரு விஷயத்தைச் சொல்லட்டுமா? தீண்டாமை பிரச்சனை பற்றி நான் பள்ளிக்கூடத்தில் படிக்கும் நாட்களிலிருந்தே நினைத்துக் கொண்டிருக்கிறேன். அப்பொழுது நீங்கள் பிறந்திருக்கக்கூட மாட்டீர்கள். காங்கிரஸ் திட்டத்தில் இந்தப் பிரச்சனையை இணைப்பதற்காக நான் எவ்வளவு பாடுபட்டுக் கொண்டிருக்கிறேன் என்பது ஒருவேளை நீங்கள் அறிந்திருக்கலாம். இந்தப் பிரச்சனை மதம் சம்பந்தப்பட்ட, சமூகப் பிரச்சனை சம்பந்தப்பட்ட ஒரு விஷயம் என்றும் எனவே அதை அரசியல் பிரச்சனையோடு இணைக்கக்கூடாதென்றும் காங்கிரஸ் தலைவர்கள் எதிர்க்கிறார்கள். இதுமட்டுமல்ல, தாழ்த்தப்பட்ட மக்களை உயர்த்திவிடுவதற்காக 20 லட்சம் ரூபாய்க்குக் குறையாமல் காங்கிரஸ் கட்சி செலவழித்திருக்கிறது. உங்களைப் போன்றவர்கள் என்னையும் காங்கிரசையும் எதிர்ப்பது ஆச்சரியமாக இருக்கிறது. உங்களுடைய நிலைப்பாட்டை நியாயப்படுத்த நீங்கள் ஏதாவது சொல்ல விரும்பினால் தாராளமாகச் சொல்லலாம்.

அம்பேத்கர்: தீண்டாமை பிரச்சனை குறித்து நான் பிறப்பதற்கு முன்பிருந்தே நீங்கள் சிந்தித்துக் கொண்டிருப்பது உண்மைதான் மகாத்மாஜி! வயதானவர்களும் மூத்தவர்களும் தங்கள் வயதைக் குறித்துப் பேச எப்பொழுதுமே விரும்புவார்கள். உங்கள் முயற்சியின் காரணமாகக் காங்கிரஸ் கட்சி இந்தப் பிரச்சனையைப் புரிந்து கொண்டிருப்பது உண்மைதான். ஆனால் ஒரு விஷயத்தை உங்களுக்கு

அப்பட்டமாகச் சொல்லட்டுமா? இந்தப்பிரச்சனை இருக்கிறதென்று பெயரளவுக்குக் கூறியதைத் தவிர காங்கிரஸ் எதுவுமே செய்யவில்லை. இருபது லட்சம் ரூபாய்க்கு மேல் காங்கிரஸ் செலவு செய்திருப்பதாகக் கூறினீர்கள். அது முழுவதும் வீணானது என்று நான் கூறுகின்றேன். அத்தகைய பின்பலத்தைக் கொண்டு என்னுடைய மக்களின் கண்ணோட்டத்திலும் பொருளாதார நிலைமைகளிலும் வியக்கத்தக்க மாற்றத்தை நான் ஏற்படுத்தியிருக்க முடியும். ஆனால், தான் கூறுவதில் காங்கிரஸ் காங்கிரஸ் விசுவாசமாக இருப்பதில்லை. அவ்வாறு விசுவாசமாக இருந்திருக்குமானால் அது நிச்சயம் தீண்டாமையை அகற்றியிருக்க முடியும். காங்கிரஸ் கட்சியின் உறுப்பினராகக் கதர் அணிய வேண்டும் என்ற நிபந்தனை இருப்பது போல் தீண்டாமையை அகற்றுவது என்பதையும் ஒரு நிபந்தனையாகச் சேர்த்திருக்கக்கூடும். தாழ்த்தப்பட்ட பெண்ணையோ அல்லது ஆணையோ தன் வீட்டில் வேலைக்கு வைத்துக் கொள்ளாத அல்லது ஒரு தாழ்த்தப்பட்ட மாணவனை வளர்க்காத அல்லது வாரத்திற்கு ஒருமுறை ஒரு தாழ்த்தப்பட்ட மாணவனோடு தன் வீட்டில் உணவு உண்ணாத எவர் ஒருவரும் காங்கிரசின் உறுப்பினராக முடியாது என்று நீங்கள் செய்திருக்கலாம். அத்தகைய ஒரு நிபந்தனை இருந்திருந்தால் தாழ்த்தப்பட்ட மக்கள் கோவிலுக்குள் நுழைவதை மாவட்டக் காங்கிரஸ் கமிட்டித் தலைவர் எதிர்ப்பது போன்ற கேலிக்கூத்தான காட்சிகளை நீங்கள் தவிர்த்திருக்கக்கூடும்.

காங்கிரஸ் பலத்தை விரும்புகிறது. எனவே இத்தகைய நிபந்தனை விதிப்பது விவேகமற்றது என்று நீங்கள் கூறுகின்றீர்கள். அப்படியானால் கோட்பாடு என்பதைவிடப் பலத்தைத்தான் காங்கிரஸ் பெரிதாக மதிக்கிறது என்று நான் கருதுகிறேன். இதுதான் காங்கிரசிற்கு எதிராகவும் உங்களுக்கெதிராகவும் நான் கூறும் குற்றச்சாட்டு. இங்கிலாந்து அரசாங்கம் ஒரு மனமாற்றத்தைக் காண்பிக்கவில்லையென்று நீங்கள் கூறுகிறீர்கள். எங்கள் பிரச்சனை குறித்து இந்துக்கள் ஒரு மனமாற்றத்தைக் காண்பிக்கவில்லையென்று நான் கூறுகின்றேன். அவர்கள் அவ்வாறு பிடிவாதமாக இருக்கும்வரை நாங்கள் காங்கிரசையோ அல்லது இந்துக்களையோ நம்ப முடியாது. நாங்கள் சுய உதவி, சுயமரியாதை என்பதில் நம்பிக்கை கொண்டுள்ளோம். மகத்தான தலைவர்களிடமும் மகாத்மாக்களிடமும் நம்பிக்கை வைக்க நாங்கள் தயாராக இல்லை. அதை நான் பட்டவர்த்தனமாகச் சொல்லுகின்றேன். காங்கிரஸ்காரர்கள் ஏன் எங்கள் இயக்கத்தை எதிர்க்கிறார்கள்? துரோகி என்று என்மீது பழிசுமத்துகிறார்கள். காந்திஜி! எனக்கென்று தயாகம் எதுவும் கிடையாது.

காந்திஜி: (வியப்புடன்) உங்களுக்கென்று தாயகம் இருக்கின்றது. வட்டமேசை மாநாட்டில் நீங்கள் செயல்பட்ட விபரம் எனக்குக் கிடைத்தது. நீங்கள் ஒரு அப்பழுக்கற்ற தேசபக்தர்.

அம்பேத்கர்: எனக்கென்று தாயகம் இருப்பதாக நீங்கள் கூறுகின்றீர்கள். பூனைகளை விடவும், நாய்களை விடவும் நாங்கள் கேவலமாக நடத்தப்படுகின்ற இந்த நாட்டில், குடிக்கக்கூட நீர் பெற முடியாத இந்த நாட்டை என்னுடைய தாயகம் என்று எப்படிக்கூற முடியும்? இந்த மதத்தை என்னுடைய மதமென்று எப்படிக்கூற முடியும்? சுயமரியாதையுள்ள எந்த ஒரு தாழ்த்தப்பட்ட மனிதனும் இந்தநாடு குறித்துப் பெருமைப்பட முடியாது. இந்தநாடு எங்களுக்கு இழைக்கும் அநீதியும் துயரங்களும் பூதாகரமானவை; அதன் காரணமாகத் தெரிந்தோ தெரியாமலோ விசுவாசமின்மை என்பதற்கு நாங்கள் பலியாகியிருந்தால் அதற்கான பொறுப்பு முழுவதும் இந்த நாட்டையே சேரும். ஒரு துரோகி என்று வர்ணிக்கப்படுவது குறித்து நான் கவலைப்படவில்லை. ஏனென்றால் எங்களுடைய செயலுக்கான பொறுப்புகள் முழுவதும் என்னைத் துரோகி என்று வர்ணிக்கும் நாட்டையே சேரும். நீங்கள் கூறுவது போல் நாட்டிற்கு ஏதாவது நான் சேவை செய்திருந்தால், நாட்டின் தேசபக்த லட்சியத்திற்கு நான் உதவியிருந்தால் அல்லது நன்மையாகும்படி ஏதாவது நான் செய்திருந்தால் அது என்னுடைய உள்ளத்தின் ஏதாவதொரு தேசபக்த உணர்வினால் செய்யப்பட்டதல்ல, அது என்னுடைய களங்கமற்ற மனசாட்சியினால் செய்யப்பட்டதாகும். காலங்காலமாக மிதியுண்டு வரும் எனது மக்களுக்கு மனித உரிமைகளைப் பெறுவதற்கான என்னுடைய முயற்சியின் காரணமாக இந்த நாட்டிற்கு நான் ஏதாவது தீமை செய்திருந்தால் அது ஒரு பாவமல்ல; என்னுடைய செயல் காரணமாக இந்த நாட்டிற்கு எந்தவொரு தீமையும் ஏற்படவில்லையென்றால் அது என் மனசாட்சியின் காரணமாகும். என்னுடைய மனசாட்சியினால் உந்தப்பட்டு இந்த நாட்டிற்கு எந்தத் தீங்கையும் நினைக்காமல், செய்யாமல், என்னுடைய மக்களுக்கு மனித உரிமைகளைப் பெறப் பாடுபட்டுக் கொண்டிருக்கின்றேன்.

அம்பேத்கர் மேலும் தொடர்கிறார்:

முஸ்லிம்களும் சீக்கியர்களும் சமூகரீதியாக, அரசியல் ரீதியாக, பொருளாதார ரீதியாகத் தாழ்த்தப்பட்ட மக்களைவிட மிகவும் முன்னேறியவர்கள் என்பதை ஒவ்வொருவரும் அறிவார்கள். முதல் வட்டமேசை மாநாடானது முஸ்லிம் கோரிக்கைக்கு அரசியல் அங்கீகாரம் கொடுத்து அவர்களுக்கு அரசியல் பாதுகாப்புகள் அளிக்கச் சிபாரிசு செய்துள்ளது. காங்கிரஸ் அவர்களுடைய

கோரிக்கைகளை ஏற்றுக் கொண்டுள்ளது. முதல் வட்டமேசை மாநாடானது, தாழ்த்தப்பட்ட மக்களுக்கு அரசியல் உரிமைகளை அங்கீகரித்துள்ளது; அவர்களுக்கு அரசியல் பாதுகாப்புகளையும் போதுமான பிரதிநிதித்துவத்தையும் சிபாரிசு செய்துள்ளது. அது தாழ்த்தப்பட்ட மக்களுக்கு நன்மை அளிக்கும் என்றே கருதுகின்றோம். உங்களுடைய கருத்து என்ன?

காந்திஜி: இந்துக்களிடமிருந்து தாழ்த்தப்பட்ட மக்களை அரசியல் ரீதியாகப் பிரிப்பதை நான் எதிர்க்கின்றேன். அது முற்றிலும் தற்கொலை செய்வதற்கு ஒப்பாகும்.

அம்பேத்கர்: (எழுந்தவாறே) உங்களுடைய கருத்தை வெளிப்படையாகக் கூறியதற்காக நான் நன்றி கூறுகிறேன். இந்த ஜீவாதாரமான பிரச்சனை குறித்து நம்முடைய நிலைப்பாடு என்ன என்பதை தெரிந்து கொண்டது நல்லது. உங்களிடமிருந்து விடைபெற்றுக் கொள்கிறேன்…” [1]

குறிப்பு

1. 1947 ஆம் ஆண்டு ‘நவயுக்’ பத்திரிகையின் அம்பேத்கர் சிறப்பு மலரில் வெளியானதை மேற்கோள் காட்டுபவர் தனஞ்செய் கீர்: ‘Dr.Ambedkar Life and Mission’

19

இரண்டாவது வட்டமேசை மாநாடு

இங்கிலாந்து அரசாங்கம் ஏற்கெனவே அறிவித்தபடி இரண்டாவது வட்டமேசை மாநாட்டை 1931ஆம் ஆண்டு செப்டம்பர் மாதம் 7ஆம் தேதி லண்டனில் கூட்டியது. காந்திஜி, பண்டித மதன்மோகன் மாளவியா, திருமதி சரோஜினி நாயுடு போன்றோர் காங்கிரஸ் கட்சியின் சார்பாகவும் முகமது அலி ஜின்னா, சர் முகமது இக்பால் ஆகியோர் முஸ்லிம் லீக் சார்பாகவும் டாக்டர் அம்பேத்கர், திவான் பகதூர் ரெட்டைமலை சீனிவாசன், ஆகிய இருவரும் தாழ்த்தப்பட்டோர் சார்பாகவும் இம்மாநாட்டில் கலந்து கொண்டனர். மேலும் சீக்கியர்கள் சார்பாக உஜ்வால் சிங்கும் மகாராஜாக்கள் சார்பாக பிகானீர் மகாராஜா போன்றோரும் தனி நபர்களாக வி.எஸ்.சீனிவாச சாஸ்திரி, சர்.ஏ.ராமசாமி முதலியார் போன்றோரும் மற்றும் பலரும் இம்மாநாட்டில் கலந்து கொண்டனர்.

முதல் வட்டமேஜை மாநாடு உருவாக்கிய பல்வேறு குழுக்கள் தயாரித்த அறிக்கைகளை மறுபரிசீலனை செய்து அவற்றை விரிவாக்கம் செய்யும் பொறுப்பு இந்த மாநாட்டிற்கு அளிக்கப்பட்டது. இந்த மாநாட்டின் மிக முக்கியக் கடமைகளை நிறைவேற்றும் பொறுப்பு 'சமஸ்டி அமைப்புக் குழுவிற்கும்' சிறுபான்மை குழுவிற்கும் விடப்பட்டது.

'சமஷ்டி அமைப்புக்குழுவின்' கூட்டத்தில் காந்திஜி செப்டம்பர் 15ஆம் தேதி உரை நிகழ்த்தினார். இந்தியாவின் அனைத்து நலன்களுக்கும் மதங்களுக்கும் சாதிகளுக்குமான ஏகப்பிரதிநிதி இந்திய தேசியக் காங்கிரஸ் மட்டுமே என்று அவர் கூறினார். இந்துக்கள், முஸ்லிம்கள், தாழ்த்தப்பட்ட மக்கள், கிறிஸ்தவர்கள், பார்ஸிகள் ஆகியோர் காங்கிரஸ் அமைப்பில் தீவிர உறுப்பினர்களாயிருப்பது மட்டுமல்ல அந்தக் கட்சியின் முக்கியமான

பொறுப்புக்களிலும் இருக்கிறார்கள் என்றும் காந்திஜி கூறினார். இந்தியாவிலுள்ள மன்னராட்சி மாநிலங்களில் உள்ள பிரச்சனைகளுக்குள் காங்கிரஸ் கட்சி தலையிடாது என்று கூறுமளவுக்கு காந்திஜி சென்றார்.

அவர் பேசி முடித்தபின் அம்பேத்கர் பேசினார். சமஷ்டி அமைப்புக் குழுவின் கூட்டத்தில் முதன்முறையாகப் பேசிய அம்பேத்கர், மன்னராட்சி மாநிலங்கள் குறித்து ஒரு கருத்தை வலியுறுத்தினார். இந்திய யூனியனில் இணைவதற்கு முன் எந்தவொரு மாநிலமும் தன்னுடைய பிரஜைகளுக்கு ஒரு நாகரிகமான வாழ்வை அளிப்பதற்குத் தேவையான நிதியாதாரங்களையும் திறனையும் பெற்றிருக்கிறதா என்பதை அது நிரூபிக்க வேண்டும் என்று அவர் கோரினார். அதுமட்டுமல்ல, மற்றொரு முக்கியமான நிபந்தனையையும் அவர் விதித்தார். சமஷ்டி சட்டமன்றத்திற்கான மாநிலங்களின் பிரதிநிதிகள், மக்களால் தேர்ந்தெடுக்கப்பட்டவர்களாக இருக்க வேண்டும், மகாராஜாக்களினால் நியமனம் செய்யப்பட்டவர்களாக இருக்கக்கூடாது என்ற கருத்தையும் அம்பேத்கர் வலியுறுத்தினார். நியமனம் செய்வதென்ற கொள்கையானது பொறுப்பான அரசாங்கம் என்ற கொள்கைக்கு எதிரானது என்றும் அம்பேத்கர் தெளிவுபடுத்தினார். நிலப்பிரபுக்களுக்கு விஷேசப் பிரதிநிதித்துவம் வேண்டும் என்ற கோரிக்கையை அம்பேத்கர் எதிர்த்தார். நிலப்பிரபுக்கள் என்பவர்கள் பழமைவாதத்தை ஆதரித்துக் கொண்டு அதன்மூலம் சுதந்திரம் மற்றும் முன்னேற்றம் போனறவற்றின் லட்சியங்களுக்கு ஊறு விளைவிப்பதால் அவர்களுக்கு விசேஷப் பிரதிநிதித்துவம் கொடுக்கக்கூடாது என்று வாதிட்டார்.

அம்பேத்கரின் இந்த உரையானது, மாநாட்டில் கலந்து கொண்ட மன்னர்கள் மற்றும் பிரபுக்களின் பிரதிநிதிகள் மற்றும் அவர்தம் நலம்விரும்புவோரிடைய பலத்த எதிர்ப்பைத் தோற்றுவித்தது. சமஷ்டிச் சட்டமன்றத்திற்கான தங்களுடைய பிரதிநிதிகளை நியமனம் மூலம்தான் அனுப்ப முடியுமென்று அவர்கள் வாதிட்டனர்.

அடுத்தநாள் காலையில் காந்திஜி மீண்டும் பேசினார். இந்த மாநாட்டின் பிரதிநிதிகள் இந்திய மக்களால் தேர்ந்தெடுக்கப்பட்ட பிரதிநிதிகள் அல்ல. அவர்கள் இங்கிலாந்து அரசாங்கத்தினால் தேர்ந்தெடுக்கப்பட்டவர்கள் என்று கூறிய காந்திஜி, சமஷ்டிச் சட்டமன்றங்களில் மாநிலங்களின் பிரதிநிதித்துவம் குறித்து அம்பேத்கர் கூறிய கருத்தைப் பொதுவாகத்தான் ஆதரிப்பதாகக் கூறினார். ஆனால், தன் எண்ணம் முழுவதும் மன்னர்களுக்கு ஆதரவாகப் பேசிய அவர்களது பிரதிநிதிகள் பக்கம் இருப்பதாகக் கூறிக்கொண்டார்.

"எனது வார்த்தையில் பணிவாகக் கூறுவதென்றால் மாநிலங்கள் என்ன செய்ய வேண்டும், என்ன செய்யக்கூடாது என்று கூறுவதற்கு நமக்கு இங்கே உரிமை இல்லை" என்று அவர் கூறினார். பல்வேறு சமூகங்கள் விஷேசப் பிரதிநிதித்துவம் கோருவது குறித்து காந்திஜி தன் கருத்தைக் கூறுகையில், இந்துமுஸ்லிம்சீக்கியப் பிரச்சனையில் அவர்களுக்கு விஷேச சலுகை கொடுப்பதற்கு காங்கிரஸ் தன்னைத் தயார்ப்படுத்திக் கொண்டது என்றும், அதற்குப் பலமான வரலாற்றுக் காரணங்கள் இருக்கின்றன என்றும் கூறினார்.

ஆனால் தாழ்த்தப்பட்ட மக்களுக்கு விஷேசப் பிரதிநிதித்துவம் கொடுக்கப்பட வேண்டுமென்ற கோரிக்கைகளை காந்திஜி ஏற்க மறுத்தார். "தாழ்த்தப்பட்டவர்கள் என்பவர்கள் இந்து மதத்தைச் சேர்ந்தவர்களாதலால் அவர்களுடைய உரிமைகளைப் பாதுகாக்கும் நிலையில் இந்தியத் தேசியக் காங்கிரஸ் இருக்கிறது. எனவே அவர்களுக்கு மேலும் ஏதாவது விசேஷப் பிரதிநிதித்துவம் கொடுப்பதை நான் மிகப் பலமாக எதிர்ப்பேன்" என்று காந்திஜி கூறினார்.

காந்திஜியின் இந்துப் பேச்சானது தாழ்த்தப்பட்ட மக்களுக்கெதிரான காந்திஜியின்காங்கிரஸ் போர்ப்பிரகடனமே தவிர வேறில்லை என்று அம்பேத்கர் கருதினார்.

இந்தியாவின் எதிர்கால அரசியல் சட்ட அமைப்பை உருவாக்குவதெற்கென்று நியமிக்கப்பட்ட இந்த அமைப்புக் குழுவில் காரசாரமான நீண்ட விவாதங்கள் நடைபெற்றன. கருத்துப் பரிமாற்றங்கள் செய்யப்பட்டன. தலைசிறந்த வழக்கறிஞர்களில் ஒருவரான பாரிஸ்டர் அம்பேத்கர் உலகின் அரசியல் சட்ட வரலாற்றையும் எதிர்கால இந்தியாவின் அரசியல் சட்ட உருவாக்கம் குறித்தும் ஏராளமான விபரங்களை இந்தக் குழுவிற்கு எடுத்துரைத்தார். அவருடைய பன்முகப்பட்ட திறமைக்குப் பாராட்டுக்கள் பல குவிந்தன.

சிறுபான்மைக் குழுவானது செப்டம்பர் 28ஆம் தேதி தன் பணியைத் துவக்கியது. இதையொட்டி காந்திஜியும் அம்பேத்கரும் சந்தித்துப் பேசினர். அம்பேத்கர் தனது நிலையை எடுத்துரைத்தார். அதைக்கேட்ட காந்திஜி, அம்பேத்கரின் கோரிக்கைகளை மற்றவர்களும் ஏற்றுக்கொண்டால் தானும் அதற்குச் சம்மதிப்பதாக மட்டும் கூறினார்.

சிறுபான்மைக் குழுவின் கூட்டம் செப்டம்பர் 28ஆம் தேதி அன்று இங்கிலாந்தின் பிரதமரால் தொடங்கிவைக்கப்பட்டது. காந்திஜி அன்றிரவில் முஸ்லிம் லீக் பிரதிநிதிகளைச் சந்திக்கவிருப்பதால் மாநாட்டை ஒத்திவைக்க வேண்டுமென்று ஆகாகான் கோரினார்.

பண்டித மதன் மோகன் மாளவியா அதை ஆதரித்தார். காந்திஜிக்கும் முஸ்லிம் லீக் தலைவர்களுக்குமிடைய ரகசியப் பேச்சுவார்த்தைகள் நடைபெற்று வருவதை அறிந்திருந்த அம்பேத்கர் ஒரு எச்சரிக்கை விடுத்தார். ரகசியப் பேச்சுவார்த்தைகள் நடைபெறுவதைத் தான் ஆட்சேபிக்கவில்லையென்றும் ஆனால் தாழ்த்தப்பட்ட மக்கள் விதியைத் தீர்மானிப்பதைக் காங்கிரஸ்காரர்களிடம், தான் விட முடியாது என்றும் காங்கிரஸ்காரர்கள் மற்றும் முஸ்லிம் லீக் தலைவர்களிடையே ஏற்படும் எந்தவொரு உடன்பாடும் தன்னையோ தாழ்த்தப்பட்ட மக்களையோ கட்டுப்படுத்த முடியாது என்றும் அம்பேத்கர் தெளிவாகக் கூறினார்.

காந்திஜி வேண்டுகோளுக்கிணங்க சிறுபான்மைக் குழுவின் கூட்டம் பலமுறை ஒத்திவைக்கப்பட்டது. முஸ்லிம் தலைவர்கள் முன்வைத்த 14 கோரிக்கைகளையும் காந்திஜி ஏற்றுக்கொண்டு ஒன்றாயிருந்த பஞ்சாப் மாநிலத்திலும் வங்காள மாநிலத்திலும் முஸ்லிம்கள் பெரும்பான்மைக்கு அவர் சம்மதித்தார். ஆனால் முஸ்லிம் தலைவர்களுக்கும் சீக்கியத் தலைவர்களுக்குமிடையிலான பேச்சுவார்த்தை வெற்றிபெறவில்லை.

எனவே அக்டோபர் 8ஆம் தேதியன்று பேச்சுவார்த்தை தோல்வியடைந்துவிட்டதாகச் சிறுபான்மைக்குழுவில் காந்திஜி அறிவித்தார். இந்தக் கூட்டத்தைக் காலவரையின்றி ஒத்திவைக்க வேண்டுமென்று அவர் கோரினார். அம்பேத்கர் இதைக் கடுமையாக எதிர்த்தார். வகுப்புப் பிரச்சனையை இந்தக் குழு தீர்க்க வேண்டும் அல்லது அதற்கான தீர்ப்பை உருவாக்கும் பொருப்பை இங்கிலாந்து அரசாங்கம் ஏற்க வேண்டுமென்று அவர் கோரினார். ஏமாற்றமும் கவலையும் கொண்ட அம்பேத்கர் பின்வரும் வார்த்தைகளைக் கூறினார்: "இன்றுள்ள சூழ்நிலைமையில் அதிகார மாற்றம் செய்வது குறித்து தாழ்த்தப்பட்ட மக்கள் ஆர்வமாயில்லை. அதிகார மாற்றம் செய்ய அரசாங்கம் விரும்பினால், அதிகாரம் என்பது ஒரு கோஷ்டியிடமோ பணக்காரக் கூட்டத்தினிடமோ அல்லது முஸ்லிம் அல்லது இந்துக்களின் ஒரு கோஷ்டியிடமோ சிக்கிவிடாதபடி நிபந்தனைகளையும் விதிகளையும் கொண்டதாக இருக்க வேண்டும். அதிகாரமென்பது தங்களுக்குரிய விகிதத்தில் அனைத்து சமூகங்களாலும் பகிர்ந்து கொள்ளப்படக்கூடியதாக இருக்க வேண்டும்.

முஸ்லிம் தலைவர்களுடன் பேசும்பொழுது அவர்களுடைய 14 அம்சக் கோரிக்கைகளை ஏற்கக் காந்திஜி நிபந்தனை விதித்தார்; தோழ்த்தப்பட்ட மக்கள் மற்றும் இதர சிறிய சிறுபான்மையினரின் கோரிக்கைகளை முஸ்லிம்கள் எதிர்க்க வேண்டுமென்ற நிபந்தனையை

அவர் விதித்தார் என்று 'டைம்ஸ் ஆஃப் இந்தியா' பத்திரிகைக்கு அக்டோபர் 12 ஆம் தேதி எழுதிய கடிதத்தில் அம்பேத்கர் குறிப்பிட்டிருந்தார். 'காந்திஜி, தாழ்த்தப்பட்ட மக்களின் நண்பன் என்ற பாத்திரத்தை வகிக்கவில்லை என்பது மட்டுமல்ல, நேர்மையான எதிரி என்ற பாத்திரத்தையும் அவர் வகிக்கவில்லை' என்று அம்பேத்கர் அந்தக் கடிதத்தில் கூறினார்.

1941 அஹ்மத்நகர் தனது நேஷனல் செக்யூரிட்டு கவுன்சில் சகாக்களுடன் டாக்டர் அம்பேத்கர்.

1942 மும்பை அஸ்பிரிஸ்ய மஹிளா சமாஜ் தொண்டர்கள்
அம்பேத்கரின் பிறந்தநாளைக் கொண்டாடியபோது

1942 நாக்பூர் மஹர் ரெஜிமண்ட்டின் படத்தலைவர், அலுவலர்கள், படைவீரர்களுடன்
அண்ணல் அம்பேத்கர். (அம்பேத்கர் மஹர் இனத்தைச் சேர்ந்தவர்)

1942 டாக்டர் அம்பேத்கர், தொழிலாளர்துறை அமைச்சராக தொழிலாளர் தலைவர்களுடன்.

1943 தொழிலாளர் நலத்துறை அமைச்சராக
பீஹார் தான்பாத் சுரங்கத் தொழிலாளர்களுடன்.

1944 தொழிலாளர் நலத்துறை அமைச்சராக கல்கத்தா வேலைவாய்ப்பு அலுவலகத்தில்.

1945 மும்பை மக்கள் கல்விக் கழகத்தின் செயற்குழு உறுப்பினர்களுடன்

1945 மும்பை நாரே பார்க் ஆல் இந்தியா ஷெட்யூல்ட் காஸ்ட் ஃபெடெரேஷன் மாநாட்டில் தமிழகத்தைச் சேர்ந்த தலைவர் என்.சிவராஜ் அவர்களுடன்.

1946 மும்பை அம்பேத்கர் முன்முயற்சியில் மக்கள் கல்விக் கழகம் சார்பில் ஆரம்பிக்கப்பட்ட சித்தார்த் கல்லூரியின் முதல்வர் மற்றும் பேராசிரியர்களுடன்

1946 இந்தியாவிற்கான பிரிட்டீஷ் அமைச்சர் பெத்திக் லாரன்ஸ் பிரபு, வைஸ்ராய் வேவல் பிரபு ஆகியோருடன் டாக்டர் அம்பேத்கரும் ஏனைய இந்திய செயற்குழு உறுப்பினர்களும்

டாக்டர் அம்பேத்கர், ஒடுக்கப்பட்ட இன மாணவர்கள் இங்கிலாந்தில் கல்வி கற்க பேருதவி செய்தார். அப்படி அனுப்பப்பட்ட மாணவர்களுடன் அம்பேத்கர். (லண்டன் 1946)

1949 கர்மவீர் பாவ்ராவ் பட்டீல், காட்கே மஹராஜ் ஆகியோருடன், அவர்கள் அண்ணலிடம் ஒப்படைத்த 'தர்மசாலா' வில். அண்ணல் அம்பேத்கர் அதை மக்கள் கல்விக் கழகத்தோடு இணைத்தார்.

டாக்டர் அம்பேத்கர், டாக்டர் சபிதா (சாரதா கபீர்) அவர்களை 1948 ஆம் ஆண்டு மனம்புரிந்தார்.

1949 அரசியல் சட்ட வரைவுக் குழுவின் தலைவராக டாக்டர் அம்பேத்கர், குழு உறுப்பினர்கள் எஸ்.என். முகர்ஜி, பேகம் ஐஜாஜ் ரசூல் ஆகியோருடன்.

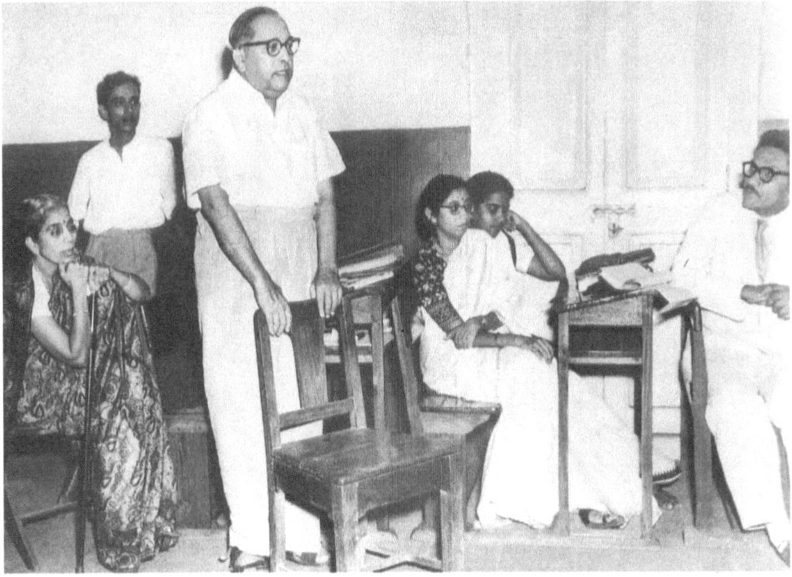

1950 மும்பை சித்தார்த் கல்லூரியின் மாணவர் பாராளுமன்றத்தில் அம்பேத்கர் உரையாற்றுகின்றார்.

1950 அவுரங்கபாத் நீதிமன்றத்தில் பார் அசோஷியேசன் அளித்த பாராட்டு விழாவின்போது...

20

புனா ஒப்பந்தம்

இரண்டாவது வட்ட மேசை மாநாடு தோல்வியில் முடிந்து டிசம்பர் 28ஆம் தேதி இந்தியாவுக்கு திரும்பிய காந்திஜி ஆறு நாட்களுக்குப் பிறகு அதாவது 1932ஆம் ஆண்டு ஜனவரி 4ஆம் தேதியன்று கைது செய்யப்பட்டு எரவாடா சிறையில் அடைக்கப்பட்டார்.

ஜனவரி 29ஆம் தேதியன்று டாக்டர் அம்பேத்கரும் ஷௌகத் அலியும் பம்பாய்க்குத் திரும்பினார். தாழ்த்தப்பட்ட மக்கள் அவ்விருவருக்கும் உற்சாக வரவேற்பளித்தனர்.

இரண்டாவது வட்டமேசை மாநாடு முறிந்து போனதால் இங்கிலாந்து அரசாங்கம் வகுப்புவாரிப் பிரதிநிதித்துவம் குறித்து ஒரு அறிக்கையை வெளியிடக்கூடுமென்றும் அதில் தாழ்த்தப்பட்ட மக்களுக்கும் தனி ஒதுக்கீடுகள் இருக்கக்கூடுமென்றும் தகவல்கள் வெளிவரத் தொடங்கின. இதைக் கேள்விப்பட்ட காந்திஜி எரவாடா சிறையில் இருந்து இங்கிலாந்து அரசாங்கத்துக்கு ஒரு எச்சரிக்கைக் கடிதம் அனுப்பினார். தாழ்த்தப்பட்ட மக்களுக்கு தனி வாக்காளர் தொகுதி என்ற அம்சத்தை இங்கிலாந்து அரசாங்கம் வலியுறுத்துமானால் அதை எதிர்த்துத்தான் சாகும்வரை உண்ணாவிரதம் இருக்கப்போவதாக அவர் எச்சரித்தார். தாழ்த்தப்பட்ட மக்களுக்குத்தனி வாக்காளர் தொகுதி என்று ஒதுக்குவதானது இந்து மதத்தில் பிளவை ஏற்படுத்தித் தாழ்த்தப்பட்ட மக்களுக்கும் இதர இந்துக்களுக்குமிடையே பெரும் இடைவெளியை ஏற்படுத்தி விடுமென்று காந்திஜி கருதினார். இதன் காரணமாகவே அவர் அந்தத் திட்டத்தை தீவிரமாக எதிர்த்தார்.

எதிர்பார்த்தபடி ஆகஸ்ட் மாதம் 4ஆம் தேதியன்று இங்கிலாந்து பிரதமர் வகுப்புவாரி பிரதிநிதித்துவம் குறித்து ஒரு அறிக்கையை வெளியிட்டார். இதில் தாழ்த்தப்படட மக்களுகுத்தாகத்தனி வாக்காளர் தொகுதிகள் ஒதுக்கப்பட்டிருந்தன. தனி வாக்காளர்

தொகுதி என்று கூறும்பொழுது, அந்தத் தொகுதியில் வாக்காளர்கள் அனைவரும் தாழ்த்தப்பட்ட மக்களாகவே இருப்பார்கள். இதேபோல் ஐரோப்பியர் தொகுதி என்பதும் முஸ்லீம் தொகுதி என்பதும் சீக்கியர் தொகுதி என்பதும் கிறிஸ்துவர் தொகுதி என்பதும் அவற்றைச் சேர்ந்த மக்களையே கொண்டிருந்தன.

தாழ்த்தப்பட்ட மக்களுக்குத் தனி வாக்காளர் தொகுதி ஒதுக்கப்பட்டதைக் கண்டு கோபமடைந்த காந்திஜி ஏற்கெனவே அறிவித்தபடி, செப்டம்பர் 20ஆம் தேதி சாகும்வரை உண்ணாவிரதத்தைத் துவக்கினார்.

இது நாடு முழுவதிலும் மக்களிடையே ஆழ்ந்த கவலையை ஏற்படுத்தியது. இந்துமதம் துண்டாடப்படுவதைக் கண்ணால் காண்பதைவிட தன் உயிரை விடுவதே மேல் என்று காந்திஜி கூறினார்:

காந்திஜியின் உண்ணாவிரதம் டாக்டர் அம்பேத்கருக்கு வருத்தத்தையும் கோபத்தையும் ஏற்படுத்தியது. அவர் பின்வருமாறு கூறினார்:

"... தாழ்த்தப்பட்ட மக்களுக்கு தனித்தொகுதி கொடுத்தால் ஏதோ ஒரு பெரிய ஆபத்து ஏற்பட்டு விடுமென்று மகாத்மா காந்தி நினைப்பது முற்றிலும் கற்பனையே. முகமதியர்களுக்கும் சீக்கியர்களுக்கும் தனி தொகுதி கொடுப்பதனால் நாடு துண்டாடப்படாது என்றால் தாழ்த்தப்பட்ட மக்களுக்குத் தனித்தொகுதிகள் கொடுப்பதால் மட்டும் துண்டிக்கப்படும் என்று கூறுவதில் என்ன நியாயம் இருக்கிறது?...

"... தாழ்த்தப்பட்டோர் நலனைக் கருதுகிறவர்கள் அவர்களுக்கு அரசியல் சட்டத்தில் எவ்வளவு அரசியல் உரிமைகள் பெற்றுத்தர முடியுமோஅதைச் செய்ய வேண்டும். ஆனால் காந்திஜியின் கண்ணோட்டம் வேறுவிதமாக இருக்கின்றது. இதை நான் புரிந்து கொள்ள முடியவில்லை. தாழ்த்தப்பட்ட மக்கள் தங்களைத் தாங்களே காப்பாற்றிக் கொள்ள முடியாத நிலையில் இருக்கின்றனர். எந்த மதத்தைச் சார்ந்துள்ளனரோ அந்த மதம் அவர்களைக் காப்பாற்றுவதற்குப் பதிலாகப் பெருவியாதி பிடித்தவர்களைப் போல் அவர்களை ஒதுக்கித் தள்ளியுள்ளது. பொருளாதாரத்துறையில் மேல்சாதி இந்துக்கள் தயவில்லாமல் அவர்களுக்கு வேலையும் கிடைக்காது, அவர்கள் உயிர் வாழவும் முடியாது... இந்நிலையில் தாழ்த்தப்பட்டோர் ஓரளவுக்காவது முன்னேற வேண்டுமென்றால் அரசியல் அதிகாரத்தில் ஏதோ ஓரளவுக்காவது உரிமை பெற வேண்டும்.

"... காந்திஜி தன் உண்ணாவிரதத்தின் மூலம் சாதி இந்துக்களின் வெறியைத் தூண்டி அவர்களுக்கும், தீண்டத்தகாதவர்களுக்குமிடையே ஒரு பெரிய இடைவெளியை, அகழியை ஏற்படுத்துவார் என்று நான் அச்சப்படுகிறேன்.

"... காந்திஜி ஏதாவது ஒரு புதிய யோசனையையோ திட்டத்தையோ முன்வைத்தால் அதை நான் பரிசீலிக்கத் தயாராக இருக்கிறேன். அவர் தயவு செய்து தன் உயிரைக் காப்பாற்றிக் கொள்ள வேண்டும். ஆனால் அதற்காகத் தாழ்த்தப்பட்டவர்களைக் குழியில் தள்ள வேண்டும் என்ற நிலையை ஏற்படுத்தக்கூடாது என்று காந்திஜியை வினயபூர்வமாகக் கேட்டுக் கொள்கின்றேன்."

காந்திஜியின் உண்ணாவிரதம் நாடு முழுவதையும் பரபரப்பில் ஆழ்த்தியது. அவர் தன் உண்ணாவிரதத்தை நிறுத்திக் கொள்ள வேண்டுமென்று பல தலைவர்கள் வேண்டுகோள் விடுத்தனர். காந்திஜியின் உயிர் காப்பாற்றப் படவேண்டுமென்றால் வகுப்புவாரி பிரதிநிதித்துவத் தீர்ப்பு திருத்தப்பட வேண்டும் என்ற நிலைமை ஏற்பட்டது. டாக்டர் அம்பேத்கரின் சம்மதமில்லாமல் அதைச் செய்ய முடியாது. எனவே ராஜாஜி, எம்.ஆர்.ஜெய்கர், ஜி.டி.பிர்லா போன்றோர் டாக்டர் அம்பேத்கரை சந்தித்துப் பேசினர். காந்திஜியைச் சிறைக்கு வந்து சந்திக்கும்படி அம்பேத்கரை கேட்டுக் கொண்டனர்.

காந்திஜிக்கும் அம்பேத்கருக்கும் இடையே ஒரு உடன்பாட்டைக் கொண்டுவர வேண்டுமென்ற உணர்வு இந்து மேல்சாதித்தலைவர்களிடம் ஏற்பட்டது. இதன் விளைவாக இந்துத் தலைவர்கள் மாநாடு ஒன்று பம்பாய் வர்த்தகச் சபை அரங்கில் செப்டம்பர் 19ஆம் தேதியன்று கூட்டப்பட்டது. இந்த மாநாட்டிற்குப் பண்டித மதன் மோகன் மாளவியா தலைமை வகித்தார். தாழ்த்தப்பட்ட மக்களின் தலைவர்களான டாக்டர் அம்பேத்கரும் ராஜாவும் பி.பாலுவும் இதில் கலந்து கொண்டனர். தவிர சர்.சி.எச்.செதால்வாட், டாக்டர் ராஜேந்திர பிரசாத், கமலா நேரு, சப்ரு, டாக்டர் தேஷ் முக், டாக்டர் சவர்க்கார், அனே, வால் சந்த் ஹீராசந்த் போன்றோரும் இந்த மாநாட்டில் கலந்து கொண்டனர். முதலில் பேசும்படி டாக்டர் அம்பேத்கர் அழைக்கப்பட்டார். "தாழ்த்தப்பட்ட மக்களின் நலன்களுக்கு எதிராகக் காந்திஜி உண்ணாவிரதம் துவக்கியிருப்பது மிகவும் வருந்தத்தக்கது" என்று தன்னுடையப் பேச்சைத் தொடங்கிய அம்பேத்கர், காந்திஜியின் அரிய உயிரைப் பாதுகாப்பதற்கு ஒவ்வொருவரும் பாடுபட வேண்டுமென்று கேட்டுக் கொண்டார். ஆனால் காந்திஜியிடமிருந்து மாற்றுத்திட்டம் எதுவும் வராத நிலையில் இதைத் தீர்ப்பதற்கான வழி தெரியவில்லை என்று

கூறினார். இந்த மாநாட்டின் அமைப்பாளர்கள் காந்திஜியிடமிருந்து மாற்றுத்திட்டத்தைக் கொண்டுவந்தால் விவாதத்தைத் தான் தொடங்க முடியும் என்று பொறுமையாகக் கூறிய அம்பேத்கர் தனது குரலை உயர்த்தி ஒரு விஷயத்தை உறுதியாகக் கூறினார்.

"ஆனால் ஒரு விஷயம் முடிவு செய்யப்பட்டுவிட்டது. காந்திஜியின் உயிரைக் காப்பாற்றுவதற்காக என்னுடைய மக்களின் நலன்களுக்கெதிரான எந்த ஒரு திட்டத்திற்கும் நான் உடன்பட மாட்டேன்" என்று அம்பேத்கர் தெளிவாகக் கூறினார். அம்பேத்கர் உரைக்குப்பின் இதுகுறித்துக் காந்திஜியின் கருத்தை அறிவதற்காக மாநாடு ஒத்திவைக்கப்பட்டது. சில தலைவர்கள் காந்திஜியைச் சந்திப்பதற்காக எரவாடா சிறைக்குச் சென்றனர். அடுத்தநாள், மாநாடு மீண்டும் தொடங்கியது. தாழ்த்தப்பட்ட மக்களுக்கு சட்டமன்றங்களில் இடஒதுக்கீடு செய்வது குறித்துத் தனக்கு எவ்வித ஆட்சேபணையும் இல்லை என்று காந்திஜி தெரிவித்ததாக மாநாட்டில் தெரிவிக்கப்பட்டது. எனவே, இது குறித்து தன்னுடைய கருத்தைக் கூறும்படி டாக்டர் அம்பேத்கர் அழைக்கப்பட்டார். தன்னை ஒரு தர்மசங்கடமான நிலையில் ஆழ்த்தியிருப்பதாகக் கூறிய அம்பேத்கர் தன் குரலை உயர்த்தி மீண்டும் கூறினார். "மீண்டும் வில்லனாக இருக்க வேண்டிய பொறுப்பு என்மீதே விழுகிறது. ஒரு விஷயத்தை மீண்டும் கூறுகின்றேன். தெருவின் அருகில் உள்ள விளக்குக் கம்பத்தில் என்னை நீங்கள் தூக்கிலிட்டாலும் சரி என்னுடைய மக்களின் நியாயமான, சட்டபூர்வமான நலன்களை நான் விட்டுத்தர மாட்டேன். ஒரு வாரக்காலத்திற்குத் தனது உண்ணாவிரதத்தை நிறுத்தி வைத்து இந்தப் பிரச்சனைக்கு ஒருதீர்வைக் காணும்படி காந்திஜிக்கு நீங்கள் வேண்டுகோள் விடுப்பது நல்லது" என்று கூறிய அம்பேத்கர் மீண்டும் கடுமையான ஒரு விஷயத்தைக் கூறினார்:

"தத்துவவாதிகளும் பண்டிதர்களும் தேசபக்தர்களுமான நீங்கள், எங்களை உங்களுடையவர்களாக நடத்தவில்லையென்றால் கூட்டு வாக்காளர் தொகுதி என்பதை எங்கள் மீது திணிப்பதற்கோ அல்லது உங்களது பெருமைக்காக எங்களைப் போட்டு மிதிப்பதற்கோ உங்களுக்கு எவ்வித உரிமையும் கிடையாது."

மாநாடு மீண்டும் ஒத்திவைக்கப்பட்டது. அம்பேத்கருடன் பலமுறை விவாதித்த பிறகு பல ஆலோசனைகள் இறுதியாக்கப்பட்டன. செப்டம்பர் 20ஆம் தேதி இரவு ரயிலில் ராஜாஜி, ராஜேந்திரபிரசாத், ஜெயகர், சப்ரு போன்றோர் காந்திஜியைச் சந்திப்பதற்காக புனாவிற்குச் சென்றனர்.

இறுதியாக, செப்டம்பர் 22ஆம் தேதியன்று டாக்டர் அம்பேத்கர் காந்திஜியைச் சந்தித்துப் பேசினார். உண்ணாவிரதம் காரணமாகச் சோர்வுற்றிருந்த காந்திஜியைக் கண்டதும் அம்பேத்கர் மனது மிகவும் வேதனையடைந்தது. அவருடைய கண்கள் கலங்கின என்றாலும் தாழ்த்தப்பட்ட மக்களின் உரிமைகளை விட்டுக் கொடுக்க முடியாதென்பதில் அவர் உறுதியாக இருந்தார். ஒரு மாமரத்தடியில் போடப்பட்டிருந்த இரும்புக் கட்டிலில் காந்திஜி படுத்திருந்தார். அருகில் அமர்ந்தவாறே அம்பேத்கர் பேச்சுவார்த்தை நடத்தினார். காந்திஜி கூறினார்:

“டாக்டர், நீங்கள் சொல்லும் விஷயங்கள் பலவற்றில் நான் உங்களோடு இருக்கின்றேன். என்னுடைய அனுதாபம் முழுக்க முழுக்க உங்களுக்குண்டு. ஆனால் நீங்கள் மிகவும் கவலைப்படும் விஷயம் என் உயிரைக் குறித்து என்று கூறுகின்றீர்கள்.”

“ஆம், காந்திஜி, என்னுடைய மக்களின் நலனுக்காக முழுக்க முழுக்க நீங்கள் பாடுபடுவீர்கள், எங்களுடைய கதாநாயகனாக நீங்கள் விளங்குவீர்கள் என்ற நம்பிக்கை காரணமாக காந்திஜி.”

காந்திஜி உணர்ச்சிவசப்பட்டு மெதுவாகப் பதில் கூறுகிறார்: “நல்லது, அப்படியானால் அந்த உயிரைக் காப்பாற்றுவதற்கு நீங்கள் என்ன வைத்திருக்கின்றீர்கள் என்பது உங்களுக்குத் தெரியும். அதைச் செய்து என் உயிரைக் காப்பாற்றுங்கள். வகுப்புவாரி பிரதிநிதித்துவத்தின் மூலம் உங்களுடைய மக்களுக்கு வழங்கப்பட்டதை நீங்கள் இழக்க விரும்பமாட்டீர்கள் என்பது எனக்குத் தெரியும்... உங்களுடைய பட்டியல் முறையை நான் ஏற்றுக் கொள்கின்றேன். ஆனால் அதிலுள்ள ஒரு குறையை நீங்கள் போக்க வேண்டும். அந்தப் பட்டியல் முறையை அனைத்து இடங்களுக்கும் நீங்கள் பயன்படுத்த வேண்டும். நீங்கள் பிறப்பினால் தாழ்த்தப்பட்டவர், நானோ ஏற்றுக் கொண்ட முறையினால் தாழ்த்தப்பட்டவன். நாம் பிரிக்க முடியாதவர்களாக ஒன்றாக இருக்க வேண்டும். இந்துச் சமூகம் உடைபடுவதைத் தவிர்ப்பதற்காக என்னுடைய வாழ்க்கையையும் தர நான் தயாராக இருக்கின்றேன்...

காந்திஜியின் இந்த வார்த்தைகள் அம்பேத்கரின் நெஞ்சத்தை நெகிழச் செய்தன.

ஒரு உடன்பாட்டை இறுதியாக்குவதற்காகப் பொது நண்பர்களிடையே மீண்டும் பேச்சுவார்த்தை தொடங்கியது. இதற்கிடையே காந்திஜியின் உடல்நிலை மிகவும் மோசமடையத் தொடங்கியது. உயிருக்கே ஆபத்து ஏற்படலாம் என்ற நிலைமை ஏற்பட்டது.

23ஆம் தேதி காலையில் மாநிலச் சட்டமன்றங்களில் தாழ்த்தப்பட்ட மக்களுக்கு இடஒதுக்கீடு செய்வதுகுறித்து விவாதம் நடைபெற்றது. அம்பேத்கர் 197 தொகுதிகள் கோரினார். காங்கிரஸ் தலைவர்களோ 126 தொகுதிகள் தருவதாகக் கூறினார். காந்திஜியிடம் இந்தப் பிரச்சனை எடுத்துச் செல்லப்பட்டபோது, அவர் அம்பேத்கரின் கோரிக்கையை ஏற்றுக் கொண்டார்.

ஆனால் கருத்துக்கணிப்பு நடத்துவது என்ற பிரச்சனையில் உடன்பாடு ஏற்படாததால் பேச்சுவார்த்தை நீடித்துக் கொண்டே போயிற்று. அன்று மாலையில் காந்திஜியின் நிலைமை கவலைக்கிடமாயிற்று. காந்திஜியின் கடைசி மகன் தேவதாஸ் காந்தி, அம்பேத்கரைச் சந்தித்துக் கருத்துக்கணிப்பு என்ற அம்சத்தை வலியுறுத்தாமல் உடன்பாடு செய்து கொள்ள வேண்டுமென்று கண்களில் நீர்வழிய அம்பேத்கருக்கு வேண்டுகோள் விடுத்தார். அம்பேத்கர் அன்றிரவு காந்திஜியைச் சந்தித்துப் பேசினார். உடன்பாடு ஏற்படவில்லை.

அடுத்த நாள் காலையில் மாகாணச் சட்டமன்றங்களில் தாழ்த்தப்பட்ட மக்களுக்கு 148 இடங்கள் ஒதுக்குவதென்றும் மத்திய சட்டசபையில் இந்துக்களுக்காக ஒதுக்கப்பட்டுள்ள இடங்களில் 10 சதவீதத்தைத் தாழ்த்தப்பட்ட மக்களுக்குக் கொடுப்பதென்றும் உடன்பாடு ஏற்பட்டது. ஆனால் கருத்துக்கணிப்பு என்ற பிரச்சனையில் உடன்பாடு ஏற்படவில்லை. எனவே அம்பேத்கர், ராஜாஜி மற்றும் டாக்டர் சோலங்கியுடன் சேர்ந்து காந்திஜியைக் கண்டார். தளர்ந்த நிலையிலிருந்த காந்திஜி அம்பேத்கரிடம் மெதுவான குரலில் கூறினார்: “உங்களுடைய தர்க்கரீதியான வாதத்தை யாரும் மறுக்க முடியாது. ஆனால் சட்டபூர்வ உத்தரவாதம் என்பது மட்டும் இந்த நோயை ஒழித்துவிட முடியாது. இந்து மதம் தன்னுடைய கடந்த காலப் பாவங்களுக்குத் தானே பிராயச்சித்தம் செய்து கொள்வதற்காக ஒரு கடைசி வாய்ப்பைக் கொடுங்கள்...” என்று உருக்கமான வேண்டுகோள் விடுத்தார்.

இறுதியில் கருத்துக்கணிப்பு என்ற அம்சம் சேர்க்கப்படாமலேயே உடன்பாடு இறுதியாக்கப்பட்டது. காந்திஜி அதற்கு அங்கீகாரமளித்தார்.

செப்டம்பர் 24ஆம் தேதி சனிக்கிழமை மாலை ஐந்து மணிக்கு இந்த உடன்பாடு கையெழுத்திடப்பட்டது. தாழ்த்தப்பட்ட மக்கள் சார்பாக டாக்டர் அம்பேத்கர் கையெழுத்திட்டார். மேல்சாதி இந்துக்கள் சார்பாகப் பண்டித மதன்மோகன் மாளவியா அதில் கையெழுத்திட்டார். இவ்விருவர் தவிர ராஜாஜி, ராஜேந்திர பிரசாத், ஜெயகர், சப்ரூ, தேவதாஸ் காந்தி, ஜி.டி.பிர்லா, எம்.சி.ராஜா, ராவ்பகதூர் இரட்டைமலை சீனிவாசன், பி.பாலு போன்றோரும்

இந்த உடன்படிக்கையில் கையெழுத்திட்டனர். மகிழ்ச்சி மிகுதியால் ராஜாஜி தன்னுடைய பேனாவை அம்பேத்கருக்குக் கொடுத்துவிட்டு, அவருடைய பேனாவைத் தான் எடுத்துக் கொண்டார்.

இந்த உடன்பாடு தந்தி மூலம் வைஸ்ராய்க்கும் இங்கிலாந்து அரசாங்கத்திற்கும் தெரிவிக்கப்பட்டது. புனா உடன்படிக்கையை இங்கிலாந்து நாடாளுமன்றம் ஏற்கும் பொருட்டு அதற்குப் பரிந்துரை செய்வதாக இங்கிலாந்து அரசாங்கம் செப்டம்பர் 26ஆம்தேதி அறிவித்தது. அந்தத் தகவலைக் கேட்டதும் காந்திஜி தன் உண்ணாவிரதத்தை நிறுத்தினார்.

காந்திஜி உண்ணாவிரதத்தை முடித்த சமயத்தில், மூன்றாவது வட்டமேசை மாநாட்டை நடத்தப்போவதாக இங்கிலாந்து அரசாங்கம் அறிவிப்புச் செய்தது. இந்த மாநாடு அவ்வாண்டு நவம்பர் 17ஆம் தேதி தொடங்குமென்று அறிவிக்கப்பட்டிருந்தால் அம்பேத்கர் அதில் கலந்து கொள்ளும் பொருட்டு நவம்பர் 7ஆம் தேதி இங்கிலாந்துக்குக் கப்பலில் பயணமானார்.

காந்திஜி, சிறையிலிருந்தபடியே தீண்டாமை ஒழிப்பு இயக்கத்தை நடத்துவதற்கு வழிகாட்டிக் கொண்டிருந்த செய்தி அம்பேத்கருக்குத் தெரியவந்தது. அவர் அதைக் கேட்டு மிகவும் மகிழ்ச்சியடைந்தார். ஆனால் சமபந்தி போஜனத்தையோ கலப்புத் திருமணத்தையோ வரவேற்குமளவுக்கு காந்திஜியின் மனோநிலை உருவாகவில்லை என்று அவர் கருதினார். தாழ்த்தப்பட்ட மக்கள் கோவிலுக்குள் புக அனுமதிக்கப்படவில்லையென்றால் தான் சாகும்வரை உண்ணாவிரதமிருக்க வேண்டியிருக்கும் என்று அச்சமயத்தில் காந்திஜி அறிவித்தது குறித்துக் குறிப்பிட்ட அம்பேத்கர், காந்திஜி அவ்வாறு செய்யக்கூடாதென்று கேட்டுக் கொண்டார்.

தீண்டாமை ஒழிப்புக் கழகத்தின் பொதுச் செயலாளரான திருதக்கர் என்பவருக்கு எழுதிய கடிதத்தில் அம்பேத்கர் பின்வருமாறு குறிப்பிடுகின்றார்:

“தீண்டத்தக்கவர்களையும் தீண்டத்தகாதவர்களையும் சட்டத்தின் மூலம் ஒன்றுசேர்க்க முடியாது; அதிலும் தனி வாக்காளர் தொகுதி என்பதை அகற்றிவிட்டு அந்த இடத்தில் கூட்டு வாக்காளர் தொகுதி என்று கூறுவதால் மட்டும் நிச்சயம் ஒன்று சேர்க்க முடியாது. அன்பு என்பது மட்டுமே அவர்களை ஒன்றுசேர்க்க முடியும். தன்னுடைய வழிகளை மாற்றிக் கொள்ள வேண்டும் என்று சாதிய இந்துவைச் சிந்திக்கச் செய்யும் பொழுதுதான், உணரும்படி நிர்ப்பந்திக்கும் பொழுதுதான் தாழ்த்தப்பட்ட மக்களுக்கு மீட்சி என்பது கிடைக்கும். சாதிய இந்துக்களின் மனோபாவத்தில் ஒரு புரட்சி ஏற்பட வேண்டுமென நான் விரும்புகின்றேன்...”

தாழ்த்தப்பட்ட மக்களுக்கு கிராமக் கிணறுகளிலிருந்து தண்ணீர் எடுக்கும் உரிமை, கிராமப் பள்ளிகளில் அவர்கள் குடும்பத்துப் பிள்ளைகளைப் படிக்க வைக்கும் உரிமை, பொதுப்பாதைகளைப் பயன்படுத்திக் கொள்ளும் உரிமை உள்ளிட்ட சிவில் உரிமைகளைத் தாழ்த்தப்பட்ட மக்களுக்குப் பெற்றுத் தருவதற்காகத் தீண்டாமை ஒழிப்புக் கழகம் ஒரு பிரச்சார இயக்கத்தை இந்தியா முழுவதிலும் நடத்த வேண்டுமென்று டாக்டர் அம்பேத்கர் கேட்டுக் கொண்டார். அவ்வாறு செய்வதானது இந்துச் சமூகத்தில் ஒரு சமூகப்புரட்சியை உருவாக்கும் என்று அவர் நம்பினார்.

மூன்றாவது வட்டமேசை மாநாடு எவ்விதப் பிரச்சனையையும் தீர்க்க இயலாமல் தோல்வியில் முடிந்தது. காந்திஜி சிறையிலிருந்ததால் காங்கிரஸ் அந்த மாநாட்டைப் புறக்கணிக்க முடிந்தது.

அம்பேத்கர் 1933ஆம் ஆண்டு ஜனவரி மாதம் 23ஆம் தேதி பம்பாய்க்குத் திரும்பினார். அவரைச் சந்திக்க விரும்புவதாகக் காந்திஜி அனுப்பிய தந்தி அவருக்குக் கிடைத்தது. அதன்படி, பிப்ரவரி 4ஆம் தேதியன்று அம்பேத்கர் எரவாடா சிறையில் காந்திஜியைச் சந்தித்துப் பேசினார். சென்னை சட்டசபையில் டாக்டர் சுப்பராயன் கொண்டு வந்த மசோதாவிற்கு அம்பேத்கர் ஆதரவு தர வேண்டுமென்று காந்திஜி கோரினார். ஆனால் அம்பேத்கர் அதை ஏற்க மறுத்துவிட்டார். டாக்டர் சுப்பராயன் மசோதாவானது தீண்டாமை என்பது பாவமானது என்று கண்டிக்கவில்லை; கோவிலிலுள்ள விக்ரஹத்தைத் தொழுவதற்குத் தாழ்த்தப்பட்ட மக்களுக்கு உரிமை உண்டு என்று கூறவில்லை; கோவிலுக்குள் தாழ்த்தப்பட்ட மக்களை அனுமதிப்பது குறித்து கருத்துக்கணிப்பு நடத்தப்போவதாக மட்டும் அறிவித்துள்ளது எனவே இதை ஆதரிக்க இயலாது என்று அம்பேத்கர் கூறினார்.

காந்திஜி பின்வருமாறு கூறினார்:

“இந்துக்கள் தங்களுடைய பாவங்களைப் போக்கி இந்து மதத்தை பரிசுத்தப்படுத்த ஒரு வாய்ப்பு இருக்கட்டும். இந்தப் பிரச்சனையில் அக்கறையற்று அலட்சியமாக இருக்க வேண்டாம். சனாதனவாதிகளும் அரசாங்கமும் இதிலிருந்து முதலெடுக்கப் பார்ப்பார்கள். இந்தச் சீர்திருத்தம் நடைபெறுமானால் தாழ்த்தப்பட்ட மக்கள் சமூகத்தில் உயர்ந்தெழுவார்கள்.”

அம்பேத்கருடைய கருத்தோ வேறுவிதமாக இருந்தது. தாழ்த்தப்பட்ட மக்கள், பொருளாதார, கல்வி மற்றும் அரசியல் துறைகளில் முன்னேற்றம் கண்டால், கோவிலுக்குச் செல்லும் உரிமை என்பது தானாக வந்துவிடுமென்று அவர் கருதினார்.

பிப்ரவரி 11ஆம் தேதி காந்திஜி தொடங்கிய "ஹரிஜன்" பத்திரிகையின் முதல் இதழ் வெளியானது. அதற்கு அனுப்பிய வாழ்த்துச் செய்தியில் அம்பேத்கர் பின்வருமாறு குறிப்பிட்டிருந்தார்:

"தீண்டத்தகாத சாதி என்பது சாதி முறையின் உபவிளைவுதான். சாதிகள் என்பவை இருக்கும்வரை இத்தகைய தாழ்ந்த சாதிகள் என்பவை இருந்தே தீரும். சாதிய முறையை ஒழித்துக்கட்டினாலன்றித் தீண்டத்தகாதவர்களுக்கு விமோசனம் இல்லை. இத்தகைய வெறுக்கத்தக்க, மோசமான, வறட்டுக் கோட்பாட்டை இந்துக் கோட்பாட்டிலிருந்து களைவதைத் தவிர வேறெதுவும் இந்துக்களுக்கு உதவி செய்யாது."

"ஹரிஜன்" ஏட்டின் இரண்டாவது இதழில் காந்திஜி இதற்குப் பின்வரும் பதிலைக் கொடுத்தார்.

"அம்பேத்கர் வெளிப்படுத்திய கருத்தைப் படித்த இந்துக்கள் பலரும் ஆர்வம் கொண்டிருக்கிறார்கள். ஆனால் அதை நான் ஏற்க இயலாது. சாதிய முறையில் ஆழ்ந்த நம்பிக்கை கொண்டுள்ளவன் நான்" என்று காந்திஜி கொடுத்த பதில் அம்பேத்கரை வியப்படையச் செய்தது. இது இருவருக்குமிடையில் பெரும் இடைவெளியை ஏற்படுத்திவிட்டது.

21

காந்திஜியும் தாழ்த்தப்பட்ட மக்களும்

1913ஆம் ஆண்டில் அம்பேத்கர் மேல்படிப்பிற்காக அமெரிக்காவுக்கும் இங்கிலாந்துக்கும் சென்று 1917ஆம் ஆண்டில் திரும்பி வருவதற்குள் இந்தியாவில் பல முக்கிய நிகழ்ச்சிகள் நடைபெற்றன.

வழக்கறிஞர் தொழில் காரணமாகத் தென்னாப்பிரிக்காவுக்குச் சென்றிருந்த காந்திஜி, வெள்ளையர்களின் நிறவெறி ஆதிக்கத்தின் கொடுமையை உணர்ந்து 1915ஆம் ஆண்டில் இந்தியாவிற்குத் திரும்பி வந்தார். தென்னாப்பிரிக்காவில், இந்தியர்களும் ஆசிய நாடுகளைச் சேர்ந்த மக்களும் ஆப்பிரிக்க மக்களும் இரண்டாந்தரக் குடிமக்களாக நடத்தப்பட்டு வந்ததை எதிர்த்து காந்திஜி பல சாத்வீகப் போராட்டங்களை நடத்திய காரணத்தால், அவர் இந்தியாவிற்குத் திரும்பியதும் தீண்டாமைக் கொடுமையின் மோசமான விளைவுகளை உணர முடிந்தது.

தென்னாப்பிரிக்காவில் இருக்கும்பொழுது, உலகப்புகழ் பெற்ற ரஷ்ய எழுத்தாளர் டால்ஸ்டாயைத் தனது மானசீக வழிகாட்டியாகக் கருதி, வெள்ளையரின் இன ஒதுக்கல் கொள்கையை எதிர்ப்பதற்கான வழிவகைகள் குறித்துக் காந்திஜியிடம் அவர் யோசனை கேட்டார். அஹிம்சை, அன்பு, சாத்வீகம், மனிதனை மனிதன் மதிக்கும் பண்பு, தனக்குத் தீங்கிழைத்தோரையும் அன்பினால் திருத்துவது, மனிதாபிமானம் போன்ற டால்ஸ்டாயின் சிந்தனையோட்டம் காந்திஜி மீது பெரும் தாக்கத்தை ஏற்படுத்தியது. இந்தக் காரணத்தால்தான் மாமேதை லெனின், பின்னாட்களில் காந்திஜியைப் பற்றிக் குறிப்பிடும்பொழுது “இந்து டால்ஸ்டாய்வாதி” என்று குறிப்பிட்டார்.

எனவே, இந்தியாவிற்குத் திரும்பிய காந்திஜி, டால்ஸ்டாய் வழிப்பட்ட தனது நோக்கு நிலையின் காரணமாக, மக்களில் ஒரு பெரும் பகுதியினர் தீண்டப்படாதவர்களாக் கருதப்படும் போக்கானது சரியானதல்லவென்று கருதினார். ஆங்கிலேயர்களின் ஆட்சி அகற்றப்பட வேண்டுமானால் அனைத்து பகுதி மக்களும் அதற்காதரவாகத் திரட்டப்பட வேண்டும் என்றநிலைமை அவர் முன்னிருந்தது. வெகுவிரைவில் இந்தியத் தேசிய இயக்கத்தின் தனிப்பெரும் தலைவராக விளங்க ஆரம்பித்த காந்திஜியின் சிந்தனையோட்டத்தில் ஒரு முரண்பாடான போக்கையும் காண முடிந்தது.

அவர், சாதிய அடுக்குகளைக் கொண்ட நால்வருண முறையை ஆதரித்தார். அதே சமயத்தில் அந்த முறையின் விளைவாக உருவெடுத்துள்ள "தீண்டாமை" கொள்கையைத் தவறெனக் கூறினார். சாதிகளின் சமத்துவம், மக்கள் அனைவரும் கடவுளின் குழந்தைகள் போன்ற கருத்தோட்டத்தை காந்திஜி முன்வைக்கத் தொடங்கினார். இத்தகைய நிலைப்பாட்டை எடுப்பதற்கு ஒரு எதார்த்தமான அவசியம் காங்கிரஸ் தலைவர்கள் முன்பு, குறிப்பாக காந்திஜிக்கு முன்பிருந்தது.

காலஞ்சென்ற பிரபல மார்க்சிஸ்ட் தலைவர் பி.டி.ரணதிவே கூறுகிறார்:

"…. தேசிய இயக்கம் விவரிக்கப்பட்டதன் விளைவாக சாதி மற்றும் வகுப்புப் பிரச்சனைகளுக்ககான அணுகுமுறையில் புதிய மாற்றம் ஏற்பட்டது. தேசிய இயக்கத்தில் தேவையான, குறைந்தளவு ஒற்றுமையைக் கட்டிட, இந்தியத் தேசிய முதலாளித்துவத் தலைவர்கள் தங்களது சாதி மற்றும் வகுப்புக்கள் பற்றிய முந்தைய மாற்றமில்லாக் கண்ணோட்டத்தைக் கைவிட வேண்டியதாயிற்று. விவசாயிகளுக்கும் கீழ்த்தட்டைச் சேர்ந்த பல்வேறு சாதியினருக்கும் வேண்டுகோள் விட வேண்டிய நிலை ஏற்பட்டதால் முதலாளித்துவ அறிவாளிகள் ஒரு வளைந்து கொடுக்கும் நிலையினை எடுக்க வேண்டியதாயிற்று. மேலும், அவர்கள், மக்கள் சார்பில் வைக்கும் ஜனநாயகக் கோரிக்கைகளுக்கு ஏற்றாற்போல், அவர்களது கண்ணோட்டமும் அமைய வேண்டியதாயிற்று. சாதிகளை ஒழிக்காமல், சாதிகளின்சமத்துவம் பற்றிப் போதிக்கப்பட்டது. பொதுவாகச் சாதிப் பிரச்சனையையும் குறிப்பாக தீண்டாமைப் பிரச்சனையையும் தேசியத் தலைமை தீர்க்க வேண்டியிருந்தது. முதலாளித்துவத் தலைமையினர் நிலப்பிரபுத்துவ நில உறவுகளுடனான முந்தைய சமரசக் கொள்கையிலிருந்து வார்த்தைகளில் மாறுபட்ட, ஆனால் சாராம்சத்தில் அதே போன்ற புதிய கொள்கையினை

ஏற்படுத்தினர். தீண்டாமையை ஒரு பாவம் எனக் காந்தி அறிவித்தார்..." 1

இதைத் தொடர்ந்து 1917ஆம் ஆண்டில் கல்கத்தாவில் நடைபெற்ற தனது மாநாட்டில் இந்தியத் தேசியக் காங்கிரஸ் தீண்டாமை குறித்து அதன் வரலாற்றில் முதன்முறையாக ஒரு தீர்மானம் நிறைவேற்றியது. அது கூறியது:

"ஒடுக்கப்பட்ட மக்கள் மீது நம்முடைய பரம்பரை பழக்கவழக்கங்கள் திணித்துள்ள அனைத்துவித இயலாமையையும் நீக்குவதுதான் நியாயமானதும் சரியானதுமாகும்."

காந்திஜியின் அணுகுமுறை காரணமாகப் பிற்படுத்தப்பட்ட மக்களும் குறிப்பாக விவசாயிகளும் தாழ்த்தப்பட்ட மக்களும் காங்கிரஸ் அமைப்பினால் ஈர்க்கப்படத் தொடங்கினர்.

அம்பேத்கர், தனது கல்வியை முடித்து மேல் நாட்டிலிருந்து திரும்பியபின் தீண்டாமைக் கொடுமைக்கெதிராகத் தாழ்த்தப்பட்ட மக்களைத் திரட்டிப் போராடத் தொடங்கியதும் கோயிலுக்குள் நுழைய சாத்வீகப் போராட்டம் நடத்தத் துவங்கியதும் காந்திஜிக்குக் கவலையளிக்கும் விஷயமாக இருந்தன. தாழ்த்தப்பட்ட மக்கள் மீது அம்பேத்கரின் செல்வாக்கு அதிகரிக்குமானால், அது காங்கிரஸ் இயக்கத்திற்குப் பலவீனத்தை ஏற்படுத்தும் என்றும் பிரித்தாளும் கொள்கையில் கைதேர்ந்த ஆங்கிலேயர்கள், சுதந்திரப் போராட்டத்தை சிதைப்பதற்கு அதைப் பயன்படுத்திக் கொள்வார்களென்றும் அவர் அச்சங்கொண்டார்.

அதுவும் 1930ஆம்ஆண்டில் நடைபெற்ற முதல் வட்டமேசை மாநாட்டில் தாழ்த்தப்பட்ட மக்கள் சார்பில் அம்பேத்கர் கலந்து கொண்டு பிரபலமானதும் தாழ்த்தப்படட மக்களுக்கு மாநிலச் சட்டமன்றங்களிலும் மத்திய சட்டசபையிலும் இடஒதுக்கீடு கேட்டதும் தனி வாக்காளர் தொகுதி கேட்டதும் சேர்ந்து காந்திஜியைக் கவலையடையச் செய்தன. தாழ்த்தப்பட்ட மக்கள் முற்றிலும் தன் பிடியிலிருந்து சென்றுவிடக்கூடிய நிலைமை இருப்பதை உணர்ந்தார்.

"டாக்டர் அம்பேத்கர் இந்து மதத் தத்துவதற்கு ஒரு சவால்" என்று காந்திஜி கூறுமளவிற்கு அம்பேத்கரின் பிரச்சாரம் இருந்தது. தாழ்த்தப்பட்ட மக்களுக்கு தனி வாக்காளர் தொகுதி என்ற அறிவிப்பை எதிர்த்து அவரை உண்ணாவிரதமிருக்கச் செய்தது. புனா உடன்பாட்டிற்குப் பிறகு "அரிஜன சேவா சங்கத்தை" துவக்கச்

செய்து காங்கிரஸ் ஊழியர்கள் அனைவரையும் அதில் ஈடுபடச் செய்தது. "ஹரிஜன்" பத்திரிகையைத் துவக்கித் தாழ்த்தப்பட்டோர் பிரச்சனையைச் சுதந்திரப் போராட்டத்தோடு இணைக்கச் செய்தது.

தீண்டாமை என்பது இந்தியச் சமூகத்தின் மீதான, இந்துப் பகுதி மீதான கொடிய பாவம் என்றும் அழியாத கறை என்றும் காந்திஜி பிரச்சாரம் செய்தார். காங்கிரஸ் இயக்கம் முழுவதையும் தீண்டாமைக்கு எதிரான போராட்டத்திலும் தாழ்த்தப்பட்டோருக்குச் சேவை செய்யும் இயக்கத்திலும் ஈடுபடுத்தினார். நால்வருண முறையில் தனக்கு ஆழ்ந்த நம்பிக்கையுண்டு என்று அவர் கூறியபோதிலும், தீண்டாமைக்கு எதிரான இயக்கத்தை அவர் முழுமுனைப்போடு நடத்தினார்.

இந்துக் கோவில்களில், தாழ்த்தப்பட்டோர் சென்று வழிபட அனுமதிக்கப்பட வேண்டும் என்ற அவருடைய கட்டளையை ஏற்றுப் பல்வேறு மாநிலங்களில் காங்கிரஸ் தலைவர்கள் கோவில் நுழைவுப் போராட்டங்களை நடத்தினர். தென்னிந்தியாவில் இராஜாஜி, ஏ.வைத்தியநாதய்யர், பி.ராமமூர்த்தி, பி.சுந்தரய்யா, கே.கேளப்பன், பி.கிருஷ்ணப்பிள்ளை, ஏ.கே.கோபாலன் போன்ற அன்றைய பிரபல காங்கிரஸ் தலைவர்களும் ஊழியர்களும் தாழ்த்தப்பட்டோருக்கான சேவை இயக்கத்திலும் கோவில் நுழைவுப் போராட்டத்திலும் முன்னின்றனர்.

ஏ.வைத்தியநாதய்யர், சனாதன மிரட்டல்களைப் புறக்கணித்து அவற்றிற்கு அடிபணியாமல் தாழ்த்தப்பட்ட மக்களை மதுரை மீனாட்சியம்மன் கோவிலுக்குள் முதன்முதலாக அழைத்துச் சென்றவராவார். பிரபல காங்கிரஸ் ஊழியரான பி.ராமமூர்த்தி சென்னைத் திருவல்லிக்கேணியில் உள்ள தாழ்த்தப்பட்ட செருப்பு தைக்கும் தொழிலாளிகளுக்கு அங்குள்ள பார்த்தசாரதி கோவிலின் தர்மகர்த்தாக்கள் தேர்தலில் வாக்களித்திட சட்டபூர்வ உரிமையை நீதிமன்றத்தில் வாதாடி வாங்கிக் கொடுத்தார். கோவில் தேர்தலில் தாழ்த்தப்பட்ட மக்கள் வாக்களித்தது இந்தியாவிலேயே அதுதான் முதல் தடவை. ஆந்திராவில் பி.சுந்தரய்யா போன்ற காங்கிரஸ் தலைவர்கள் தாழ்த்தப்பட்ட மக்களுக்காகப் பாடுபட்ட வரலாறு அனைவரும் அறிந்ததே.

கேரளத்தின் குருவாயூர் கோவிலிலும் வைக்கம் கோவிலிலும் தாழ்த்தப்பட்ட மக்களை அனுமதிக்க வேண்டும் என்பதற்கான கேளப்பன், ஏ.கே.கோபாலன் மற்றும் பி.கிருஷ்ணப்பிள்ளை போன்ற அன்றைய காங்கிரஸ் தலைவர்கள் மறியல் செய்தும் உண்ணாவிரதம்

இருந்தும் போராடியதையும் ஏ.கே.கோபாலனுக்கு அதற்காக 6 மாதக் கடுங்காவல் தண்டனை விதிக்கப்பட்டதையும் கேரள மக்கள் மறக்கமாட்டார்கள்.

1935ஆம் ஆண்டில் உருவாக்கப்பட்ட புனா ஒப்பந்தத்திற்குப் பின் நடைபெற்ற தேர்தலில் தாழ்த்தப்பட்டோருக்கு ஒதுக்கப்பட்ட இடங்களில் மிகப் பெருவாரியான இடங்களைக் காங்கிரஸ் கட்சி கைப்பற்றியது. 1946ஆம் ஆண்டு நடைபெற்ற தேர்தலில் அம்பேத்கர் உள்ளிட்ட "தாழ்த்தப்பட்டோர் கழகம்" நிறுத்திய அனைத்து வேட்பாளர்களும் தோல்வியுற்ற நிலையில் பெரும்பாலான ரிசர்வ் தொகுதிகளைக் காங்கிரஸ் கட்சி கைப்பற்றியது. 1952ஆம் ஆண்டு நடைபெற்ற இந்தியாவின் முதலாவது பொதுத் தேர்தலிலும் கிட்டத்தட்ட இதே நிலைமைதான் ஏற்பட்டது. எனவே, தாழ்த்தப்பட்ட மக்கள் மத்தியில் காந்திஜியும் அவர் வழிகாட்டிய காங்கிரஸ் கட்சியும் அவர் வழி காட்டிய காங்கிரஸ் கட்சியும் கொண்டிருந்த பிடியை நாம் உணர முடியும்.

காந்திஜி, தாழ்த்தப்பட்ட மக்கள் இந்துச் சமூகத்தின் பிரிக்க முடியாத பகுதி என்பதில் உறுதியாக இருந்தார். மேல்சாதி இந்துக்களின் மனமாறுதல் மூலம் தீண்டாமையை ஒழித்துவிட முடியுமென்று கூறினார். நால்வருண முறை என்பதற்கு அவர் வேறு விளக்கம் கொடுத்தார். "அனைத்து நல்ல மனிதர்களும் பிராமணர்களே" என்று வைஷ்ணவ மத ஆச்சார்யர்களுள் ஒருவரான ராமானுஜர் குறிப்பிட்டதைப் போன்று காந்திஜியும் கூறினார். காந்திஜி கூறுகிறார்:

"..... வருணம் என்பதும் ஆசிரமம் என்பதும் சாதியோடு எவ்விதத்திலும் தொடர்புடையதல்ல. வருணம் பற்றிய விதியானது நமது முன்னோர்கள் கூறிய வகையில் நாம் ஒவ்வொருவரும் நமது உணவை உழைத்துப் பெற வேண்டும் என்றே கூறுகிறது... வருணம் பற்றிய விதியில் தீண்டாமை என்ற நம்பிக்கையை உருவாக்கும் எந்த அம்சமும் இல்லை..." ('ஹரிஜன்' ஜூலை 18, 1936)

இந்துச் சமூகமானது சுதந்திரம், சமத்துவம், சகோதரத்துவம் ஆகியவற்றை அங்கீகரிக்கும் வகையில், மத ரீதியாகப் புனரமைக்கப்பட வேண்டும் என்றும் அதைச் செய்ய வேண்டுமானால் சாஸ்திரங்களின் புனித ஆட்சியைத் தூக்கியெறிய வேண்டும் என்றும் அதன் மூலமே சாதி, வருணம் ஆகியவற்றின் மத ரீதியான முக்கியத்துவம் ஒழிக்கப்பட முடியுமென்றும் அம்பேத்கர் சுட்டிக்காட்டியதை காந்திஜி ஏற்க மறுத்தார்.

அவர் பின்வரும் பதிலைக் கூறினார்.

"... சாஸ்திரங்களைப் புறக்கணித்துவிட்டால் சமுதாயம் எதில் நம்பிக்கை வைத்துள்ளது என்று கேட்பது அவசியமில்லையா? ஒரு முஸ்லிம், குரானை மறந்துவிட்ட பிறகு முஸ்லிமாக நீடிக்க முடியுமா? அல்லது ஒரு கிறிஸ்தவர் பைபிளை மறுத்துவிட்டு கிறிஸ்தவராக நீடிக்க முடியுமா?" 2

தாழ்த்தப்பட்ட மக்கள் அனைவரும் இந்து மதத்திலிருந்து புத்த மதத்திற்கு மதம் மாற வேண்டும் என்று அம்பேத்கர் கூறியபொழுது, காந்திஜி அது சரியானது அல்ல என்று கூறியதோடு மற்றொரு விஷயத்தையும் கூறினார். பின்தங்கிய நிலையில் உள்ள தாழ்த்தப்பட்ட மக்கள் அம்பேத்கர் கூறுவதை ஏற்றுக் கொள்ளமாட்டார்கள் என்று காந்திஜி கூறியதானது 1956ஆம் ஆண்டில் நிரூபிக்கப்பட்டது. அந்த ஆண்டில் அம்பேத்கர் புத்த மதத்தில் சேர்ந்தபொழுது மூன்று லட்சத்திற்கும் குறைவான அளவிலேயே தாழ்த்தப்பட்ட மக்கள் புத்த மதத்தைத் தழுவினர். லட்சோப லட்சக்கணக்கான தாழ்த்தப்பட்ட மக்கள் அவ்வாறு செய்ய மறுத்துவிட்டனர்.

தாழ்த்தப்பட்ட மக்களுக்குச் சேவை செய்யக் காங்கிரஸ் அமைப்பையும் அதன் ஊழியர்களையும் பயன்படுத்தியதன் மூலம் காந்திஜி அந்தத் தாழ்த்தப்பட்ட மக்களைத் தேசிய அரசியல் நீரோட்டத்தில் கொண்டு வந்ததோடு மட்டுமல்ல, ஏகாதிபத்திய எதிர்ப்புப் போராட்டத்திலும் அவர்களை முழுமூச்சுடன் பங்கேற்கச் செய்தார். காந்திஜியின் அறைகூவலுக்கிணங்க பல்லாயிரக்கணக்கான தாழ்த்தப்பட்ட மக்கள் சுதந்திரப் போராட்டத்தில் குதித்தனர். மறியல் போராட்டங்களில் ஈடுபட்டுக் கடுங்காவல் தண்டனையடைந்தனர். இது இந்தியச் சுதந்திரப் போராட்டத்தில் தாழ்த்தப்பட்ட மக்கள் தங்கள் தியாகப் பணியையும் பங்கையும் பொறிக்கச் செய்தது.

குறிப்புகள்:

1. பி.டி.ரணதிவே முன் குறிப்பிட்ட நூல்
2. "ஹரிஜன்" ஆகஸ்ட், 15, 1936

22

மனைவியின் பிரிவு

தாழ்த்தப்பட்டோரை மேம்படுத்தும் பணியிலும் அரசியல் பணியிலும் தன்னை முற்றிலும் ஈடுபடுத்தியிருந்த அம்பேத்கருக்குக் குடும்ப பிரச்சனைகளைக் கவனிக்க நேரமேது? ஆனால் அந்துப்பணியை எவ்விதக் குறைவுமின்றிச் செய்து தன் கணவருக்கு உறுதுணையாகய் விளங்கினார் ரமாபாய். அவருடைய கவலையெல்லாம் தன் கணவர் ஓய்வு ஒழிச்சலின்றி பாடுபட்டு அவரது ஆரோக்கியத்தை பாழடித்துக் கொள்கிறார் என்பதாகவேயிருந்தது.

ஆனால் ரமாபாயின் உடல்நிலை சீர்கேடடையத் தொடங்கியது. இளம் வயதிலேயே குடும்பப் பொறுப்பை ஏற்று வறுமை நிறைந்த சூழலில் குழந்தைகளைப் பெற்று, நோய்நொடி, போஷாக்கின்மை காரணமாக பல குழந்தைகளைப் பறிகொடுத்து வேதனை மிக்க வாழ்க்கையைப் பல வருடகாலம் நடத்த வேண்டியிருந்த பொழுதிலும் அதைக் கண்டு மனந்தளராமல் தனது கணவரின் லட்சியப் பணிக்கு இடையூறு ஏற்படாவண்ணம், கவனித்துக் கொண்டவர் ரமாபாய்.

அம்பேத்கர் பல வருடக்காலம் தன் குடும்பத்தை விட்டுப் பிரிந்து அமெரிக்காவிலும் இங்கிலாந்திலும் கல்வி கற்று வந்த நேரத்தில், அவர் மிச்சம் பிடித்து அனுப்பும் உபகாரச் சம்பளத்தைக் கொண்டு குடும்பத்தைச் சிக்கனமாகப் பராமரித்து வந்தார் ரமாபாய்.

அம்பேத்கர், கல்லூரிப் பேராசிரியராகவும் பாரிஸ்டராகவும் பணிபுரியத் தொடங்கியபின் குடும்பத்தின் சிரமம் குறையத் தொடங்கியது, சிக்கனமாக வாழ்ந்து சேமித்த பணத்தைக் கொண்டு அம்பேத்கர் "ராஜகிரஹம்" என்ற பெயர் கொண்ட ஒரு வீட்டையும் கட்டினார். குடும்பத்தில் பசியும் பட்டினியும் நீங்கியது என்றாலும் கடந்த கால வாழ்வின் துயரங்கள் ரமாபாயை வெகுவாகப் பாதிக்கத் தொடங்கியது அது அம்பேத்கரை மிகுந்த கவலைக்குள்ளாக்கியது.

கடவுள் பக்தி மிக்க ரமாபாய்க்கு நீண்ட நாட்களாகவே ஒரு விருப்பம் இருந்தது. பந்தார்பூரிலுள்ள கோவிலுக்குச் சென்று வழிபாடு செய்ய வேண்டுமென்ற விருப்பம் அவரை நீண்டநாட்களாகவே அலைக்கழித்து வந்தது. தன் கணவரிடம் தனது விருப்பத்தை வெளிப்படுத்தினார். அம்பேத்கருக்கும் தன் மனைவியின் விருப்பத்தை நிறைவேற்ற வேண்டுமென்ற ஆசை இருந்தது. ஆனால் பந்தார்பூர் கோவிலுக்குள் தாழ்த்தப்பட்டவர்களை அனுமதிக்கமாட்டார்களே! கோவிலுக்கு வெளியிலேயே நிறுத்தி விடுவார்களே! அந்த அவமானத்தை ஏற்கத்தான் வேண்டுமா?

அம்பேத்கர் சில வினாடி நேரம் கழித்து அமைதியாகக் கூறினார்:

"ரமா, கடவுள் சிலையை பக்தர்கள் வணங்குவதைத் தடுக்கும் பந்தார்பூரை மறந்து விடு. நம்முடைய ஒழுக்கமான வாழ்வின் மூலம், அடித்தட்டு மக்களுக்குச் சுயநலமின்றி, தியாகப்பணி புரிவதன் மூலம், என்றாவது ஒருநாள் நாம் பிரார்த்திக்கக்கூடிய இடத்திலேயே மற்றொரு பந்தார்பூரை உருவாக்குவோம். இப்பொழுது பந்தார்பூருக்குப் போய் அவமானப்பட வேண்டாம்..."

கணவர் கூறியதை ரமாபாய் மௌனமாக ஏற்றுக் கொண்டார். கடவுள் வழிபாட்டைவிடக் கணவரது சுயமரியாதையே அவருக்கு மகத்தானதாக இருந்தது.

இந்த உரையாடல் நடைபெற்ற கொஞ்ச காலத்திற்குள்ளேயே ரமாபாயின் உடல்நிலை அபாயகரமான கட்டத்தை எட்டியது. 1935ஆம் ஆண்டு மே மாதம் 27ஆம் தேதி அவர் காலமானார். மனைவியின் மரணம் அம்பேத்கரை மீள முடியாத துயரத்தில் ஆழ்த்தியது. ரமாபாயின் கடைசி நாளன்று முழுவதும் அவர் அருகிலேயே அமர்ந்து, இறுதி மூச்சு விடும்வரை மனைவியையே கவனித்துக் கொண்டிருந்த அம்பேத்கருக்குத் தன் வாழ்க்கையே முடிந்துவிட்டதுபோலத் தோன்றியது. ஒரு வாரக்காலம் தேம்பித்தேம்பி அழுதார்.

உருவ வழிபாட்டிலோ அல்லது இந்து மதச் சடங்குகளிலோ அம்பேத்கருக்கு நம்பிக்கை கிடையாது என்ற போதிலும், தன் மனைவி அவற்றில் நம்பிக்கை கொண்டிருந்தார் என்ற காரணத்திற்காகத் தன் மகனைக் கொண்டு இந்து முறைப்படி இறுதிச் சடங்குகளைச் செய்வித்தார். துக்க மேலீட்டால் தானும் மொட்டையடித்துக் கொண்டு காவி உடை பூண்டார். 10 ஆயிரத்திற்கும் அதிகமான மக்கள் கலந்து கொண்ட ரமாபாயின் இறுதி ஊர்வலம் பம்பாய் நகரம் அதுவரை கண்டிராத ஒன்று!

சில நாட்கள் துறவி போல வாழ்ந்த அம்பேத்கரைக் கடமை

மீண்டும் எதார்த்த வாழ்விற்குக் கொண்டு வந்தது. பம்பாய் அரசாங்கச் சட்டக் கல்லூரியின் முதல்வராக அவரைப் பம்பாய் அரசாங்கம் ஏற்கெனவே நியமித்திருந்தது. மனைவியின் மரணத்திற்கு முன்பே அம்பேத்கர் அதை ஏற்றிருந்தார். ஜூன் 1ஆம் தேதி முதல் அந்தப் பொறுப்பில் அவர் செயல்பட வேண்டியிருந்ததானது அவரைப் படிப்படியாக மனைவியைப் பிரிந்த துயரத்திலிருந்து மீட்கத் தொடங்கியது.

23

மதமாற்ற எச்சரிக்கை

புனா ஒப்பந்தம் குறித்துக் காங்கிரஸ் தலைவர்கள் எடுத்த எதிரும் புதிருமான நிலையானது அம்பேத்கருக்கு வருத்தத்தையும் சோர்வையும் ஏற்படுத்தியதென்றால் அது மிகையல்ல. அடுத்து என்ன செய்வதென்று சிந்திக்கத் தொடங்கினார். மேல்சாதி இந்துக்களிடமிருந்து சமத்துவத்தை எதிர்பார்க்க முடியாது என்ற முடிவுக்கு வரத் தொடங்கினார்.

இதன் விளைவாக 1935ஆம் ஆண்டு அக்டோபர் மாதத்தில் 'யேலா' என்னுமிடத்தில் நடைபெற்ற தாழ்த்தப்பட்டோர் மாநாட்டில் ஒரு புதிய கருத்தை அம்பேத்கர் முன்வைத்தார். 10 ஆயிரம் மக்கள் கலந்துகொண்ட இந்த மாநாட்டில் சுமார் ஒன்றரை மணி நேரம் அம்பேத்கர் பேசினார். இந்து மதத்தின் கீழ் மற்ற சமூகங்களைச் சேர்ந்த உறுப்பினர்களைப் போலக் குறைந்தபட்ச மனித உரிமைகளைப் பெறுவதற்காகத் தாழ்த்தப்பட்ட மக்கள் கடந்த 10 ஆண்டுகளாகப் போராடி வருவதைக் குறிப்பிட்டு அவையனைத்தும் பயனற்றவையாகி விட்டன என்று குறிப்பிட்டார். நாசிக் நகரிலுள்ள காலாராம் கோவிலில் நுழைவதற்காகக் கடந்த ஐந்தாண்டுகளாகப் போராடி வரும் தாழத்தப்பட்ட மக்கள் எத்தகைய மனிதாபிமானமற்ற கொடுமைகளைத் தாங்கிக் கொள்ள வேண்டியிருக்கிறது என்பதைக்குறிப்பிட்ட அம்பேத்கர் இந்து சமூகத்தின் உறுப்பினராக இருக்கும் வரை தாழ்த்தப்பட்ட மக்கள் இத்தகைய அவமானங்களைத் தாங்க வேண்டியிருக்கும் என்றும் எனவே தங்களைச் சுயமரியாதையுடன் நடத்தக்கூடிய மற்றொரு மதத்திற்குப் போவது தான் நல்லது என்றும் குறிப்பிட்டார்.

"நான் பிறப்பால் இந்துவாகப் பிறந்துவிட்டேன். ஆனால் நிச்சயம் இந்துவாகச் சாகமாட்டேன் என்று உங்களுக்கு உறுதி கூறுகின்றேன்."

அம்பேத்கரின் இந்த உரையானது இந்து மதத் தலைவர்களையும் காங்கிரஸ் தலைவர்களையும் அதிர்ச்சிக்குள்ளாக்கியது. கிறிஸ்தவ,

சீக்கிய, முஸ்லிம் மதத் தலைவர்கள் தங்கள் மதத்தில் சேரும்படி அம்பேத்கருக்கும் அவரது ஆதரவாளர்களுக்கும் அழைப்பு விடுத்த வண்ணமிருந்தனர்.

அம்பேத்கரின் முடிவு "துரதிருஷ்டவசமானது" என்று காந்திஜி கூறினார். தீண்டாமை என்பது இந்தியாவில் கடைசிக் கட்டத்திலிருக்கிறது. தாழ்த்தப்பட்ட மக்கள் மீதான தாக்குதல் குறித்து டாக்டர் அம்பேத்கர் போன்றோரின் வேதனையைப் புரிந்து கொள்ள முடியும்; ஆனால் அதற்காக மதம் மாறுவது என்பதை அங்கீகரிக்க முடியாது என்று காந்திஜி கூறினார். வீரசவர்க்கார், டாக்டர் ராஜேந்திரபிரசாத் போன்றோர் மதம் மாற வேண்டாமென அம்பேத்கருக்கு வேண்டுகோள் விடுத்தனர். இந்துகளின் தூதுக்குழு ஒன்று அம்பேத்கரை பேட்டி கண்டு வேண்டுகோள் விடுத்தது. தான் இன்னும் ஐந்து வருடக்காலம் காத்திருக்கத் தயாராயிருப்பதாகவும் அதற்குள் மேல்சாதி இந்துக்கள் தங்கள் இதய மாற்றத்திற்கான சாதகமான செயல் மூலம் நிரூபித்தால் தன்னுடைய நிலைப்பாடு முழுவதையும் மீண்டும் ஆராய்வதாக அம்பேத்கர் அவர்களுக்குப் பதிலளித்தார்.

அம்பேத்கர் தன் பேச்சின் இறுயில், கடந்த ஐந்தாண்டுகளாகக் காலாராம் கோவிலுக்குள் போவதாகத் தாழ்த்தப்பட்ட மக்கள் நடத்தி வரும் போராட்டத்தை நிறுத்தி விடுமாறும் கேட்டுக் கொண்டார். அது பயனற்ற வீண் வேலை என்று அவர் குறிப்பிட்டார்.

24

புதிய கட்சி உருவானது

1935ஆம் வருடத்திய இந்திய அரசாங்கச் சட்டப்படி 1937ஆம் வருடத்தில் மாகாணச் சட்டசபைகளுக்குப் பொதுத் தேர்தலை நடத்த ஏற்பாடுகள் செய்யப்பட்டு வந்தன. புனா உடன்படிக்கை என்பது குழப்பத்தில் ஆழ்த்தப்பட்ட பிறகு, ஒரு தனியான அரசியல் கட்சியைத் தொடங்குவதென்று டாக்டர் அம்பேத்கரும் அவரது முக்கிய ஆதரவாளர்களும் முடிவு செய்தனர். இதன் காரணமாகத்தோன்றியதுதான் "சுதந்திரத் தொழிலாளர் கட்சி." இது 1936ஆம் ஆண்டு ஆகஸ்ட் மாதத்தில் தொடங்கப்பட்டது. நிலமற்ற விவசாயத் தொழிலாளிகள், ஏழை விவசாயிகள், குத்தகையாளர்கள், ஆலைத் தொழிலாளிகளின் குறைகளைப் போக்கவும் இந்தியச் சமூகத்தில் சமூகச் சீர்திருத்தங்களைச் செய்ய வேண்டிய தேவையை வலியுறுத்தமும் பல திட்டங்களை இந்தக் கட்சி அறிவித்தது. அதேபோன்று கிராமப்புறங்களில் முறையான சுகாதார வசதி செய்யவும் வீடு கட்டித்தரவுமென்று பல திட்டங்களை இந்தக் கட்சி அறிவித்தது.

1936ஆம் ஆண்டு நவம்பர் மாதத்தில் வெளிநாட்டுக்குச் சென்ற அம்பேத்கர் 1937ஆம் ஆண்டு ஜனவரி மாதத்தில் பம்பாய்க்குத் திரும்பினார். உடனே தேர்தல் பிரச்சார இயக்கத்தைத் துவக்கினார். போபட்கர் என்பவரைத் தலைவராகக் கொண்ட ஜனநாயகக் சுயராஜயக் கட்சியின் வேட்பாளர்களுக்கும் அம்பேத்கர் ஆதரவு கொடுத்தார். தாழ்த்தப்பட்ட மக்களின் பிரச்சனைகளில் அவர்களுக்காதரவாகத் தொடர்ந்து பாடுபடும் கட்சியினர் இவர்கள். அம்பேத்கரின் சுதந்திரத் தொழிலாளர் கட்சி மகாராஷ்டிரா மாநிலத்தில் 17 தொகுதிகளில் போட்டியிட்டது. இந்தியத் தேசிய காங்கிரஸ் மகாராஷ்டிராவில் மட்டுமல்லாது இந்தியா முழுவதிலும் போட்டியிட்டது. மத்திய பம்பாய்த் தொகுதியில் போட்டியிட்ட

டாக்டர் அம்பேத்கரையும் புனா தொகுதியில் போட்டியிட்ட போபட்கரையும் தோற்கடிப்பதற்காகக் காங்கிரஸ் கட்சி முழுக் கவனத்தையும் செலுத்தி தீவிரப்பிரச்சாரம் செய்தது

பிப்ரவரி 17ஆம் தேதி மிகுந்த விறுவிறுப்புடன் தேர்தல் நடைபெற்றது. இத்தேர்தலில் அம்பேத்கர் பெரும் வெற்றி பெற்றார். அவர் நிறுத்தி வைத்த 17 வேட்பாளர்களில் 15 பேர் வெற்றி பெற்றனர். ஆனால் அவர் ஆதரித்த போபட்கர் தோற்றுப்போனார்.

மார்ச் மாதம் 17ஆம் தேதியன்று பம்பாய் உயர்நீதிமன்றம், மஹத் நகரிலுள்ள சவுதாகர் குளத்தைத் தாழ்த்தப்பட்ட மக்கள் பயன்படுத்திக் கொள்ளலாமென்று தீர்ப்பளித்தது. இது அம்பேத்கருக்கும் தாழ்த்தப்பட்ட மக்களுக்கும் கிடைத்த பெரும் வெற்றியாகும்.

நீண்ட விவாதத்திற்குப்பிறகு பி.ஜி.கெர் தலைமையில் பம்பாய் ராஜதானியில் காங்கிரஸ் அமைச்சரவை அமைக்கப்பட்டது. அம்பேத்கர் எதிர்க்கட்சி வரிசையில் அமர்ந்தார்.

ஆகஸ்ட் மூன்றாம் வாரத்தில் முதலமைச்சர் பி.ஜி.கெர் ஒரு மசோதாவைச் சட்டமன்றத்தில் முன்மொழிந்தார். அமைச்சர்களுக்கு மாதமொன்றுக்கு 500 ரூபாய் ஊதியமும் வீட்டு வசதியும் போக்குவரத்துப் படியும் தர வேண்டுமென்று அந்த மசோதா கோரியது. அம்பேத்கர் அதைக் கடுமையாக எதிர்த்தார். நாட்டில், நடப்பிலுள்ள வாழ்க்கைத் தரத்தின் படி கணக்கிட்டால் அமைச்சர்களுக்கு மாதமொன்றுக்கு ரூபாய் 75க்கு மேல் அளிக்கக்கூடாது என்று அவர் கூறினார்.

சட்டமன்றக் கூட்டங்கள் இல்லாத நேரங்களில் அம்பேத்கர் கிராமங்களுக்குச் சென்று நில உடமையாளர்களால் அடிமைத்தனத்தில் வைக்கப்பட்டிருந்த விவசாயத் தொழிலாளிகளையும் தாழ்த்தப்பட்ட மக்களையும் மேம்படுத்துவதற்கான பிரச்சாரத்தில் ஈடுபட்டார். இந்த அனுபவத்தின் விளைவாகப் பம்பாய் ராஜதானியில் கொங்கணிப் பகுதியில் விவசாயக் குத்தகையாளர்களின் பண்ணையடிமைத் தனத்தை ஒழிப்பதற்காக ஒரு மசோதாவைச் செப்டம்பர் மாதம் 17ஆம் தேதியன்று சட்டமன்றத்தில் அவர் கொண்டு வந்தார்.

கோத்தி முறை என்றழைக்கப்பட்ட அந்தப் பண்ணையடிமைத்தனத்தை ஒழித்து, அந்தக் குத்தகையாளர்களுக்கு நிலத்தின் மீதான உரிமையை அளிக்கக்கோரும் அம்பேத்கரின் மசோதாவானது இந்தியாவிலேயே முதன்முறையாகக் குத்தகையாளர் பிரச்சனை சம்பந்தமாகக் கொண்டுவரப்பட்ட மசோதாவாகும்.

இந்த மசோதாவை ஆதரித்துக் குத்தகை விவசாயிகள் பம்பாயில் ஒரு பெரும் ஊர்வலத்தை நடத்தினார்கள். ஆயிரக்கணக்கான விவசாயிகள், தாணா, கொலாபா, ரத்னகிரி, சதாரா, நாசிக் போன்ற இடங்களிலிருந்து ரயில்கள் மூலமும் படகுகள் மூலமும் பம்பாய்க்கு வந்து சேர்ந்தனர். சட்டமன்ற அரங்கை நோக்கி மூன்று முனைகளிலிருந்து “கோத்தி முறை ஒழிக”, “அம்பேத்கர் மசோதாவை ஆதரிப்பீர்” என்று முழக்கங்களிட்டுக் கொண்டே அந்த ஊர்வலம் கடும் வெயிலில் எஸ்பிளனேட் மைதானத்தை நோக்கி வந்தது. ஊர்வலம், காவல்துறையால் தடுத்து நிறுத்தப்பட்டு முதல்வரைச் சந்திக்க ஒரு தூதுக்குழு அழைத்துப் போகப்பட்டது.

பருலேக்கர், எஸ்.சி.ஜோஷி, இந்துலால் யக்னிக் போன்றோரைக் கொண்ட அந்தத் தூதுக்குழு ஒரு கோரிக்கைப் பட்டியலை முதலமைச்சரிடம் அளித்தது. விவசாயத் தொழிலாளிகளுக்குக் குறைந்தபட்ச ஊதியம் நிச்சயிக்கப்பட வேண்டும், குத்தகை பாக்கி தள்ளுபடி செய்யப்பட வேண்டும், கோத்தி முறையையும், இனாம்தார் முறையையும் உடனடியாக ஒழிக்க வேண்டும், பொருளாதார ரீதியில் அனாவசியமானதும், சமூக ரீதியில் கொடுங்கோன்மை வாய்ந்ததுமான நிலப்பிரபுத்துவம் ஒழிக்கப்பட வேண்டும், சிறு நில உடமையாளர்கள் செலுத்த வேண்டிய பாசனக் கட்டணம் பாதியாகக் குறைக்கப்பட வேண்டும் என்ற ஐந்து கோரிக்கைகளை அந்தக் கோரிக்கைப் பட்டியல் முன்வைத்தது. முதலமைச்சர் பதிலளிக்கையில், இந்தப் பிரச்சனை ஒவ்வொன்றையம் தங்களுக்கே உரிய வகையில் தனது அமைச்சரவை கவனித்து வருவதாகக் கூறினார்.

விவசாயிகளின் பேரணியில் பேசிய அம்பேத்கர், உலகில் இரண்டே இரண்டு வர்க்கங்கள்தாம் உள்ளன. ஒன்று ஏழை, மற்றொன்று பணக்காரன்; ஒன்று, சுரண்டுபவர்கள் மற்றொன்று சுரண்டப்படுபவர்கள்; விவசாயிகளும் தொழிலாளிகளும் தங்கள் வறுமைக்கான காரணங்களை ஆராய வேண்டும். அது சுரண்டல்காரர்களின் செல்வத்தில் அடங்கியுள்ளது என்பதைப் புரிந்து கொள்ள வேண்டும். தொழிலாளிகள், சாதிபேத வித்தியாசமின்றித் தங்களை ஒரு அணியாகத் திரட்டிக் கொள்ள வேண்டும். தங்களுடைய உண்மையான பிரதிநிதிகளைச் சட்டமன்றங்களுக்கு அனுப்ப வேண்டும் என்று கூறினார்.

25

தொழிலாளர் நலன் காக்க போராட்டம்

1938ஆம் ஆண்டு செப்டம்பர் மாதத்தில் பம்பாய்ச் சட்டமன்றம் "தொழில் தகராறு மசோதா" என்ற பெரியலான மசோதா ஒன்றை விவாதத்திற்கு எடுத்துக் கொண்டது. அம்பேத்கரும் ஜம்னாதாஸ் மேத்தாவும் இந்த மசோதாவைக் கடுமையாக எதிர்த்தனர்.

இந்த மசோதாவானது தொழிலாளிகளின் வேலை நிறுத்த உரிமையைக் கட்டுப்படுத்தி, அந்த வேலைநிறுத்தத்தைச் சட்ட விரோதமாக்கும் நோக்கம் கொண்டதாகும்.

பம்பாயின் அறுபது தொழிற்சங்கங்கள், இந்த மசோதாவை எதிர்த்துத் தொழிலாளிகள் பெரும் போராட்டத்தில் இறங்க வேண்டுமென அறைகூவல் விடுத்தன. நவம்பர் ஆறாம் தேதி காலை எட்டு மணிக்குத் தொழிற்சங்கங்களின் போராட்டக்குழுவை உருவாக்குவதற்கான கூட்டமொன்று நடைபெற்றது. ஜம்னாதாஸ் மேத்தா தலைமையில் நடைபெற்ற இந்தக் கூட்டத்தில் அம்பேத்கர், நிம்ப்கர், கம்யூனிஸ்ட் தொழிற்சங்கத் தலைவர்களான எஸ்.ஏ.டாங்கே, எஸ்.மிராஜ்கர் ஆகியோர் கலந்து கொண்டனர்.

இந்தக் கூட்டமானது ஒரு பெரும் ஊர்வலத்தை நடத்துவதென்றும் அனைத்து மில்கள் மற்றும் தொழிற்கூடங்கள் முன்பு அமைதியான முறையில் மறியல் செய்வதென்றும் முடிவு செய்தது. அத்துடன், தொழில் நகரங்களிலுள்ள தொழிலாளிகள் இந்த மசோதாவிற்குத் தங்களுடைய பலத்த கண்டனத்தைத் தெரிவிக்க வேண்டுமெனவும் கேட்டுக் கொண்டது.

காங்கிரஸ் கட்சி இந்தப் போராட்டத்தை எதிர்த்தது. வேலைநிறுத்த எதிர்ப்புக் கூட்டங்களை நடத்தியது.

பம்பாய் அரசாங்கம் ஆயுதப் போலீஸ் படையைப் பம்பாய் நகரில் கொண்டுவந்து குவித்தது. திட்டமிட்டபடி அன்று மாலை ஆறு மணிக்குக் காம்கார் மைதானத்தில் மாபெரும் பேரணி நடைபெற்றது. 80 ஆயிரத்திற்கும் அதிகமான தொழிலாளிகள் கலந்து கொண்ட இந்தப் பேரணியில் அம்பேத்கர், டாங்கே, இந்துலால்யக்னிக் முதலான தலைவர்கள், காங்கிரஸ் அரசாங்கத்தின் ஆபத்தான போக்கைக் கடுமையாகக் கண்டித்துப் பேசினர். வேலைநிறுத்தத்தை வெற்றிகரமாக்க வேண்டியது தொழிலாளிகளின் கடமை என்று அம்பேத்கர் சுட்டிக்காட்டினார்.

பேரணி முடிவுற்றபின் தொழிலாளிகள் அங்கிருந்து பெரும் ஊர்வலமாகக் கிளம்பி பரோல், லால்பாக் முதலிய பகுதிகள் வழியாகச் சென்று ஓர்லி மைதானத்தை அடைந்தனர்.

வேலைநிறுத்தத்தை மேற்பார்வையிடுவதற்காக ஜம்னாதாஸ் மேத்தாவைத் தலைவராகவும் அம்பேத்கர், டாங்கே, மிராஜ்கர், நிம்ப்கர், பிரதான் ஆகியோரை உறுப்பினர்களாகவும் கொண்ட குழு ஒன்று அமைக்கப்பட்டது. இரண்டாயிரத்து ஐநூறு பேர் கொண்ட தொண்டர் படையும் அமைக்கப்பட்டது.

நவம்பர் 7ஆம் தேதி காலை பம்பாய் நகரமே வெறிச்சோடிக் கிடந்தது. வேலைநிறுத்தம் மிகவும் அமைதியான முறையில் தொடங்கியது. அம்பேத்கரும் ஜம்னாதாஸ் மேத்தாவும் செங்கொடிகளால் அலங்கரிக்கப்பட்ட லாரியில் அமர்ந்து தொழிற்சாலைப் பகுதிகளில் வலம் வந்தனர். வேலைநிறுத்தத்தை வெற்றிகரமாக்கும்படி ஒலிபெருக்கி மூலம் சாலைகளில் திரண்டிருந்த தொழிலாளிகளுக்கு அறைகூவல் விடுத்தனர்.

மில்கள் மட்டுமல்ல, நகரசபைப் பணிமனையும் மூடப்பட்டுக் கிடந்தது. காலை 11 மணியளவில், வேலைநிறுத்தம் பிசுபிசுத்துப் போகும் என்ற நப்பாசையுடன் காரில் பவனி வந்த தொழிலாளர் நல அமைச்சர் கே.எம்.முன்ஷியின் கார் நடுத்தெருவில் தாக்கப்பட்டு அதன் கண்ணாடி சுக்குநூறாக நொறுக்கப்பட்டது. காருக்குள்ளிருந்த சர்தார் வல்லபாய் படேல் போன்றோர் காயமின்றி தப்பினர்.

பம்பாயில் மட்டுமல்ல, அகமதாபாத், ஜல்கான், புனா, துலியா போன்ற நகரங்களிலும் தொழிற்கூடங்கள் மூடப்பட்டு வேலைநிறுத்தம் நடைபெற்றது.

அன்று மாலை மீண்டும் காம்கார் மைதானத்தில் நடைபெற்ற மாபெரும் பேரணியில் கம்யூனிஸ்ட் தலைவர்களான பி.டி.ரணதிவே,

எஸ்.ஏ.டாங்கே, எஸ்.எஸ்.மிராஜ்கர் ஆகியோர் வெற்றிகரமான வேலைநிறுத்தத்தைப் பாராட்டிப் பேசியபின் இறுதியில் அம்பேத்கர் பேசினார். தொழிலாளிகள், கூட்டத்தில் கலந்து கொண்டு, கோஷங்கள் போட்டு, இந்த மசோதாவை எதிர்ப்பதோடு நின்றுவிடாமல் தங்களுடைய சொந்தப் பிரதிநிதிகளைத் தேர்ந்தெடுப்பதன் மூலம் அரசியல் அதிகாரத்தைக் கைப்பற்ற வேண்டுமென்று கூறினார். ஆங்கிலேய ஏகாதிபத்தியத்திற்கெதிராகக் காங்கிரஸ் உண்மையிலேயே போராடுமென்றால் தான் அதில் சேரத் தயார் என்றும் அவர் கூறினார்.

தொழிலாளர்கள் தலைவர்கள் பயமுறுத்திப் பணியவைக்கும் கொள்கையைக் கடைப்பிடித்தனர் என்று காங்கிரஸ் தலைவர் சர்தார் வல்லபாய் படேல் ஒரு அறிக்கை விடுத்தார். அம்பேத்கர் இதைக் கடுமையாகச் சாடினார். படேலின் அறிக்கை துவக்கம் முதல் இறுதிவரை பொய்களால் புனையப்பட்டது என்று பதிலடி கொடுத்தார்.

இந்தப் போராட்டமானது மற்றொரு வகையில் தனிச்சிறப்பு வாய்த்ததாகும். கம்யூனிஸ்ட் தலைவர்களுடன் சேர்ந்து அம்பேத்கர் கூட்டுப் போராட்டத்தில் ஈடுபட்டது இதுதான் முதன்முறையாகும். இந்தப் போராட்டமானது மற்றொரு முக்கிய விஷயத்தையும் நாட்டின் தொழிலாளி வர்க்கத்தின் முன்பு, உழைக்கும் மக்களின் முன்பு கொண்டு வந்து நிறுத்தியது. நாட்டின் விடுதலைக்காகப் பாடுபடுவதாகக் கூறிவந்த காங்கிரஸ் கட்சி ஆட்சியில் அமர்ந்தால் எத்தகைய தொழிலாளி விரோத கொள்கைகளை அது கடைப்பிடிக்கும் என்பதையும் அவர்கள் கவனத்திற்குக் கொண்டுவந்தது.

26

கற்பி, கிளர்ச்சி செய், அணிதிரட்டு

1942ஆம் ஆண்டு ஜூலை மாதம் 18, 19 தேதிகளில் அகில இந்தியத் தாழத்தப்பட்டோர் மாநாடு நாகபுரியில் நடைபெற்றது. மாநாட்டிற்கு என்.சிவராஜ் தலைமை வகித்தார். 70 ஆயிரம் பேர் இம்மாநாட்டில் கலந்து கொண்டனர்.

வட்ட மேசை மாநாட்டிலிருந்து கிரிப்ஸ் தூதுக்குழு வரைப்பட்ட காலத்தில் தாழ்த்தப்பட்ட மக்கள் அடைந்துள்ள முன்னேற்றம் குறித்து அம்பேத்கர் இம்மாநாட்டில் ஆய்வு செய்தார். "அனைத்து துறைகளிலும் தாழ்த்தப்பட்ட மக்கள் முன்னேற்றம் அடைந்து வருகிறார்கள்" என்று பூரிப்போடு குறிப்பிட்டார் அம்பேத்கர், கல்வித்துறையிலும் தாழ்த்தப்பட்ட மக்கள் குறிப்பிடத்தக்க முன்னேற்றம் அடைந்து வருகிறார்கள் என்றும் அனைத்திற்கும் மேலாகத் தாழ்த்தப்பட்ட பெண்களின் முன்னேற்றம் உற்சாக மூட்டுவதாகவும் வியப்பளிப்பதாகவும் உள்ளது என்றும் குறிப்பிட்டார். இதுகுறித்து தாழ்த்தப்பட்ட மக்கள் நியாயமாகவே பெருமைப்பட்டுக் கொள்ளலாம் என்று கூறிய அம்பேத்கர் இது இந்துக்களின் தர்மத்தினால் ஏற்பட்ட விளைவல்ல, முற்றிலும் தன்னுடைய சொந்த உழைப்பின் மூலம் பெறப்பட்ட சாதனையே என்றும் கூறினார்.

அவர் மேலும் கூறினார்:

".... உங்களுடைய லட்சியத்திற்காக நான் போராடுவேன் என்று எவ்வித வாக்குறுதியும் உங்களுக்குத் தேவையில்லை. ஆனால் உங்களிடமிருந்து ஒரு பெரும் வாக்குறுதியை நான் எதிர்நோக்கியுள்ளேன். உங்களுடைய அன்பையும், பாசத்தையும் எனக்கு உறுதி செய்துள்ளீர்கள். ஆனால் வேறொரு வகைப்பட்ட உறுதிமொழியை உங்களிடமிருந்து எதிர்நோக்கியுள்ளேன். நமது

உரிமைகளுக்கு ஆதரவாக நிற்கவும் நமது உரிமைகளுக்காகப் போராடவும் நாம் அவற்றைப் பெறும்வரை ஒருபோதும் பின்வாங்குவதில்லையென்றும் நம்முடைய பலத்தையும் ஒற்றுமையையும் உறுதிப்பாட்டையும் நீங்கள் உறுதி செய்ய வேண்டும். உங்களுடைய பங்கை நிறைவேற்ற நீங்கள் வாக்குறுதி தருகின்றீர்கள். என்னுடைய பங்கை நிறைவேற்ற நான் வாக்குறுதி தருகின்றேன்.

"உங்களிடம் நீங்கள் நம்பிக்கை கொள்ளுங்கள். ஒருபோதும் நம்பிக்கை இழக்காதீர்கள். நான் எப்பொழுதும் உங்களுடன் இருப்பேன்; நீங்களும் என்னுடனிருப்பீர்கள் என்பதை நான் அறிவேன்."

தன் உரையின் இறுதியில் அம்பேத்கர் கூறினார்:

"... உங்களுக்கு நான் கூறும் இறுதியான ஆலோசனை என்னவென்றால் கற்பி, கிளர்ச்சி செய், அணிதிரட்டு என்பதேயாகும். நீதி நம் பக்கம் இருகக் நாம் எவ்வாறு தோல்வியடைய முடியும்? போராட்டம் என்பது எனக்கு மகிழச்சியான விஷயம். நமது போராட்டமானது செல்வத்திற்காகவோ அல்லது அதிகாரத்திற்காகவோ நடத்தும் போராட்டமல்ல. அது சுதந்திரத்திற்கான போராட்டம். இந்தச் சமூக முறையின் காரணமாக ஒடுக்கப்பட்டும் சிதறடிக்கப்பட்டுமுள்ள மனித ஆளுமையை மீட்பதற்கான போராட்டமாகும்."

27

வைசிராய் நிர்வாகக் கவுன்சில் உறுப்பினராக

1939ஆம் ஆண்டு செப்டம்பர் மாதம் மூன்றாம் தேதியன்று இரண்டாம் உலகப்போர் வெடித்ததைத் தொடர்ந்து இந்திய அரசியல் வானில் பல மாற்றங்கள் ஏற்பட்டன. காங்கிரஸ் தலைமையின் முடிவுப்படி, நவம்பர் மாதத்தில் மாகாணக் காங்கிரஸ் அமைச்சரவைகள் பதவியிலிருந்து விலகின. ஆங்கிலேய அரசாங்கம் சர் ஸ்டாபோர்டு கிரிப்ஸ் என்பவர் தலைமையில் ஒரு தூதுக்குழுவை இந்தியாவிற்கு அனுப்பியது.

காந்திஜியும் ஜின்னாவும் அம்பேத்கரும் வெவ்வேறு காரணங்களுக்காக இந்தத் தூதுக்குழுவை நிராகரித்தனர். கிரிப்ஸ் தூதுக்குழு இந்திய முஸ்லிம்களுக்கு விசேஷ அந்தஸ்தை அளிக்க முன்வரும் நேரத்திலேயே தாழ்த்தப்பட்ட மக்களுக்கு அதை அளிக்க மறுக்கிறது என்ற காரணத்தைக் கூறி அம்பேத்கர் அந்தத் தூதுக்குழுவை நிராகரித்தார்.

1942ஆம் அண்டு ஜூன் மாதம் மூன்றாவது வாரத்தில் அம்பேத்கர், வைஸ்ராய் நிர்வாகக் கவுன்சில் உறுப்பினராக்கப்பட்டார். சர்.சி.பி.ராமசாமி அய்யர், சர் முகமது உஸ்மான், சர்.ஜே.பி.ஸ்ரீவத்சவா போன்றோரும் அம்பேத்கருடன் சேர்ந்து நிர்வாகக் கவுன்சில் உறுப்பினர்களாக்கப்பட்டனர். அம்பேத்கருக்குத் தொழிலாளர் நலப் பொறுப்பு அளிக்கப்பட்டது. இரண்டாம் உலகப்போர் மும்முரமாக நடைபெற்று வந்த நேரம் இது. நாஜிகள் வெற்றி பெற்றால் அது சமத்துவம், சகோதரத்துவம், சுதந்திரம் போன்ற லட்சியங்களை அழித்து விடுமென்று அம்பேத்கர் எச்சரித்தார்.

அம்பேத்கர் தொழிலாளர் நலத்துறைக்குப் பொறுப்பேற்றிருந்த இந்த நேரத்தில்தான் வேலைவாய்ப்பு நிலையங்களை

உருவாக்குவதென்று தொழிலாளர் நிரந்தரக்குழு முடிவு செய்தது. 1943ஆம் அண்டு செப்டம்பர் 6,7 தேதிகளில் தொழிலாளர் முத்தரப்பு மாநாட்டின் இரண்டாவது கூட்டம் புதுடில்லியில் டாக்டர் அம்பேத்கர் தலைமையில் நடைபெற்றது. அதில் அவர் ஒரு உரை நிகழ்த்தினார். உணவு, உடை, குடியிருப்பு, கல்வி, கலாச்சார வசதிகள் மற்றும் அடிப்படைச் சுகாதார வசதிகளுக்காகத் தொழிலாளர்கள் முன்வைத்த கோரிக்கைகள் நீண்டகாலமாகவே கிடப்பில் போடப்பட்டு புறக்கணிக்கப்பட்டு வருவதை அவர் சுட்டிக்காட்டி இதற்கு ஒரு முடிவு கட்ட வேண்டுமென்று கூறினார். இதன் விளைவாகத் தொழிலாளிகளுக்கு நியாயமான ஊதியம் வழங்குவதற்கென்றும் அவர்களக்கு ஒரு சமூகப் பாதுகாப்புக் கொள்கையை உருவாக்குவதற்கென்றும் ஒரு அமைப்பை ஏற்படுத்தவதென்று இந்தக் கூட்டம் ஒரு தீர்மானத்தை நிறைவேற்றியது. வருடம் முழுவதும் செயல்பட்டு வரும் தொழிற்சாலைகளோ அல்லது தொழிற்கூடங்களோ தங்களிடம் வேலை பார்க்கும் எந்திரத் தொழிலாளர்களுக்குச் சம்பளத்துடன் கூடிய விடுமுறையை அளிக்க வேண்டுமென்று டாக்டர் அம்பேத்கர் ஒரு மசோதாவை முன்மொழிந்தார்.

சிறிது காலத்திற்குள் உடல்நிலை காரணமாக ஆகாகான் மாளிகையில் சிறைவைக்கப்பட்டிருந்த காந்திஜி விடுதலை செய்யப்பட்டார். அதைத் தொடர்ந்து காந்திஜிக்கும் ஜின்னாவுக்குமிடையே ரகசியக் கடிதப் போக்குவரத்து தொடங்கியது. அம்பேத்கர் இதை வரவேற்றார். அதே சமயத்தில் காந்திஜிக்கும் ஒரு கடிதம் அனுப்பினார். இந்தியப் பிரச்சனைக்கு நியாயமான தீர்வு காண வேண்டும் என்ற லட்சியம் வெற்றி பெற வேண்டுமனால் இந்து முஸ்லிம் பிரச்சனைக்குத் தீர்வு காண்பதோடு இந்துக்கள் தாழ்த்தப்பட்டோர் பிரச்சனைக்கும் தீர்வு காண வேண்டும் என்று அந்தக் கடிதத்தில் அம்பேத்கர் கூறியிருந்தார்.

ஆகஸ்ட் 6ஆம் தேதி காந்திஜி அதற்குப் பதில் அனுப்பினார். டாக்டர் அம்பேத்கரின் திறமைகளைத் தாம் முற்றும் அறிந்திருப்பதாகவும் அவரைத் தன்னுடைய கூட்டாளியாகவும் சக ஊழியராகவும் வைத்துக் கொள்ள விரும்பிய போதிலும் அவர் கூறிய கருத்துடன் தான் உடன்பட இயலாது என்றும் காந்திஜி அந்தக் கடிதத்தில் கூறியிருந்தார். தன்னைப் பொறுத்தமட்டில் தாழ்த்தப்பட்ட மக்களின் பிரச்சனை என்பது மதத்தன்மை வாய்ந்த, சமூகத் தன்மை வாய்ந்த பிரச்சனை என்றும், அது இந்துச் சமூகம் என்ற வட்டத்திற்குள்ளேயே தீர்க்கப்பட வேண்டுமென்றும் காந்திஜி கூறினார்.

கிரிப்ஸ் தூதுக்குழு தோல்வியில் முடிந்தபிறகு காங்கிரசிற்கும் முஸ்லிம் லீக்கிற்குமிடையே பேச்சுவார்த்தைகள் தொடங்கின. இதன் விளைவாக 'வேவல் திட்டம்' என்ற பெயரில் ஒரு திட்டம் 1945ஆம் ஆண்டு ஜூன் மாதம் கடைசிவாரத்தில் சிம்லாவில் நடைபெற்ற மாநாட்டில் வெளியிடப்பட்டது. ஆனால் இடைக்கால அமைச்சரவையில் முஸ்லிம்களை நியமிக்கும் உரிமை தங்களுக்கு மட்டுமே உண்டு, காங்கிரஸ், முஸ்லிம்களை அமைச்சர்களாக நியமிக்கக் கூடாதென்று முஸ்லிம் லீக் தலைவர் ஜின்னா பிடிவாதம் பிடித்ததால் இந்த மாநாடு தேக்க நிலையில் முடிவடைந்தது.

செப்டம்பர் மாத நடுவில் இங்கிலாந்து அரசாங்கம் இந்தியாவில் பொதுத் தேர்தல் நடத்தப்போவதாக அறிவிப்புச் செய்தது. இதன் விளைவாக காங்கிரஸ், முஸ்லிம் லீக், இந்து மகாசபை போன்றவை தேர்தல் தயாரிப்பில் முழு மூச்சுடன் இறங்கின.

1946ஆம் ஆண்டு மார்ச் மாதம் 15ஆம் தேதியன்று இங்கிலாந்தின் தொழிற்கட்சி அரசாங்கம் ஒரு அறிவிப்பு செய்தது. இந்தியா, பிரிட்டிஷ் காமன்வெல்த்திற்கு உடன்பட்டோ உட்படாமலோ சுதந்திரம் பெற உரிமை உண்டென்று அந்த அறிவிப்பு கூறியது. கிரிப்ஸ் தலைமையில் ஒரு தூதுக்குழு இந்தியாவிற்கு வந்து காங்கிரஸ் தலைவர்களையும் லீக் தலைவர்களையும் மன்னர்களின் தலைவரான போபால் நவாப்பையும் சந்தித்தது. அந்தத் தூதுக்குழு ஏப்ரல் 5ஆம் தேதி டாக்டர் அம்பேத்கரையும் சீக்கியர்களின் தலைவரான மாஸ்டர் தாராசிங்கையும் சந்தித்தது. நாட்டின் புதிய அரசியல் சட்டத்தில் தாழ்த்தப்பட்ட மக்களின் பாதுகாப்பிற்கு வழிவகை செய்யும்படிக் கோரி டாக்டர் அம்பேத்கர் ஒரு மனுவை அந்தக்குழுவிடம் சமர்ப்பித்தார்.

அந்தக்குழு இறுதியாகத் தன் பரிந்துரைகளை வழங்கியது. அதன்படி ஒரு அரசியல் நிர்ணய சபை உருவாக்கப்பட்டு, மத்தியில் இடைக்கால அமைச்சரவையைக் கொண்ட நிலையில் இந்தியா ஒரு யூனியனாக இருக்குமென்றும் அந்தப் பரிந்துரை கூறியது. தாழ்த்தப்பட்டோர் கோரிக்கை பற்றி அது எதுவும் குறிப்பிடவில்லை.

இந்த அறிக்கை சமர்ப்பிக்கப்பட்ட பின்னர் வைஸ்ராய் தன்னுடைய நிர்வாகக் கவுன்சிலைக் கலைத்துவிட்டார். எனவே, மே மாதம் கடைசி வாரத்தில் டாக்டர் அம்பேத்கர் பம்பாய்க்குத் திரும்பி வந்தார்.

28

அரசியல் நிர்ணய சபை உறுப்பினர்

அம்பேத்கர் இப்பொழுது கல்விப்பணியில் இறங்கினார். "மக்கள் கல்விக்கழகம்'' என்ற அமைப்பை ஏற்கெனவே அவர் உருவாக்கியிருந்தார். இதன் முக்கிய நோக்கமானது அடித்தட்டு, நடுத்தர மக்களுக்கு, அதிலும் குறிப்பாகத் தாழ்த்தப்பட்ட சாதிகளைச் சேர்ந்தவர்களின் கல்வி ஆர்வங்களை முன்னேற்றுவது என்பதைப் பிரதான நோக்கமாகக் கொண்டிருந்தது. ஆனால் ஆசிரியர்களின் நியமனம் என்பதைப் பொறுத்தவரை கல்வித் திறமை என்பதைத்தான் அம்பேத்கர் அளவுகோலாக வைத்தார். இதன் விளைவாக மேல் சாதிகளைச் சேர்ந்த திறமையான ஆசிரியர்கள் இக்கழகம் நடத்திய கல்லூரிகளில் பணிபுரிந்தனர். ஜூன் 20ஆம் தேதியன்று பம்பாயில் "சித்தார்த்தாகல்லூரி" இக்கழகத்தினால் தொடங்கப்பட்டது. இக்கல்லூரியின் ஆசிரியர்களும் மாணவர்களும் புத்தரின் போதனைகளைப் பின்பற்ற வேண்டுமென்று விரும்பிய அம்பேத்கர் அந்தப் புத்தரின் மறுபெயரான சித்தார்த்தா என்ற பெயரையே இக்கல்லூரிக்குச் சூட்டினார்.

1951ஆம் ஆண்டில் ஔரங்காபாத் நகரில் மிலிந்த் கல்லூரி என்ற பெயரிலான கல்லூரியை இந்தக் கழகம் தொடங்கியது. இதற்கு அன்றைய குடியரசுத்தலைவர் ராஜேந்திர பிரசாத் அடிக்கல் நாட்டினார்.

1946ஆம் ஆண்டு நடைபெற்ற தேர்தலில் அம்பேத்கர் தோல்வியடைந்தார். அவரது வேட்பாளர்கள் அனைவரும் தோல்வியுற்றனர். இந்து மகாசபையும் படுதோல்வியடைந்தது. முஸ்லிம்கள் பெருவாரியாக இருந்த இடங்களில் முஸ்லிம் லீக் வெற்றி பெற்றது. மற்ற இடங்களில் காங்கிரஸ் வெற்றி பெற்றது

இதைத் தொடர்ந்து மாகாணச் சட்டமன்றங்களிலிருந்து அரசியல் நிர்ணய சபைக்கு உறுப்பினர்கள் தேர்ந்தெடுக்கப்பட்டனர். அம்பேத்கர் பம்பாய் சட்டமன்றத்திலிருந்து தேர்ந்தெடுக்கப்பட வழியில்லாததால், வங்காளச் சட்டமன்றத்திலிருந்த தாழ்த்தப்பட்ட சட்டமன்ற உறுப்பினர்கள் மூலமாக முன்மொழியப்பட்டு முஸ்லிம் லீக் ஆதரவுடன் அவர் அரசியல் நிர்ணய சபைக்கு தேர்ந்தெடுக்கப்பட்டார்.

அரசியல் நிர்ணய சபை 1946ஆம் ஆண்டு டிசம்பர் மாதம் 9ஆம் தேதியன்று கூடியது. அது டாக்டர் ராஜேந்திர பிரசாத்தைத் தனது தலைவராகத் தேர்ந்தெடுத்தது. விதிமுறைகளை உருவாக்குவதற்கென்று ஒரு குழுவை நியமித்தது.

ஆனால் இந்தச் சபையை முஸ்லிம் லீக் பிரதிநிதிகளும் மன்னர்களின் பிரதிநிதிகளும் புறக்கணித்தனர்.

சில நாட்கள் நடந்த பின்னர், இந்த சபையின் கூட்டம் ஒத்திவைக்கப்பட்டது. பம்பாய் திரும்பிய அம்பேத்கர் கல்விப்பணியில் ஆர்வம் காட்டத் தொடங்கினார்.

கடந்த பல மாத காலமாகவே காங்கிரஸ்காரர்கள், அம்பேத்கர் அமைப்பைச் சேர்ந்தவர்கள் மீது வன்முறைத் தாக்குதல் தொடுத்து வந்தனர். அது, இப்பொழுது அதிகரிக்கத் தொடங்கியது. அம்பேத்கரின் மகன் நடத்தி வந்த அச்சகத்தை அவர்கள் தீக்கிரையாக்கினர். 1947 ஜனவரி மாதத்தில் பம்பாய் தாழ்த்தப்பட்ட அமைப்பின் தலைவர்களுள் ஒருவரான தியோருகாகர் என்பவரை காங்கிரஸ்காரர்கள் கொலை செய்தனர். ஒருமுறை அம்பேத்கர் வீட்டையும் முற்றுகையிட்டனர். ஆனால் அவர் எந்த பயமுறுத்தலுக்கும் மசியவில்லை.

1947ஆம் ஆண்டு மார்ச் மாதத்தில் அரசியல் நிர்ணய சபைக்கு அம்பேத்கர் ஒரு மனுவைச் சமர்ப்பித்தார். தாழ்த்தப்பட்டவர்களுக்கென ஒதுக்கப்பட்டுள்ள தொகுதிகளில் தாழ்த்தப்பட்டவர்கள் மட்டுமே வாக்களிக்க வேண்டுமென்றும் மற்ற தொகுதிகளில் அனைவரும் சேர்ந்து வாக்களிக்கலாமென்றும் அதில் கூறியிருந்தார்.

இந்தச் சமயத்தில் நாட்டின் பல பகுதிகளிலும் குறிப்பாக வங்காளத்திலும் பஞ்சாபிலும், இந்து முஸ்லிம் கலவரங்கள் வெடிக்கத் தொடங்கின.

அரசியல் நிர்ணய சபையின் மூன்றாவது கூட்டம் 1947ஆம் ஆண்டு ஏப்ரல் மாதத்தில் கூடியது. அம்பேத்கர் இதில் கலந்து கொண்டார். இந்தக் கூட்டத் தொடரின்போதுதான் தீண்டாமையை முற்றிலும் ஒழித்துக்கட்ட வேண்டும் என்ற தீர்மானத்தை வல்லபாய்

படேல் கொண்டு வந்தார். அது, ஏப்ரல் 29ஆம் தேதி ஒருமனதாக ஏற்கப்பட்டது. இந்தத் தீர்மானமானது, தீண்டாமையைக் கடைப்பிடிப்பது குற்றமாகும் என்று கூறியது. அம்பேத்கரின் ஒரு கனவு நனவாகியது.

அரசியல் நிர்ணய சபை இந்தியத் தேசியக் கொடியின் சின்னமாக அசோகச் சக்கரத்தைப் பொறிப்பதென்று முடிவு செய்தது. இதில் அம்பேத்கருக்கு ஒரு முக்கியப் பங்கு இருந்தது. இந்த முடிவு காந்திஜிக்கு வருத்தத்தை அளித்தது. ஏனென்றால் அவர் அசோகச்சக்கரத்திற்குப் பதில் கைராட்டையைச் சின்னமாக வைத்திருக்கலாமென்று கருதினார். தேசியக்கொடி என்பது கதரையும் கைராட்டினத்தையும் விட்டுவிட்டதால் கொடிக்கும் தனக்கும் சம்பந்தமில்லை என்று அவர் அறிவித்தார்.

இந்தியா இருகூறாக உடைந்ததைத் தொடர்ந்து அரசியல் நிர்ணய சபையின் பல உறுப்பினர்கள் தங்கள் பதவியை இழந்தனர். அவர்களில் அம்பேத்கரும் ஒருவர். ஏனென்றால் அவரைத் தேர்ந்தெடுத்த வங்காள மாகாணம், கிழக்கு வங்காளம் என்றும் மேற்கு வங்காளம் என்று பிரிந்து பிட்டது. எனவே, பம்பாய் மாகாணத்திலிருந்து தேர்ந்தெடுக்கப்பட்ட டாக்டர் எம்.ஆர்.ஜெயகர் ராஜினாமா செய்ததால், அந்த இடத்திலிருந்து அம்பேத்கர் அரசியல் நிர்ணய சபைக்கு மீண்டும் தேர்ந்தெடுக்கப்பட்டார்.

இந்தியாவிற்கான புதிய அமைச்சரவை உருவாக்கப்பட வேண்டியிருந்தது. அம்பேத்கரை இந்தியாவின் சட்ட அமைச்சராகப் பதவியேற்கும்படி ஜவஹர்லால் நேரு கேட்டுக் கொண்டார். காந்திஜியும் இதற்குச் சம்மதம் தெரிவித்தார்.

அம்பேத்கரும் நேருவின் வேண்டுகோளை ஏற்றுக் கொண்டார். சட்ட அமைச்சராகப் பதவியேற்றார். நாடு முழுவதிலுமிருந்து அவருக்கு வாழ்த்துக்கள் வந்து குவியத் தொடங்கின. அவரை அருவருப்புடன் கண்டவர்களும் இகழ்ச்சியாகப் பேசியவர்களும் அவருக்குப் புகழ்மாலை சூட்டத் தொடங்கினர். தீண்டத்தகாதவர் என்று கேவலமாகப் பேசப்பட்டவர் ஒரே நாளில் உயர்ந்த மனிதராகக் கருதப்பட்டார்.

29

அரசியல் சட்டம் உருவானது

1947ஆம் ஆண்டு ஆகஸ்ட் மாதம் 29ஆம் தேதியன்று சுதந்திர இந்தியாவுக்கான அரசியல் சட்டத்தின் நகலை தயாரிக்கும் பொருட்டு அரசியல் நிர்ணய சபை டாக்டர் அம்பேத்கரை தலைவராகக் கொண்ட ஒரு குழுவை நியமித்தது. சர் அல்லாடி கிருஷ்ணசாமி, சர் பி.என்.ராவ்சையது எம்.சஹதுல்லா, சர்.என்.கோபால்சாமி அய்யங்கார், டாக்டர் கே.எம்.முன்ஷி, சர்.பி.எல்.மித்தர், டி.பி.வைத்தான் ஆகியோர் இந்தக் குழுவின் உறுப்பினர்களாவர். சிறிதுகாலம் கழித்து இந்தக்குழு மாற்றியமைக்கப்பட்டது. சர்.பி.எல்.மித்தருக்குப் பதிலாக என்.மாதவராவும் இறந்துபோன டி.பி.கைத்தானுக்குப் பதிலாக டி.டி.கிருஷ்ணமாச்சாரியும் நியமிக்கப்பட்டனர்.

அம்பேத்கர் சீர்கேடு அடைந்து வரும் தன் உடல்நிலையையும் பொருட்படுத்தாமல் அரசியல் சட்டத்தின் நகலைத் தயாரிக்கும் பணியில் முழுமூச்சுடன் ஈடுபட்டார்.

நகல் தயாரிப்பு பணி பெரும்பாலும் அம்பேத்கர் மற்றும் ஒன்றிரண்டு உறுப்பினர்களின் பணியாகவே விளங்கியது. இந்தக் குழுவின் ஏழு உறுப்பினர்களில் ஒருவர் இறந்து விட்டார். மற்றொருவர் பெரும்பாலும் அமெரிக்காவிலேயே இருந்தார். மூன்றாவது நபர் தன் மாநிலத்தின் பணிகளிலேயே மூழ்கியிருந்தார். ஒன்றிரண்டு பேர் உடல்நிலையைக் காரணமாகக் கூறி டெல்லிக்கு வெளியிலேயே தங்கி இருந்தனர். இதிலிருந்தே டாக்டர் அம்பேத்கர் இந்தப் பணியை முடிக்க எவ்வளவு சிரமப்பட வேண்டியிருந்தது என்பது நன்கு விளங்கும்.

நகல் அரசியல் சட்டம் தயாரிக்கும் பணி 1948ஆம் ஆண்டு பிப்ரவரி மாத இறுதியில் முடிவுற்றது. அரசியல் நிர்ணய சபையின் தலைவரிடம் அது சமர்ப்பிக்கப்பட்டது. அது மக்கள் கருத்தை அறியும் பொருட்டு விவாதத்திற்கு விடப்பட்டது.

உடல்நிலை குன்றிவந்த போதிலும் தனது பணியை விடாது முடித்த அம்பேத்கர் ஓய்வு பெறவும் சிகிச்சை பெறவும் பம்பாய்க்கு வந்தார். வயதாகி வரும் நிலையில் தன்னைக் கவனித்துக் கொள்ள வாழ்க்கைத் துணை வேண்டும் என்று கருதினார். அவர் சிகிச்சை பெற்றுவந்த மருத்துவமனையில் பணியாற்றி வந்த டாக்டர் குமாரி சாரதா கபீர் என்பவர் அம்பேத்கரிடம் மிகுந்த பரிவுடன் இருந்தார். அவரையே திருமணம் செய்து கொள்வதென்று அம்பேத்கர் முடிவு செய்தார். டாக்டர் சாரதாவும் அதற்குச் சம்மதித்தார். பிராமணக் குடும்பத்தைச் சேர்ந்த டாக்டர் சாரதாவுக்கும் டாக்டர் அம்பேத்கருக்கும் ஏப்ரல் 15ஆம் தேதி மாலையில் புதுடில்லியில் உள்ள அவருடைய இல்லத்தில் பதிவுத் திருமணம் நடைபெற்றது. சிவில் திருமணச் சட்டப்படி நடைபெற்ற இந்தத் திருமணத்திற்கு ஒரு சில நண்பர்கள் மட்டுமே அழைக்கப்பட்டனர்.

இச்சமயத்தில் மொழிவழி மாநிலங்கள் வேண்டுமென்ற கோரிக்கைகள் குறித்து அரசாங்கத்திற்கு ஒரு அறிக்கை தயாரிப்பதற்காக ஒரு "மொழிவழிக் குழு" மத்திய அரசால் அமைக்கப்பட்டது. மகாராஷ்டிரா சார்பில் சாட்சியம் அளித்தவர்களில் டாக்டர் அம்பேத்கரும் ஒருவர். அந்தக்குழு அக்டோபர் 14ஆம் தேதியன்று பம்பாய்க்கு வந்தபொழுது ஒரு மனுவையும் அம்பேத்கர் சமர்ப்பித்தார். அதில் அவர் கூறியதாவது: "ஒரு மொழிவழி மாநிலம் என்பது ஜனநாயகத்திற்குத் தேவைப்படுகிற சமூக, ஒருமித்த தன்மையை உருவாக்குகிறது. பல மொழிகள் பேசப்படக்கூடிய மாநிலத்தை விட ஜனநாயகத்தை மொழிவழி மாநிலம் சிறந்த முறையில் செயல்பட வைக்கிறது. மொழிவழி மாநிலங்களை உருவாக்குவதில் ஆபத்து கிடையாது."

மொழிவழி மாநிலம் குறித்து மேலே கூறிய கருத்துக்களைச் சரியாகக் கூறிய அம்பேத்கர் ஏற்கக்கூடாத ஒரு கருத்தையும் கூறினார். அதாவது, மொழிவழி மாநிலத்தின் அதிகாரபூர்வ மொழியாக அந்த மாநிலத்தின் மொழியை ஆக்குவதில் ஆபத்து அடங்கியிருக்கிறது என்று அவர் கூறினார். அவ்வாறு செய்தால் பிராந்தியத் தேசியவாதம் உருவாவதற்கு இட்டுச்செல்லும் என்று அவர் கருதினார். பிராந்திய மொழிகளை அதிகாரபூர்வ மொழிகளாக்கினால் அது தனிமைப்படுத்தப்பட்ட மாநிலக் கலாச்சாரங்கள் உருவாவதற்கு இட்டுச்சென்று இறுகிப்போய் இந்தியாவை உடைப்பதற்கு இட்டுச் சென்றுவிடும் என்று அவர் கருதினார். ஒன்றுபட்ட நாடாக இருப்பதற்குப் பதிலாக ஐரோப்பாவைப் போல தனித்தனி நாடாகப் போவதற்கு அது இட்டுச் செல்லும் என்று அம்பேத்கர் கவலைப்பட்டார்.

ஏற்கெனவேயே மத்திய, மாநில ஆட்சி மொழிகள் விஷயத்திலும் இதைப் போன்றதொரு கருத்தையே அவர் கொண்டிருந்தார். மத்திய, மாநில ஆட்சி மொழியாக ஒரே மொழிதான் இருக்க வேண்டும் என்று 1947ஆம் ஆண்டு ஏப்ரல் 19ஆம் தேதி அரசியல் நிர்ணய சபையில் பேசும்பொழுதும் கூறினார். ஆனால், அரசியல் நிர்ணய சபை அக்கருத்தை ஏற்கவில்லை.

1948ஆம் ஆண்டு அக்டோபர் மாதத்தில் அவருடைய சிறந்த புத்தகமான "தீண்டத்தகாதவர்கள்" வெளியானது. தீண்டாமை என்பது கி.பி.400ஆம் ஆண்டிலிருந்து தொடங்கியது என்றும் இதுபுத்தமதமும் பிராமணியமும் மேலாதிக்கத்திற்காக நடத்திய போராட்டத்தில் பிறந்தது என்றும் டாக்டர் அம்பேத்கர் அந்நூலில் கூறினார். புத்தமதம் வளர்ந்து வந்ததன் காரணமாகத் தங்கள் பெருமையையும் அதிகாரத்தையும் இழந்துவிட்ட பிராமணர்கள் மீண்டும் அவற்றைப் பெறுவதற்காக மாட்டிறைச்சி உண்பதைக் கைவிட்டுப் புத்தமத வழிமுறைகளை ஏற்றுக் கொண்டார்கள் எனவும் அந்நூலில் அம்பேத்கர் கூறினார். ஏழைகளாய் இருந்து மனமுடைந்து போயிருந்த மக்கள் மாட்டிறைச்சி உண்பதையும் புத்த மதத்தையும் கைவிடாததால் அவர்கள் தீண்டத்தகாதவர்கள் என அழைக்கப்பட்டனர் என்றும் அவர் கூறினார்.

நகல் அரசியல் சட்டம் மக்களால் ஆறு மாதக்காலம் விவாதிக்கப்பட்ட பின்பு, அரசியல் நிர்ணய சபை அதை விவாதத்திற்கு எடுத்துக் கொண்டது. 315 சரத்துக்களையும் 8 படிமங்களையும் கொண்ட அந்த நகல் அரசியல் சட்டத்தை 1948ஆ ஆண்டு நவம்பர் 4ஆம் தேதி அரசியல் நிர்ணய சபையில் அறிமுகப்படுத்தி டாக்டர் அம்பேத்கர் நீண்ட விளக்கவுரையாற்றினார்.

அம்பேத்கர் உரைக்குப்பின் பல உறுப்பினர்கள் அவரைப் பாராட்டிப் பேசினார்கள்.

அரசியல் நிர்ணய சபை மறுபடியும் மே 26ஆம் தேதி தொடங்கி ஜூன் 10ஆம் தேதி முடிவுற்றது. அதைத் அடுத்து ஜூலை 30ஆம் தேதி தொடங்கி அக்டோபர் 14ஆம் தேதி வரை நடைபெற்றது. இறுதியாக மூன்றாவது வாசிப்பிற்காக நவம்பர் 14ஆம் தேதி கூடியது. அரசியல் சட்ட நகலை அங்கீகரிக்க வேண்டுமென்று அம்பேத்கர் வேண்டுகோள் விடுத்தபொழுது அதற்குப் பலத்த கையொலி எழுந்தது. பலர் அம்பேத்கரைப் பாராட்டினார்கள். தமிழகத்தைச் சேர்ந்த முனுசாமிப்பிள்ளை என்ற உறுப்பினர் பேசும்பொழுது தன்னுடைய தாழ்த்தப்பட் சமூகமானது நந்தனார் என்ற மகத்தான பக்தரையும் திருப்பாணாழ்வார் என்ற மகத்தான வைஷ்ணவ பக்தரையும் திருவள்ளுவர் என்ற மகத்தான அறிஞரையும்

உருவாக்கியிருப்பதாகவும் அது இப்பொழுது அம்பேத்கரை உருவாக்கியிருப்பதாகவும் கூறினார். இந்த நகலுக்குப் பலத்த எதிர்ப்பும் இருந்தது. அது பயனற்றது, மாநிலங்களை நகர சபை அளவிற்குத் தாழ்த்திவிட்டது என்று உறுப்பினர் கண்டித்தார். அதிகாரத்தைப் பரவலாக்குவது என்ற காந்திஜியின் கருத்தை அம்பேத்கர் புறக்கணித்துவிட்டார் என்று மற்றொரு உறுப்பினர் குறை கூறினார். சையது சாதுல்லா என்ற உறுப்பினர் ஒரு முக்கியமான உரையை நிகழ்த்தினார். நகல் தயாரிப்புக்குக் குழுவின் உறுப்பினராக இருந்த அவர் ஒரு விஷயத்தை அம்பலப்படுத்தினார். நகல் தயாரிப்புக்குழுவானது சுதந்திரமாகச் செயல்பட முடியவில்லை என்றும் பல்வேறு ஆழ்நிலைமைகளால் அது முடக்கப்பட்டுவிட்டது என்றும் அவர் கூறினார். இந்த நகல் அரசியல் சட்டத்தின் பல சரத்துக்கள் ஜனநாயகக் கோட்பாடுகளுக்கு எதிரானது என்றும் மேலாதிக்கச் சக்திகளின் செயல்பாடு காரணமாக அந்த சரத்துக்களை நகல் தயாரிப்புக்குழு உள்ளடக்க வேண்டியிருந்தது என்றும் அவர் கடுமையாகக் குற்றஞ்சாட்டினார்.

இறுதியாக நவம்பர் 25ஆம் தேதியன்று அம்பேத்கர் விவாதத்திற்குப் பதில் அளித்துப் பேசினார். நாற்பது நிமிட நேரம் பேசிய அவர்தன் பேச்சின் இறுதியில் ஒரு எச்சரிக்கை விடுத்தார்.

“1950 ஆம் ஆண்டு ஜனவரி 26ஆம் தேதி நாம் ஒரு முரண்பாடான வாழ்க்கையில் நுழையப்போகிறோம். அரசியலில் நாம் சமத்துவத்தைப் பெற்றிருப்போம்; சமூகப் பொருளாதார வாழ்வில் சமத்துவமின்மையைப் பெற்றிருப்போம். அரசியலில் ஒரு மனிதனுக்கு ஒரு வாக்கு, ஒரு வாக்கிற்கு ஒரு மதிப்பு என்ற கோட்பாட்டை நாம் அங்கீகரிப்போம். நம்முடைய சமூக, பொருளாதார அமைப்புக் காரணமாக ஒரு மனிதனுக்கு ஒரு மதிப்பு என்ற கோட்பாட்டைத் தொடர்ந்து மறுப்போம். இந்த முரண்பாடுகளுடனான வாழ்வில் எவ்வளவு காலம்தான் தொடர்ந்து வாழ்வது? நம்முடைய சமூகப்பொருளாதார வாழ்வில் சமத்துவம் என்பதை எவ்வளவு காலம்தான் தொடர்ந்து மறுப்பது?

“அதை மறுப்பது நீண்ட காலத்திற்குத் தொடருமேயானால் அது நமது அரசியல் ஜனநாயகத்தின் நாசகத்தில்தான் போய் முடியும். சாத்தியமான அளவு விரைவில் இந்த முரண்பாட்டை நாம் அகற்ற வேண்டும்; இல்லையென்றால் சமத்துவத்தினால் பாதிக்கப்பட்டுள்ளவர்கள், இந்த மன்றம் மிகுந்த உழைப்பினால் உருவாக்கியுள்ள அரசியல் ஜனநாயக அமைப்பைத்தகர்த்தெறிந்து விடுவார்கள்.”

நவம்பர் 26ஆம் தேதி காலையில் அரசியல் நிர்ணய சபை இந்திய மக்களின் பெயரால் அந்த அரசியல் சட்டத்தை ஏற்றுக் கொண்டது. அரசியல் நிர்ணய சபையின் தலைவரான டாக்டர் ராஜேந்திர பிரசாத் அம்பேத்கரை வெகுவாகப் பாராட்டிப் பேசினார்.

30

இந்து சட்ட மசோதா

ஆங்கிலேய அரசாங்கமானது இந்துச் சட்டத்தைத் திருத்தியமைக்க வேண்டுமென்பதற்காக 1941ஆம் ஆண்டில் சர்.பி.என்.ராவ் தலைமையில் ஒரு குழுவை நியமித்திருந்தது. அது, நாட்டின் பல்வேறு பாகங்களுக்கும் சென்று, பலரைச் சந்தித்து இந்துச் சட்ட மசோதாவை உருவாக்கியது.இது, 1946ஆம் ஆண்டிலிருந்தே மத்தியச் சட்டசபையின் பரிசீலனையில் இருந்து வந்தது. உண்மையில் சொல்லப்போனால் அதை நிறைவேற்றவிடக் கூடாதென்பதற்காகப் பல சக்திகள் முட்டுக்கட்டை போட்டு வந்தன.

அம்பேத்கர் இந்த மசோதாவை சரி செய்து நிறைவேற்ற வேண்டுமென்பதில் மிகவும் ஆர்வமாக இருந்தார். கூட்டுக்குடும்பம், பெண்களுக்குச் சொத்துரிமை போன்றவற்றில் பெரும் மாறுதல்களைச் செய்தார்.

இந்த மசோதாவுக்குச் சாதிய மேல்தட்டுப் பகுதிகளிலிருந்து பலத்த எதிர்ப்பு வந்தது. முதல் பொதுத்தேர்தல் முடிவுற்றதற்குப் பின்னர்தான் இந்த மசோதாவை எடுத்துக் கொள்ள வேண்டுமென்று சிலர் கூறினர். இது அரசியல் சட்டத்தின் அடிப்படை உரிமைக்கு முரண்பட்டது என்று வேறுசிலர் கூறினர்.

அவருடைய வழிகாட்டலின் கீழ் நடத்தப்பட்டு வந்த சித்தார்த்தா கல்லூரியின் பொம்மை நாடாளுமன்றத்தில் 1950ஆம் ஆண்டு ஜனவரி 11ஆம் தேதி பேசும்பொழுது இந்த மசோதா குறித்து அவர் விளக்கினார்.

இந்த மசோதாவானது தீவிரமானது அல்லது புரட்சிகரமானது என்று வர்ணிப்பது தவறானதாகும். இந்த மசோதாவானது புதிய முன்னேற்ற வழிகளுக்கு அனுமதியளிக்கும் நேரத்திலேயே பழைய முறையிலான நடைமுறைகளை எதிர்க்கவில்லை என்று அம்பேத்கர் கூறினார். குடியரசு வகைப்பட்ட புதிய அரசியல் சட்டமானது, நாடு

முழுவதற்கும் நன்மையளிக்கும் ஒரு சிவில் சட்டத்தை அரசாங்கம் தயாரிக்க வேண்டுமென்று அதற்கு ஒரு நல்ல நோக்கம் கொண்ட வழிகாட்டலைக் கொடுத்திருப்பதாக அவர் மேலும் விளக்கிக் கூறினார். அத்துடன், இந்த மசோதாவின் நோக்கமானது இந்துச் சட்டத்தின் சில பிரிவுகளை விளக்கி, மாற்றியமைப்பதையே நோக்கமாகக் கொண்டுள்ளது என்றும் அவர் விளக்கினார். இந்துச் சட்டங்கள் ஒரே மாதிரியாக இருக்க வேண்டுமென்பதற்காக இந்த மசோதா கொண்டு வரப்படுகின்றதென்றும், அது ஒரு சிவில் சட்டத்தை உருவாக்குவதற்கான வழியில் எடுக்கப்பட்டுள்ள ஒரு சரியான நடவடிக்கையே என்றும் அம்பேத்கர் விளக்கினார்.

டெல்லிக்குத் திரும்பிய டாக்டர் அம்பேத்கர், இந்த மசோதாவை மாற்றியமைத்து முழுமையாக்கும் பணியில் ஈடுபட்டார். வேதங்கள், உபநிஷத்துக்கள் ஆகியவற்றையும் வடமொழியில் நன்கு புலமைபெற்றிருந்த டாக்டர் அம்பேத்கர் மீண்டும் ஆராய்ந்தார். பண்டிதர்கள், வழக்கறிஞர்களுடன் நீண்ட விவாதங்கள் நடத்தினார். தன் உடல்நலத்தையும் பொருட்படுத்தாமல் இரவு பகலாகப் பாடுபட்டு மசோதாவை மாற்றியமைத்தார்.

சட்ட அமைச்சரவை மாற்றியமைத்துள்ள இந்த மசோதாவின் ஷரத்துக்களின் தன்மையையும் வரம்பையும் விளக்கி நவம்பர் மாதத்தில் 39 பக்கங்களைக் கொண்ட ஒரு வெளியீடு நாடாளுமன்ற உறுப்பினர்களுக்க விநியோகிக்கப்பட்டது. இந்த மசோதா விரைவிலேயே விவாத்திற்காக எடுத்துக்கொள்ளப்படும் என்று எதிர்பார்கக்ப்பட்டது. ஆனால் அது நடைபெறவில்லை.

இந்தப் புதிய மசோதாவிற்குப் பிற்போக்காளர்கள் பலத்த எதிர்ப்புத் தெரிவித்தனர். மதத்தின் பெயரால் கூக்குரலிட்டனர். இந்த மசோதா நிறைவேறினால் அது இந்துச் சமூகத்தை உடைத்துவிடுமென்று சிலர் பயமுறுத்தினர். இடைக்கால அரசாங்கத்திற்கு முடிவு எடுக்க உரிமை இல்லை என்று வேறு சிலர் வாதிட்டனர்.

காங்கிரஸ் கட்சிக்குள்ளும் பலத்த கருத்து வேறுபாடு எழுந்தது. ஆதரவாகவும் எதிராகவும் குரல்கள் எழுந்தன. நாடாளுமன்றம், இந்த மசோதாவை நிறைவேற்றவில்லையென்றால் தன்னுடைய அரசாங்கம் ராஜினாமா செய்துவிடுமென்று பிரதமர் நேரு கூறினார். காங்கிரஸ் கட்சியின் மற்றொரு முக்கியத் தலைவரான வல்லபாய் படேலோ இந்த மசோதாவை எதிர்த்ததோடு அது பரிசீலனைக்கே எடுத்துக் கொள்ளப்பட மாட்டாது என்று பிடிவாதமாகக் கூறினார். டாக்டர் ராஜேந்திரபிரசாத்தும் இந்த மசோதாவை எதிர்த்தார்.

இந்தச் சூழ்நிலைமையில்தான் 1951ஆம் ஆண்டு பிப்ரவரி மாதம் 5ஆம் தேதியன்று அம்பேத்கர் இந்த மசோதாவை நாடாளுமன்றத்தில் அறிமுகப்படுத்தினார்.

மூன்று நாட்கள் இதுகுறித்து விவாதம் நடைபெற்றது. விவாதங்களுக்கு அவ்வவ்போது அம்பேத்கர் பதிலளித்தார். அதன்பின், செப்டம்பர் மாதத்தில் நடைபெற உள்ள நாடாளுமன்ற கூட்டத் தொடரில் விவாதத்தைத் தொடரும் பொருட்டு அது ஒத்திவைக்கப்பட்டது.

ஆகஸ்ட் மாதம் 10ஆம்தேதியன்று பிரதமர் நேருவுக்கு அம்பேத்கர் கடிதம் அனுப்பினார். தன் உடலநிலை மோசமாகி வருவதாகவும் எனவே, இந்த மசோதா விரைவில் நிறைவேற்றப்பட வேண்டுமெனவும் அக்கடிதத்தில் அவர் கூறியிருந்தார். அது, செப்டம்பர் மாத ஆரம்பத்தில் விவாதத்திற்கு எடுத்துக் கொள்ளப்படுமென்று நேரு உடனே பதில் அனுப்பினார்.

செப்டம்பர் மாதத்தில் நாடாளுமன்றக் கூட்டம் தொடங்குவதற்கு முன்னர் காங்கிரஸ் கட்சியின் நாடாளுமன்றக் கட்சி உறுப்பினர்கள் கூட்டம் நடைபெற்றது. பெரும்பான்மையான உறுப்பினர்கள் இந்த மசோதாவை எதிர்த்ததுடன், அதன் மீதான விவாதத்தை ஒத்திவைக்க வேண்டுமெனவும் கோரினர். எனவே, மனச்சாட்சிப்படி வாக்களிக்கும் உரிமை காங்கிரஸ் உறுப்பினர்களுக்கு அளிக்கப்பட்டது. திருமணம் மற்றும் விவாகரத்து குறித்த இந்துச் சட்ட மசோதாவின் ஒரு பகுதி மட்டும் விவாதிக்கப்படலாமெனக் காங்கிரஸ் உறுப்பினர்கள் கூட்டம் முடிவு செய்தது. சொத்துரிமை குறித்த மற்ற பகுதிகள் நேரமிருந்தால் பின்னர் விவாதிக்கப்படுமென்று முடிவு செய்யப்பட்டது.

செப்டம்பர் 17ஆம் தேதியன்று இந்த மசோதா விவாதத்திற்கு எடுத்துக் கொள்ளப்பட்டது. இதற்கு ஆதரவாகவும் எதிர்ப்பாகவும் பெண்கள், நாடாளுமன்றக் கட்டிடத்தின் அருகே ஆர்ப்பாட்டம் செய்ததால்,கட்டிடத்தைச் சுற்றிப் பலத்த காவல் போடப்பட்டது.

மசோதாவை, டாக்டர் சியாம் பிரசாத் முகர்ஜி, சர்தார் பூபேந்திர சிங் மான், பண்டித மதன் மோகன் மாளவியா ஆகியோர் எதிர்த்தனர். என்.வி.காட்கில், பண்டித இருதயநாத் குன்ஸ்ரூ ஆகியோர் ஆதரித்தனர். இந்த மசோதாவானது அரசியல் சட்டத்தில் தங்களுக்குள்ள நம்பிக்கையின் சாட்சியமாகும் என்று பெண் உறுப்பினர்கள் பாராட்டினர்.

உட்கட்சி நிர்ப்பந்தமானது நேருவை அசைத்துவிட்டது. அவர் இந்த விஷயத்தில் தன் உறுதியை இழந்தார். இந்த மசோதாவின் திருமணம் மற்றும் விவாகரத்து சம்பந்தமான பகுதி மட்டு ஒரு

தனியான மசோதாவாகக் கருதப்பட வேண்டுமென்று ஒரு சமரசம் ஏற்படச் செய்தார். அதன்படி செப்டம்பர் 19ஆம் தேதி இந்தப் பகுதி மட்டும் கொண்ட இந்துச் சட்ட மசோதா ஒரு தனியான மசோதாவாகிறது என்று அம்பேத்கர் அறிவித்தார். 'திருமணம் மற்றும் விவாகரத்து மசோதா' என்ற பெயரில் இது இருக்கும் என்று அம்பேத்கர் கூறினார்.

இந்த மசோதா மீதும் காரசாரமான விவாதம் நடைபெற்றது. ஆனால் இந்த மசோதாவும் முடிவடையாமல் கிடப்பில் போடப்பட்டது. அம்பேத்கர் அடைந்த வேதனைக்கு அளவில்லை. "இந்த மசோதாவானது நான்கு சரத்துக்கள் நிறைவேற்றப்பட்ட பிறகு அழுவாரின்றி, அழுங்குரலோசை இன்றிக் கொன்று புதைக்கப்பட்டுவிட்டது" என்று சோகத்துடன் அவர் குறிப்பிட்டார்.

அம்பேத்கர் பெரும் ஏமாற்றத்திற்கு ஆளானார். இனியும் சட்ட அமைச்சராக நீடிப்பது பயனற்றது என்ற முடிவுக்கு வந்தார். செப்டம்பர் 27ஆம் தேதி தன் பதவி விலகல் கடிதத்தைப் பிரதமர் நேருவுக்கு அனுப்பினார். எனினும், தன் பெயரிலுள்ள மற்ற மசோதாக்கள் நிறைவேறும்வரை தான் பதவியிலிருப்பதாகவும் கூறினார். எனவே அவற்றை விரைவில் முடிக்க வேண்டுமென்றும் கேட்டுக் கொண்டார். நேருவும் அதை ஏற்றுக் கொண்டார். அம்பேத்கரின் கடினமான உழைப்பைப் பாராட்டினார்.

31

காங்கிரஸ் எதிர்ப்பு அணியில் அம்பேத்கர்

1952ஆம் ஆண்டுப் பொதுத் தேர்தலுக்கான தயாரிப்புகள் நடைபெறத் தொடங்கின. தாழ்த்தப்பட்ட வகுப்பினர் சம்மேளனம் சோசலிஸ்ட் கட்சியுடன் மட்டும் உடன்பாடு செய்து கொண்டு காங்கிரசை எதிர்த்துப் போட்டியிட்டது.

அம்பேத்கர், மத்திய பம்பாய் நாடாளுமன்றத் தொகுதியில் போட்டியிட்டுத் தோல்விகண்டார். அவருக்கு 1,23,576 வாக்குகளும், அவரை எதிர்த்த காங்கிரஸ் வேட்பாளருக்கு 1,37,950 வாக்குகளும் கிடைத்தன. இரட்டை உறுப்பினர் தொகுதியான அந்தத் தொகுதியில் தாழ்த்தப்பட்டவரைத் தேர்ந்தெடுப்பதற்கான இரண்டாவது வாக்கில் சுமார் 50 ஆயிரம் வாக்குகள் வீணாக்கப்பட்டுவிட்டன. பொதுத் தொகுதி வேட்பாளருக்கு மட்டும் வாக்களித்தால் போதும் என்று கம்யூனிஸ்ட் தலைவர் எஸ்.ஏ.டாங்கே தன் ஆதரவாளர்களைக் கேட்டுக் கொண்டதால் இவ்வாறு வாக்குகள் வீணாகின.

மார்ச் மாத நடுவில் மாநிலங்களவைக்கான தேர்தல் நடைபெற்றது. பம்பாய் மாநிலச் சட்டசபை மூலம் 17 பேர் தேர்ந்தெடுக்கப்பட வேண்டியிருந்தது. அம்பேத்கர் தன் வேட்பு மனுவைத் தாக்கல் செய்தார். பலர் கொடுத்த ஆதரவின் மூலம் மாநிலங்களவைக்கு அவர் தேர்ந்தெடுகப்பட்டார்.

ஜூன் மாதம் 5ஆம் தேதி அமெரிக்காவின் கொலம்பியாப் பல்கலைக்கழகம் அவருக்கு டாக்டர் பட்டம் அளித்தது. அம்பேத்கர் நேரில் சென்று அதைப் பெற்றுக் கொண்டார்.

மாநிலங்களவையில் நேரு அரசாங்கத்தின் பல கொள்கைகளை டாக்டர் அம்பேத்கர் கடுமையாகச் சாடினார். மொழிவழி

மாநிலங்களை உருவாக்கும் பிரச்சனையில் நேரு அரசாங்கத்தின் ஊசலாட்டப் போக்கை அவர் வன்மையாகக் கண்டித்தார்.

1953ஆம் ஆண்டு செப்டம்பர் 2ஆம் தேதி ஆந்திர மாநில மசோதா மீது மாநிலங்களவையில் அவர் பேசினார்.

மொழி அடிப்படையில் மாநிலங்களைச் சீரமைத்தால் அது நாடு சிதறிப் போவதற்கு இட்டுச் செல்லும் என்று கூறியவர்களுக்கு அம்பேத்கர் தக்க பதிலடி கொடுத்தார். ஆந்திராவை உருவாக்குவதற்காகப் பொட்டி ஸ்ரீராமலு உயிர்த்தியாகம் செய்ய வேண்டியிருந்ததைச் சுட்டிக்காட்டிய அவர் வேறெந்த நாட்டிலாவது ஏற்றுக் கொண்ட ஒரு கோட்பாட்டை அரசாங்கம் அமலாக்க வேண்டும் என்பதற்காக ஒருவர் உயிர்த்தியாகம் செய்ய வேண்டியிருந்ததால் அந்த நாட்டின் அரசாங்கம் சின்னாபின்னப்படுத்தப்பட்டிருக்கும் என்றார்.

இதே மசோதாவின் மீது பேசும்பொழுது அவர் பின்வருமாறு கூறினார்:

"நாம் ஒரு பாரம்பரியத்தைப் பெற்றிருக்கிறோம். நீங்கள் தானே அரசியல் சட்டத்தை உருவாக்கியவர் என்று கேட்கிறார்கள். அவர்களுக்கு நான் சொல்லும் பதில் நான் ஒரு சவாரிக்குதிரை. நான் என்ன செய்ய வேண்டும் என்று கூறப்பட்டேனோ அதை என்னுடைய விருப்பதிற்கு எதிராகவே செய்தேன்." அப்பொழுது உள்துறை அமைச்சராக இருந்த டாக்டர் கே.என்.கட்ஜூ அம்பேத்கரைப் பார்த்துக் கேட்டார், "நீங்கள்தானே அரசியல் சட்டத்தின் நகலை எழுதினீர்கள்?" அம்பேத்கர் கோபத்துடன் பதிலளித்தார்.

"உங்களுடைய களங்கங்களுக்கெல்லாம் என்னைக் குற்றஞ்சாட்ட விரும்புகிறீர்கள். நான் அரசியல் சட்டத்தை எழுதியதாகக் கூறுகிறீர்கள். ஆனால், ஒரு விஷயத்தைச் சொல்ல நான் தயாராகிவிட்டேன். அந்த அரசியல் சட்டத்தை எரிக்கும் முதல் நபர் நானாகத்தான் இருப்பேன். அது எனக்குத் தேவையில்லை. அது யாருக்கும் பொருந்தவில்லை."

பெப்சு மாநிலத்தின் அரசாங்கத்தை அரசியல் சட்டத்தின் 356ஆவது பிரிவைக் கொண்டு கலைத்து அங்குக் குடியரசுத் தலைவர் ஆட்சியை நேரு அரசாங்கம் ஏற்படுத்தியது. நாடாளுமன்றத்தின் பிரதான எதிர்க்கட்சியான கம்யூனிஸ்ட் கட்சி இதை வன்மையாகக் கண்டித்தது. இது ஜனநாயக விரோதப் போக்கு என்று அது குற்றஞ் சாட்டியது. அம்பேத்கரும் கம்யூனிஸ்டு உறுப்பினர்களோடு சேர்ந்து இதை வன்மையாகக் கண்டித்தார். இது அரசாங்கத்திற்குக்

களங்கத்தை ஏற்படுத்தக் கூடிய செயல், தவறான செயல். இதைச் செய்திருக்கக்கூடாது என்று சுட்டிக்காட்டினார். சென்னை ராஜதானியில், சட்டமன்றத்திற்குத் தேர்ந்தெடுக்கப்படாத ராஜாஜியை மேலவை உறுப்பினராக்கி முதலமைச்சராக்கியதையும் பம்பாயில் தோற்றுப்போன மொரார்ஜி தேசாயை அந்த மாநிலத்தின் முதலமைச்சராக்கியதையும் அம்பேத்கர் வன்மையாகக் கண்டித்தார். இவ்விரு நடவடிக்கைகளும் அரசியல் சட்டத்தின் மீது அரசாங்கம் தொடுத்துள்ள கொடூரமான தாக்குதலாகும் என்று கூறினார்.

1954ஆம் ஆண்டு மார்ச் மாதத்தில் “தீண்டாமைச் (குற்ற) சட்டத்தை” அரசாங்கம் கொண்டு வந்தது. இந்த மசோதாவானது தீண்டாமையைக் கடைப்பிடிப்போருக்குத் தண்டனை அளிக்கும் சரத்துக்களைக் கொண்டிருந்தது. இது அனைத்துத் தரப்பிலும் வரவேற்கப்பட்டது. இந்த மசோதா மீது பேசிய அம்பேத்கர் பல ஆலோசனைகளை வழங்கினார்.

இந்திய அரசாங்கத்தின் அயல்துறைக் கொள்கைகளைப் பொறுத்தமட்டில் நேரு அரசாங்கத்தின் நடுநிலைக் கொள்கைகளையும் சோசலிச நாடுகளுடன் நல்ல உறவு வைத்துக்கொள்ள வேண்டும் என்ற கொள்கையையும் அம்பேத்கர் விசமர்சித்தார். கம்யூனிஸ்ட் நாடுகளை அவர் சந்தேகக் கண்கொண்டுதான் பார்த்தார்.

1954ஆம் ஆண்டு செப்டம்பர் 6ஆம் தேதியன்று தாழ்த்தப்பட்ட சாதிகள் மற்றும் பழங்குடி மக்களுக்கான கமிஷனர் அறிக்கை மீது நடைபெற்றவிவாதத்தில் அம்பேத்கர் பேசினார். தாழ்த்தப்பட்டவர்கள் குறித்த அரசாங்கத்தின் கொள்கையை விமர்சித்த அவர், மேல்சாதி இந்துக்கள் குறித்த அதனுடைய அணுகுமுறையைக் கடுமையாகக் கண்டித்துப் பேசினார். அரசியல் சட்டத்திற்கு அவ்வப்போது மக்களுடைய அனுமதியின்றித் திருத்தம் கொண்டும் வரும் போக்கையும் அவர் வன்மையாகச் சாடினார்.

அம்பேத்கர், மக்களைப் பாதிக்கும் பல பொதுவான பிரச்சனைகளில் கம்யூனிஸ்ட் கட்சி, சோசலிஸ்ட் கட்சி போன்றவற்றோடு சேர்ந்து மாநிலங்களவையில் தன் குரலை தொடர்ந்து எழுப்பி வந்தார். அதே சமயத்தில் கல்விப் பணியிலும் தொடர்ந்து ஈடுபட்டு வந்தார்.

1950ஆம்ஆண்டுகளின் நடுப்பகுதியில் சம்யுக்த மகாராஷ்டிரம் வேண்டுமென்ற கோரிக்கையை முன்வைத்துக் கம்யூனிஸ்ட் கட்சியும் சோசலிஸ்ட் கட்சியும் மற்ற ஜனநாயகச் சக்திகளும் சம்யுக்த மகாராஷ்டிரா சமிதி என்ற அமைப்பை உருவாக்கி மாபெரும் எழுச்சியைக் கண்டபோது அம்பேத்கர் அந்த இயக்கத்திற்குப் பெரும் ஆதரவு கொடுத்தார். அந்தச் சமிதியுடன் கூட்டுச் சேர்ந்தார். இது அந்தப் போராட்டத்திற்கு மேலும் வலுவூட்டியது. இதுதான்

அம்பேத்கரின் அரசியல் வாழ்வில் நிகழ்ந்த கடைசி நிகழ்ச்சியாக இருந்தது. வரவிருக்கும் 1957ஆம்அண்டின் பொதுத்தேர்வில் பம்பாய்த் தொகுதியில் சம்யுக்த மகாராஷ்டிர சமிதி, தன் வேட்பாளராக டாக்டர் அம்பேத்கரை நிறுத்துவது குறித்து முடிவெடுக்கும் நேரத்தில் அவர் காலமானார்.

32

மதமாற்றம்

1935ஆம்ஆண்டு முதலே மதம் மாற வேண்டுமென்ற கருத்தாக்கத்திலிருந்து அம்பேத்கர் இறுதியில் புத்த மதத்தில் சேருவதென்று முடிவு செய்தார். அதன்படி 1956ஆம் ஆண்டு அக்டோபர் 14ஆம் தேதியன்று நாகபுரியில் நடைபெற்ற ஒரு விழாவில் தன் குடும்பத்தாருடனும் இரண்டு லட்சத்திற்கும் மேற்பட்ட தன் ஆதரவாளர்களுடனும் புத்த மதத்தில் சேர்ந்தார்.

புத்தரிடம் அவர் கொண்டிருந்த ஈடுபாடு அவரைப் புத்த மதத்தில் சேருவதற்கு இட்டுச் சென்றது. அம்பேத்கர் கூறுகிறார்:

“... புத்தர், சமூகச் சுதந்திரத்திற்காகவும் அறிவு சுதந்திரத்திற்காகவும் பொருளாதார சுதந்திரத்திற்காகவும் அரசியல் சுதந்திரத்திற்காகவும் பாடுபட்டார். அவர் ஆண்களுக்கிடையில் மட்டும் சமத்துவம் வேண்டுமென்று கூறவில்லை; ஆண்களுக்கும் பெண்களுக்கும் இடையில் சமத்துவம் வேண்டுமென்று கோரினார். புத்தருடைய போதனைகள் மக்களுடைய சமூக வாழ்வின் ஒவ்வொரு அம்சத்தையும் உள்ளடக்கியதாயிருந்தது. அவருடைய கோட்பாடுகள் நவீனமானவை. அவருடைய முக்கிய நோக்கமானது மனிதன் இறந்தபின் அவனுக்கு முக்தி தருவது குறித்தல்ல; பூமி மீது வாழும் பொழுதே மனிதனுக்கு முக்தி என்பதாகும்.”

புத்த மதத்தில் சேர்ந்த தினத்தன்று அம்பேத்கர் பின்வருமாறு கூறினார்:

“... சமத்துவம் என்பதுதான் புத்த மதத்தின் அடிப்படைக் கோட்பாடாகும்.

ஓ! புத்தபிட்சுகளே, நீங்கள் பல்வேறு சாதிகளைச் சேர்ந்தவர்கள். பல்வேறு நாடுகளிலிருந்து வந்திருக்கின்றீர்கள். மகத்தான ஆறுகள் ஒரு மகத்தான கடலில் கலக்கும்போது அவை தன்னுடைய தனித்தன்மையை இழந்து விடுகின்றன. அதைப் போன்று

சகோதரர்களே பிராமணர், சத்திரியர், வைசியர், சூத்திரர் என்ற இந்த நான்கு சாதியினரும் புத்தர் உருவாக்கிய கோட்பாட்டையும் விதியையும் பின்பற்றும் பொழுது உங்களுடைய வெவ்வேறான சாதிகளையும் வரிசைகளையும் துறந்து ஒரே சமூகத்தின் உறுப்பினர்களாவீர்கள். இவைதாம் புத்தரின் வார்த்தைகள்.

33

தாழ்த்தப்பட்டோர் நலன்காக்க கம்யூனிஸ்ட்கள் போராட்டம்

1920ஆம் ஆண்டுகளில் இந்தியாவில் வேரூன்றத் தொடங்கிய கம்யூனிஸ்ட் இயக்கம், தாழ்த்தப்பட்ட மக்கள் உள்ளிட்ட இந்தியாவின் உழைக்கும் மக்கள் அனைவரையும் ஓர் அணியில் திரட்டி நாட்டு விடுதலைக்காகவும், சமுதாய மாற்றத்திற்காகவும் பெரும் போராட்டங்களை உருவாக்குவதில் ஈடுபட்டது.

அது, தாழ்த்தப்பட்டோர் பிரச்சனை குறித்துத் தனது மிகத் தெளிவான பாதையை மக்கள் முன்பு வைத்தது. அந்தப் பாதையானது அம்பேத்கர், காந்திஜி கொண்டிருந்த கண்ணோட்டத்தை விடத் தீவிரத் தன்மை வாய்ந்ததாகவும் தாழ்த்தப்பட்ட மக்களுக்கு அடிப்படையான நன்மைகளைச் செய்யக்கூடியதாகவும் இருந்தது. தாழ்த்தப்பட்ட மக்களின் விடியலுக்கான தீர்வென்பது ஏகாதிபத்திய எதிர்ப்புப் போராட்டத்தோடு இணைந்தது. இந்திய உழைப்பாளி மக்களின் போராட்டத்தோடு பிரிக்க முடியாத வகையில் இணைந்துள்ளது என்பதைச் சுட்டிக்காட்டியது.

1930ஆம் ஆண்டில் வெளியிடப்பட்ட “கம்யூனிஸ்ட் கட்சியின் செயல் மேடை” என்ற ஆவணம் பின்வருமாறு கூறுகிறது:

“... நம் நாட்டில் ஆங்கிலேய ஏகாதிபத்தியத்தின் ஆட்சியின் விளைவாக லட்சக்கணக்கான அடிமைகளும் உரிமையற்றுச் சமூக ரீதியில் சாதிப் பிரஷ்டம் செய்யப்பட்டுள்ள லட்சக்கணக்கான உழைக்கும் தாழ்த்தப்பட்ட மக்களும் இருக்கிறார்கள். ஆங்கிலேயர்களின் ஆட்சி, நிலப்பிரபுத்துவ முறை, பிற்போக்கான சாதிமுறை, மத ஏமாற்றங்கள் மற்றும் பண்ணையடிமைப் பாரம்பரியம் ஆகியவை இந்திய மக்களின் குரல்வளையை நெரித்து

அவர்களது விடுதலைக்கான பாதையில் குறுக்கே நிற்கின்றன. இவற்றின் காரணமாகத் தங்களுடன் இருக்கும் மற்றவர்களைச் சந்திக்க, பொதுக் கிணறுகளிலிருந்து தண்ணீர் குடிக்க, பொது பள்ளிக்கூடங்களில் கல்வி கற்க உரிமையில்லாதவர்களாக தாழ்த்தப்பட்ட மக்கள் இருபதாம் நூற்றாண்டிலும் உள்ளனர்.

“... காந்திய முறையில் சீர்திருத்தப்பட்ட சாதிய முறையை, இரக்கமற்ற முறையில் ஒழிப்பது விவசாயப் புரட்சி மட்டும்தான். ஆங்கிலேய ஆட்சியைப் பலாத்காரமாகத் தூக்கி எறிவது இத்தகைய உழைக்கும் தாழ்த்தப்பட்ட மக்கள், அடிமைகள் ஆகியோரைச் சமூக, பொருளாதார, கலாச்சார மற்றும் சட்ட ரீதியான விடுதலைக்கு இட்டுச் செல்லும். இத்தகைய தாழ்த்தப்பட்ட மக்கள், நாட்டிலுள்ள மற்ற பாட்டாளிகளுடன் சேர்ந்து ஆங்கிலேய ஆட்சிக்கு எதிராகவும் நிலப்பிரபுத்துவத்திற்கு எதிராகவும் போராட ஐக்கியப் புரட்சி முன்னணியில் சேருமாறு இந்தியக் கம்யூனிஸ்ட் கட்சி அறைகூவி அழைக்கிறது. நமது நாட்டிலுள்ள உழைப்பாளி மக்களைப் பிளவுபடுத்தி ஒருவருக்கெதிராக மற்றொருவரை நிறுத்தும் ஆங்கிலேய ஆட்சியாளர்களின் பிற்போக்காளர்களின் ஏஜென்சிகளின் சூழ்ச்சிக்கு இரையாகாமல் இருக்குமாறு இத்தகைய தாழ்த்தப்பட்ட மக்களை இந்தியக் கம்யூனிஸ்ட் கட்சி கேட்டுக் கொள்கிறது.

“... அடிமை முறையை அடியோடு ஒழிப்பதற்கும் சாதி அமைப்பை ஒழிப்பதற்கும் சமூகக் கலாச்சாரம் உள்ளிட்ட அனைத்து வகைப்பட்ட வடிவங்களில் இருக்கும் சாதிய ஏற்றத்தாழ்வுகளை ஒழிப்பதற்கும் இந்திய கம்யூனிஸ்ட் கட்சி போராடுகிறது.

“... உழைக்கும் தாழ்த்தப்பட்ட மக்கள் மற்றும் அனைத்து உழைக்கும் மக்களுக்கும் முழுமையான, பூரணமான சமத்துவத்திற்காக இந்திய கம்யூனிஸ்ட் கட்சி போராடுகிறது...” [1]

கம்யூனிஸ்ட் இயக்கமானது ஆங்கிலேய அரசின் கொடூரமான ஒடுக்குமுறைகளைத் தாங்க வேண்டியிருந்தது. எண்ணற்ற சதி வழக்குகளையும் நீண்டகாலச் சிறைத் தண்டனைகளையும் கம்யூனிஸ்ட்கள் தாங்க வேண்டியிருந்தது. கம்யூனிஸ்ட்டுகள், சுதந்திரத்திற்கான இந்தப் போராட்டத்தை நடத்திக் கொண்டிருந்த நேரத்திலேயே நிலப்பிரபுத்துவத்தின் கொடிய கரங்களில் சிக்குண்டு தவித்த தாழ்த்தப்பட்ட விவசாயத் தொழிலாளிகளை வெந்து மடியச் செய்த சமூக ஒடுக்குமுறைகளிலிருந்தும் அவமானங்களிலிருந்தும் மீட்டு அவர்களை உரிமை பெற்ற மனிதர்களாக்கப் பாடுபட்டனர்.

வங்கத்தில் நடைபெற்ற மாபெரும் “தேபாகா” போராட்டமும் கேரளத்தின் திருவாங்கூர்கொச்சி பகுதியிலும் மலபார் பகுதியிலும் மற்றும் தமிழகத்தின் தஞ்சைத் தரணியிலும் ஆந்திரத்தின்

தெலிங்கானாப் பகுதியிலும் மகாராஷ்டிரா மாநிலத்தின் ஓர்லி பகுதியிலும் கம்யூனிஸ்ட்கள் தலைமையில் நடைபெற்ற போராட்டங்களும் கொத்தடிமைகளாய், பண்ணையடிமைகளாய், கூலிகளாய், பரிதவித்து வந்த, நிராதரவாய் நின்ற, துன்பங்களால் துவண்டு கிடந்த தாழ்த்தப்பட்ட மக்களையும் ஆதிவாசி மக்களையும் தலைநிமிரச் செய்தற்காக நடத்தப்பட்ட போராட்டங்களாகும்.

விளைச்சலில் மூன்றில் இரண்டு பங்கை குத்தகையாளனுக்குக் கேட்ட வங்கத்தின் மாபெரும் தேபாகா போராட்டமானது குத்தகையாளர்களிலும் விவசாயக் கூலித் தொழிலாளர்களிலும் கணிசமாக இருந்த தாழ்த்தப்பட்ட மக்களுக்குப் பல உரிமைகளைப் பெற்றுத்தந்தது. உழைப்பாளியோடு உழைப்பாளியாக அவர்களைச் சம அந்தஸ்தில் வைத்தது. மற்றவர்களைப் போன்றே அவர்களைச் சமூக அந்தஸ்து பெற்றவர்களாக்கியது.

கம்யூனிஸ்ட்கள் தலைமையேற்று நடத்திய வீரஞ்செறிந்த தெலிங்கானா ஆயுதப் போராட்டமானது ஆந்திரத்தின் தெலிங்கானா பகுதியில் நிலப்பிரபுக்களின் அடிமைகளைப் போன்று நடத்தப்பட்டு வந்த தாழ்த்தப்பட்ட தொழிலாளிகளை மீட்டு அவர்களைச் செங்கொடியின் கீழ் அணிதிரட்டிச் சம உரிமை பெற்ற மனிதர்களாக்கியது. போயாலு என்றும் பெஸ்த்தாலு என்றும் சாகலி என்றும் பெயரிடப்பட்டு நிலப்பிரபுக்களுக்கு இலவசமாகச் சேவை செய்யும்படி ஆண்டாண்டுகாலமாக நிர்ப்பந்திக்கப்பட்டு வந்த தாழ்த்தப்பட்ட மக்களையும் மற்ற கிராமப்புற உழைப்பாளி மக்களையும் ஒன்றிணைத்து, ஆயுதமேந்தச் செய்து, நிலப்பிரபுத்துவத்தையும் அதைப் பாதுகாத்து நின்ற கேடுகெட்ட நிஜாம் மன்னனின் படைகளையும் விரட்டியடிக்கச் செய்தது.

கம்யூனிஸ்ட் இயக்கமானது திருவாங்கூர்கொச்சி பகுதியில் மிகக் கொடூரமாக ஒடுக்கப்பட்டு வந்த விவசாயத் தொழிலாளிகளான தாழ்த்தப்பட்ட மக்களையும் பிற்படுத்தப்பட்ட மக்களையும் ஒன்றுசேர்த்து மகத்தான வயலார் புன்னப்புரா போராட்டங்களைத் தலைமை தாங்கி நடத்தி எண்ணற்ற உயிர்களைக் களப்பலி தந்து அந்த மக்களைச் சமூக ரீதியில் உயர்வடையச் செய்தது.

அதே கம்யூனிஸ்ட் இயக்கமானது தமிழகத்தின் தஞ்சைத் தரணியில், கொத்தடிமைகள் போல் நடத்தப்பட்டு, நிலப்பிரபுக்கள் மற்றும் அவர்களது அடியாட்களின் சவுக்கடிக்கு ஆட்பட்டுச் சிறுசிறு தவறுகளுக்கெல்லாம் சாணியைக் கரைத்துக் குடிக்கும்படி நிர்ப்பந்திக்கப்படடு வந்த தாழ்த்தப்பட்ட விவசாயத் தொழிலாளிகளை 1940ஆம் ஆண்டுகளில் அந்த கொடுமையிலிருந்து மீட்டு அவர்களைச் சம உரிமை பெற்ற மனிதர்களாகத் தலைநிமிரச் செய்தது.

அடிமைத் தளையிலிருந்து மக்களை மீட்பதற்காகப் பிரபுத்துவ வேரில் கம்யூனிஸ்ட்கள் ஏராளமான ரத்தம் சிந்தினர். தாழ்த்தப்பட்ட மக்களுக்கும் பழங்குடியினருக்கும் மற்ற ஏழை எளிய மக்களுக்கும் நிலம் கிடைக்கச் செய்வதற்கான தெலிங்கானா ஆயுதப் போராட்டத்தில் கொல்லப்பட்டோர் எண்ணிக்கை மட்டும் 4 ஆயிரத்திற்கும் அதிகமாகும்.

தஞ்சைத் தரணியில் பண்ணையடிமைத் தனத்திலிருந்து தாழ்த்தப்பட்ட மக்களையும் மற்ற பிற்படுத்தப்பட்ட மக்களையும் மீட்கும் போரில் கம்யூனிஸ்ட்கள் பலர் உயிரிழந்தனர். களப்பால் குப்புவிலிருந்து தொடங்கி வெண்மணியில் உயிருடன் எரிக்கப்பட்ட 44 தாழ்த்தப்பட்ட மக்கள் வரையில் கம்யூனிஸ்ட் இயக்கம் ஏராளமானோரைப் பலி கொடுத்துள்ளது.

தாழ்த்தப்பட்ட மனிதனின் நிழல்பட்டால் கூடத் தீட்டு என்று மேல்சாதிக்காரர்கள் புரிந்து வந்த அட்டூழியத்திற்குக் கேரளத்தில் கம்யூனிஸ்ட் இயக்கம் முடிவு கட்டியது.

தாழ்த்தப்பட்ட மக்களுக்கு, மற்ற பகுதி மக்களைப் போல் சம உரிமை இருக்க வேண்டுமென்று டாக்டர் அம்பேத்கர் பிரச்சாரம் செய்து அதை இந்திய மக்களின் முன்பு நிறுத்தினார். ஆனால் இந்தியாவில் கம்யூனிஸ்ட் இயக்கமானது செயல்திறன் மிக்க தனது ஊழியர்களை முன்நிறுத்தி தாழ்த்தப்பட்ட மக்களுக்கு அரசியல் போதனையூட்டி அவர்களது வலிமையின் சக்தியை அவர்களுக்கு உணர்த்தி நாங்கள் யாருக்கும் அடிமை இல்லை, நாங்கள் சுதந்திரமான மனிதர்கள் என்ற போர்க்குரலை முழக்கும்படிச் செய்தது.

எங்கெல்லாம் இடதுசாரிச் சக்திகள் குறிப்பாக கம்யூனிஸ்ட் இயக்கம் வலுவாக இருக்கிறதோ அங்கெல்லாம்மேற்கு வங்கம், கேரளம், திரிபுரா போன்ற இடங்களில் சமூக சீர்திருத்த இயக்கங்கள், சாதிய ஒழிப்பு இயக்கங்கள் வலுவான நிலையில் இருப்பதையும் அவற்றின் பின்புலமாகக் கம்யூனிஸ்ட் இயக்கம் இருப்பதையும் காண முடியும். அதேபோன்று அந்த இடங்களில் தாழ்த்தப்பட்ட மக்கள் மீதான தாக்குதல்களும் சமூகக் கொடுமைகளும் இல்லை அல்லது பெருமளவு குறைந்துள்ளது என்பதை ஆதாரபூர்வமாக காணமுடிகிறது.

சமூகச் சீர்திருத்த முன்னோடிகள் இல்லாத இடங்களில், அந்த இயக்கம் வேர் கொண்டு அதற்குப் பின்பலமாக இடதுசாரி சக்திகள் மிகவும் பலமான நிலையிலில்லாத உத்தரப்பிரதேசம், பீகார் போன்ற மாநிலங்களில் தாழ்த்தப்பட்ட மக்கள் மீதான அட்டூழியங்களும் கொலைத் தாக்குதல்களும் தொடர்ந்து நீடித்து வருகின்றன.

"கம்யூனிஸ்ட்களின் தலைமையில் இடது முன்னணி ஆட்சி நடைபெறும் மேற்கு வங்கத்தில், இடது முன்னணி ஆட்சி நடைபெற்ற திரிபுராவில், இடது ஜனநாயக முன்னணி ஆட்சி நடைபெற்ற கேரளாவில் மட்டும்தான் தாழ்த்தப்பட்டோர், தாழ்த்தப்பட்ட பழங்குடியினர் மீது எவ்விதத் தாக்குதலும் நடைபெறவில்லை என்பதைத் 'தாழ்த்தப்பட்டோர் மற்றும் பழங்குடியினர் நல்வாழ்வுக்கான கமிஷனர்' அறிக்கை வெளிப்படுத்துகின்றது... [2]

அதேபோன்று, மேற்கு வங்க இடதுசாரி முன்னணி அரசாங்கம் 9 லட்சம் ஏக்கருக்கும் அதிகமான அளவில் தரிசு நிலத்தை 19 லட்சம் ஏழை விவசாயிகளுக்கு அளித்துள்ளது. இவர்களில் 12 லட்சம் பேர் தாழ்த்தப்பட்டோர் மற்றும் பழங்குடியினர். இவ்விருவரும் சேர்ந்து மாநில மக்கட்தொகையில் 27 சதவீதத்தின்ர் ஆவர்..." [3]

நாடு விடுதலையடைந்து 45 ஆண்டுகளுக்குப் பின்னர் இன்று தாழ்த்தப்பட்ட மக்கள் எத்தகைய மோசமான நிலையில் இருக்கிறார்கள் என்பதையும் நிலம் என்பது எவ்வாறு அவர்களின் ஜீவாதாரமான பிரச்சனையாக உள்ளது என்பதையும் கடந்த ஜனவரி மாதம் சென்னையில் நடைபெற்ற மார்க்சிஸ்ட் கம்யூனிஸ்ட் கட்சியின் 14ஆவது அகில இந்திய மாநாடு நிறைவேற்றிய தீர்மானம் சுட்டிக்காட்டுகிறது.

மார்க்சிஸ்ட் கம்யூனிஸ்ட் கட்சியின் 14ஆவது அகில இந்திய மாநாடு, தாழ்த்தப்பட்ட சாதிகள் மற்றும் தாழ்த்தப்பட்ட பழங்குடி மக்களின் உடனடிப் பிரச்சனைகள் குறித்து நிறைவேற்றிய தீர்மானம் பின்வருமாறு கூறுகிறது:

"... அரசாங்கப் பணிகள், கல்வி நிறுவனங்கள், பொருளாதார நடவடிக்கைகள் போன்றவற்றில் இடஒதுக்கீடு செய்வது என்பதானது தாழ்த்தப்பட்ட மக்களின் உண்மையான பிரச்சனைகளைத் தீர்க்கவில்லை. அடிப்படையான தீர்வென்பது உண்மையான நிலச்சீர்திருத்தத்துடன் சம்பந்தமுடையது. தாழ்த்தப்பட்ட சாதிகளைச் சேர்ந்த உழைக்கும் மக்களில் 85 சதவீதத்தினரும், தாழ்த்தப்பட்ட பழங்குடிகளில் 83 சதவீதத்தினரும் விவசாயத் தொழிலாளிகள், குத்தகையாளர்கள் அல்லது ஏழை விவசாயப் பகுதியினராவார். இவ்விரு சமூகங்களும் பிரதானமாக விவசாயத்தை நம்பியிருந்த போதிலும் அவர்களிடமுள்ள நிலமானது நாட்டிலுள்ள மொத்தப் பயிரிடப்படும் நிலத்தில் ஏழு சதவீதத்திற்கும் குறைவாகவேயுள்ளது. தீவிரமான நிலச்சீர்திருத்தங்கள் இல்லாமல்,

நிலப்பிரபுத்துவத்தை முற்றிலும் ஒழித்து, அவர்களுக்கு நிலமளிக்காமல், அவர்களுடைய உண்மையான பிரச்சனைகளை ஒரு பொழுதும் தீர்க்க முடியாது...” [4]

குறிப்புகள்

1. மேற்கோள் காட்டவது பி.டி.ரணதிவே “ஜாதி, வர்க்கம், சொத்து உறவுகள்”
2. மார்க்சிஸ்ட் கம்யூனிஸ்ட் கட்சியின் 14ஆவது காங்கிரஸ் தீர்மானம்: பீப்பிள்ஸ் டெமாக்ரசி, பிப்ரவதி 2, 1992
3. மேலே குறிப்பிட்ட அறிக்கை
4. People’s Decocracy February, 1992

34

டாக்டரின் மறைவு

ரத்தக் கொதிப்பு நோயாலும் நீரிழிவு வியாதியாலும் தொடர்ந்து அவதிப்பட்டு வந்த டாக்டர் அம்பேத்கரின் உடல்நிலை அக்டோபர் மாதத்திற்குப் பின் மேலும் மோசமடையத் தொடங்கியது. அவருடைய மனைவி டாக்டர் சாரதாவும் டெல்லியின் சிறந்த மருத்துவர்களும் அவரைத் தொடர்ந்து கவனித்து வந்தனர். புத்த மதத்திற்கு மாறிய பின் அம்பேத்கரும் பெரும்பாலும் டெல்லியிலேயே இருந்து வந்தார். படிப்பது, எழுதுவது போன்ற அவருடைய பணிகள் தொடர்ந்து நடைபெற்று வந்தன.

டிசம்பர் 6ஆம் தேதி காலையில் வழக்கம்போல் தனது கணவரை உறக்கத்திலிருந்து எழுப்புவதற்காக அவரது அறைக்குள் சென்ற டாக்டர் சாரதா, அம்பேத்கரிடமிருந்து பதில் வராமல் போகவே அதிர்ச்சியோடு அவரைப் பரிசோதித்தார். மாரடைப்பால் தூக்கத்திலேயே டாக்டர் அம்பேத்கர் உயிர் நீத்ததை புரிந்துகொண்ட சாரதா கதறியழுதார். அவரது அழுகுரலைக் கேட்டு வீட்டினுள் இருந்த அனைவரும் ஓடி வந்து அம்பேத்கர் மரணமடைந்ததை உணர்ந்து கண்ணீர் சிந்தினர்.

டாக்டர் இறந்த செய்தி ஒரு மணி நேரத்திற்குள் டெல்லி முழுவதும் நாடு முழுவதும் பரவியது. பல்லாயிரக்கணக்கான மக்கள் அலிப்பூர் சாலையில் இருந்த டாக்டர் அம்பேத்கரின் இல்லத்தை நோக்கி சாரைசாரையாக வரத் தொடங்கினர். பிரதமர் ஜவஹர்லால் நேருவும் மற்ற அமைச்சர்களும் அரசியல் கட்சித் தலைவர்களும் அம்பேத்கரின் உடலுக்கு மலர் வளையம் வைத்து அஞ்சலி செலுத்தினர்.

இந்தியக் கம்யூனிஸ்ட் கட்சியின் மத்தியக்குழு அம்பேத்கர் மறைவுக்கு தனது ஆழ்ந்த இரங்கலைத் தெரிவித்தது. ஒடுக்கப்பட்டுக்

கிடக்கும் தாழ்த்தப்பட்ட மக்களின் உரிமைகளுக்காகப் போராடிய வீரர் அம்பேத்கர் நமது நாட்டின் பொது வாழ்வில் ஒரு முக்கியமான இடத்தைப் பெற்றிருக்கிறார். நமது நாட்டின் அரசியல் சட்டத்தை உருவாக்கியதில் பிரதான பங்கு வகித்த அவரது மறைவு இந்தியாவிற்கு மாபெரும் இழப்பு என்று அந்த இரங்கல் அறிக்கை கூறியது.

மறைந்த டாக்டர் அம்பேத்கருக்கு அஞ்சலி செலுத்தும் வகையில் பம்பாய் நகரம் ஹர்த்தால் அனுஷ்டிக்க வேண்டுமெனக் கேட்டுக் கொண்டு இந்தியக் கம்யூனிஸ்ட் கட்சியின் மகாராஷ்டிரா மாநிலக்குழுவும் பம்பாய் நகரக்குழுவும் வேண்டுகோள் விடுத்தன.

அம்பேத்கர் உடல் அன்றிரவு விமானம் மூலம் பம்பாய்க்கு கொண்டு செல்லப்பட்டு அவரது இல்லமான 'ராஜகிரக'த்தில் மக்கள் அஞ்சலி செலுத்துவதற்காக வைக்கப்பட்டது. இலட்சக்கணக்கான மக்கள் அவர் உடலுக்கு மரியாதை செலுத்தினர். பம்பாய் நகரம் முழு ஹர்த்தால் அனுஷ்டித்து அம்பேத்கருக்கு தனது அஞ்சலியைச் செய்தது.

டிசம்பர் 7ஆம் தேதி மாலையில் லட்சோப லட்சம் மக்கள் முன்னிலையில் தாதர் இந்து இடுகாட்டில் அம்பேத்கர் உடலுக்கு எரியூட்டப்பட்டது. புத்த பிட்சுகள் இறுதி நிகழ்ச்சிகளை நடத்த அம்பேத்கரின் மகன் யஷ்வந்த் தன் தந்தை உடலுக்கு எரியூட்டினார்.

இந்திய கம்யூனிஸ்ட் கட்சியின் தமிழ் மாநிலக்குழுவின் அதிகாரபூர்வ ஏடான 'ஜனசக்தி' டிசம்பர் 7ஆதேதி இதழின் தலையங்கத்தில் அம்பேத்கருக்கு புகழஞ்சலி செலுத்தியது:

"டாக்டர் அம்பேத்கரின் மறைவு பாரத நாட்டுக்கு மிகப்பெரிய, தாழ்த்தப்பட்ட மக்களுக்கு ஈடு செய்ய முடியாத இழப்பாகும். இந்த நூற்றாண்டில் தாழ்த்தப்பட்ட மக்களிடையில் தோன்றிய தலைவர்களில் சந்தேகத்திற்கு இடமின்றி அம்பேத்கருக்கு நிகரான தலைவர் யாருமில்லை.

"காலமெல்லாம் தாழ்த்தப்பட்ட மக்களின் கல்வி வளர்ச்சிக்கும் கடைத்தேற்றத்திற்கும் அவர் அரும்பாடு பட்டார். ஒடுக்கப்பட்ட, தாழ்த்தப்பட்ட மக்களின் தீவிர உணர்ச்சிக்கு தனிப்பெரும் பிரதிநிதியாக விளங்கி இந்துச் சமூகத்தில் காணப்பட்ட தீண்டாமை என்ற மாசை அகற்றக் கலகப் போர்க்கொடியை உயர்த்தினார். இந்துச் சமூகத்தின் கொடுமைப்படுத்தும் கூறுகளையெல்லாம் கூண்டோடு எதிர்த்த புரட்சியின் சின்னமாக அவர் விளங்கினார். அம்பேத்கரின் வழிமுறைகளைப் பலகாலும், பலரும் ஏற்றுக் கொள்ளாதிருக்கலாம். அவருடைய தீவிர முறைகள் பயனில் எதிரிடையான விளைவை அளித்திருக்கலாம். ஆனால் அப்பெரியாரின்

உண்மை உணர்ச்சியை, உணர்ச்சி வேகத்தை யாரும் மறுக்க முடியாது.

“இராஜாஜி கூறியது போல் அன்னார் மிகவும் நேர்மையாளர், சட்டமேதை, கல்விக்களஞ்சியம், சரியான வழியில் அணுகினால் நட்பு நிறைந்தவராய் இருந்தார்.

“தேசத் தந்தையான காந்தியடிகளையும் ஆனானப்பட்ட காங்கிரஸ் தலைவர்களையும்கூடத் தாழ்த்தப்பட்ட மக்கள் நலத்திற்காகச் சரியென்று பட்டபொழுதெல்லாம் உறுதியாக, கடுமையாக எதிர்த்திருக்கிறார். ஆயினும், அவர் ஒருக்காலும் தேச ஒற்றுமைக்கு எதிராக நின்றதில்லை.

“இந்திய அரசியல் சட்டத்தை இயற்றுவதில் அவர் செலுத்திய பங்கு, அவர் காட்டிய சட்ட நுணுக்கச் சிறப்பு, இந்திய மக்களின் மனதில் நீண்டநாள் நிலைத்து நிற்கும்.

“அரசியல் நிர்ணய சபையில் அவர் செலுத்திய பங்கும் மத்திய அரசாங்கச் சட்ட அமைச்சராக இருந்து அவர் காட்டிய நிர்வாகத் திறனும் இந்து மதச் சீர்திருத்தச் சட்டம் இயற்றுவதிலும் தாழ்த்தப்பட்ட மக்களுக்கான மற்ற பல நல நேர்ச்சிகளிலும் அவர் புரிந்த ஊழியமும் அவருடைய இன்னபிற சாதனைகளும் தற்கால இந்தியப் பெரியோர்களில் அவரும் குறிப்பிடத்தக்க ஒருவர் என்பதை நிரூபிக்கப் போதுமானவை.

“தாழ்த்தப்பட்ட மக்களுக்கு வாய்ப்புகளும் வசதிகளும் கிடைக்குமானால் அறிவின் எந்தச் சிகரத்தையும் அவர்கள் எட்டிப்பிடிக்க முடியும் என்பதற்கும் ஆட்சியின் எத்தகைய உயர் பீடத்தையும் தேச மக்கள் நன்மையின் பொருட்டு திறம்பட நிர்வகிக்க முடியும் என்பதற்கும் அம்பேத்கரின் சீரிய வாழ்வு இமயமலை போன்ற சீரிய எடுத்துக்காட்டாகும்.

“இறுதிக் காலத்தில் இலட்சக்கணக்கான தாழ்த்தப்பட்ட மக்களோடு அம்பேத்கர் புத்த மதத்தை தழுவியதைத் தாழ்த்தப்பட்ட மக்கள் விடுதலையிலும் சமத்துவ வாழ்வு பெற வேண்டுமென்பதிலும் அவருக்கிருந்த தீவிர உணர்ச்சியின் வெளியீடாகவே நாம் கொள்ள வேண்டும்.

“பாரத நாட்டின் சிறந்த புதல்வர்களில் ஒருவரும் தாழ்த்தப்பட்ட மக்களின் தன்னிகரில்லாத் தலைவருமான டாக்டர் அம்பேத்கரின் மறைவு கேட்டு தேசம் முழுவதும் ஆழ்ந்த அனுதாபம் ஏற்பட்டுள்ளது என்பதில் ஐயமில்லை...”

35

அம்பேத்கர் நூற்றாண்டு விழா

இந்தியச் சமூகத்தின் அடித்தளத்தில் துவண்டு கிடக்கும்படி ஆண்டாண்டு காலமாக நிர்பந்திக்கப்பட்டு வந்த தாழ்த்தப்பட் மக்களைக் கிளர்ந்தெழச் செய்வதற்காகவும் அவர்களுக்குச் சமூக நீதி கிடைப்பதற்காகவும் சமத்துவம் கிடைப்பதற்காகவுமான போராட்டத்திற்குத்தன்னை முழுமையாக அர்ப்பணித்துக் கொண்ட டாக்டர் அம்பேத்கரின் நூற்றாண்டு விழா இந்திய நாடு முழுவதிலும் சிறப்பாகக் கொண்டாடப்பட்டது.

1990ஆம் ஆண்டில் வி.பி.சிங்கின் மத்திய அரசாங்கம் நாட்டின் மிக உயர்ந்த விருதாகிய “பாரத ரத்னா” விருதை டாக்டர் அம்பேத்கருக்கு வழங்கியது. 40 ஆண்டுகளுக்கும் மேலாக ஆட்சியிலிருந்த காங்கிரஸ் கட்சி அம்பேத்கருக்கு அந்த விருதை அளிக்க வேண்டுமென்று கருதக்கூட இல்லை. ஏப்ரல் 12ஆம் தேதியன்று நாடாளுமன்றத்தின் மத்திய அரங்கில் டாக்டர் அம்பேத்கரின் உருவப்படம் திறந்து வைக்கப்பட்டது. அவருடைய பிறந்தநாளான ஏப்ரல் 14 ஆம் தேதியை அரசு விடுமுறை நாளென்று மத்திய அரசாங்கம் அறிவித்தது. அதே ஆண்டில் அவருடைய நிழற்படம் பொறிக்கப்பட்ட தபால் தலை இருமுறை வெளியிடப்பட்டது. சென்னைச் சட்டக்கல்லூரிக்கு டாக்டர் அம்பேத்கர் சட்டக்கல்லூரி என்று பெயர் சூட்டப்பட்டது. இந்தியாவில் அனைத்து நகரங்களிலும் அவருடைய விழாவைச் சிறப்பிக்கும் வகையில் பேரணிகள், கருத்தரங்குகள் நடத்தப்பட்டன.

எந்த ஒரு மனிதரின் வாழ்வும் பணியும் அதன் சிறப்பான தன்மையும் அந்த மனிதரின் காலத்திலேயே உணரப்படும். ஆனால், அவருடைய செயல்பாடுகளின் தன்மை வரலாற்றுச் சக்கரத்தின் முன்னோக்கிச் செல்லும் தன்மையோடு எந்த அளவுக்கு இணைந்திருந்தது, எந்தளவுக்கு வரலாற்று வளர்ச்சிக்கு சமூக

வளர்ச்சிக்குத் துணை புரிந்தது என்பதை அந்த மனிதரின் காலத்திற்குப் பின் விருப்பு வெறுப்பின்றி மனித குல நலனை மனதில் வைத்து ஆய்வு செய்யும் பொழுதுதான் உணர முடியும்; அப்பொழுதுதான் அவருடைய வரலாற்றுக் கடமையைத் துல்லியமாக நிர்ணயம் செய்யவும் முடியும்.

டாக்டர் அம்பேத்கரின் பணியையும் நாம் இவ்விதமே ஆய்வு செய்ய வேண்டும். அவர் தன் வாழ்வின் ஒவ்வொரு வினாடியையும் தனது ஆற்றலின் ஒவ்வொரு துளியையும் சமூகநீதி என்ற இலட்சியங்களுக்காகவே பயன்படுத்தினார். அரசியல் கொடுங்கோன்மையைவிடச் சமூகக் கொடுங்கோன்மை என்பது மிகவும் கொடியது என்ற முடிவுக்கு வந்த அவர், அதற்கெதிரான போராட்டத்திற்குத் தன்னை இறுதிவரை அர்ப்பணித்துக் கொண்டார். அவர் இந்திய நாட்டின் ஒற்றுமையை வலியுறுத்தினார். தேசிய நீரோட்டத்தில் இணைந்து நின்றார் என்பதை அவருடைய முதன்மையான சிறப்பாகக் கருத வேண்டும்.

தனது சமுதாயப் பணியின் தொடக்கக் கட்டத்தில் மேல்சாதி இந்துக்களின் போக்கில் மனமாற்றம் ஏற்படுமென்று அவர் கருதினார். சுதந்திர இந்தியாவின் நல்ல இந்துவினால் நாடு ஆளப்பட வேண்டுமென்று அவர் கூறினார். ஆனால், அந்த நம்பிக்கை சரியானது அல்ல என்று அவருக்குக் கிடைத்த அனுபவங்கள் உணர்த்தின. எனவே, மனமாற்றம் என்பது நடக்கக்கூடிய காரியமல்ல, போராடித்தான்தீர வேண்டும் என்ற ஆழமான முடிவுக்கு அவர் வந்தார்.

அம்பேத்கர் துவக்கிய இயக்கம் முழுமையாக வெற்றி பெறாததற்கு என்ன காரணம்? அதை விரிவாக ஆராயும் பொழுது இரண்டு அம்சங்கள் புலப்படுகின்றன. அவர் சமூகத்தின் அடித்தளத்திலுள்ள தாழ்த்தப்பட்ட மக்கள் படும் துன்ப துயரங்களைப் போக்க வேண்டுமென்று விரும்பினார். அதை மையமாக வைத்தே அனைத்து நிகழ்ச்சிகளையும் அவர் மதிப்பிட்டார். ஆனால் அந்தப் பிரச்சனையை அன்று நூற்றுக்கு 95 சதவீதத் தாழ்த்தப்பட்ட மக்கள் சம்பந்தப்பட்ட நிலப்பிரச்சனையோடு அவரால் இணைத்துப் பார்க்க முடியவில்லை. நிலப்பிரபுத்துவத்தை ஒழிப்பதன் மூலமே நிலச்சீர்திருத்தம் கோருவதன் மூலமே பண்ணையடிமைகளாகவும் ஏழை, எளியவர்க்ளாகவும் உள்ள தாழ்த்தப்பட்ட மக்களுக்கு வாழ வழி கிடைக்கும். அவர்கள் பொருளாதார ரீதியாகத் தலை நிமிர்ந்து நின்றால்தான் சமூக ரீதியாகத் தலை நிமிர்ந்து நிற்க முடியும் என்ற அம்சத்தை அவரால் காண இயலவில்லை.

இரண்டாவதாக, தாழ்த்தப்பட்டோர் படும் துயரினால் வேதனைப்பட்ட அவர் சில நேரங்களில் தாழ்த்தப்பட்டோர் பிரச்சனையைத் தேசிய நீரோட்டத்திலிருந்து தனித்துப் பார்த்தார். இதன் விளைவாக ஆங்கிலேய ஏகாதிபத்தியத்தை எதிர்த்த உணர்வுகள் நாட்டில் பொங்கிக் கொண்டிருந்த நேரத்தில் அவர் அதிலிருந்து விலகி நின்றார். உதாரணமாகச் சொல்வதென்றால் 1928ஆம் ஆண்டில் சைமன் கமிஷன் இந்தியாவுக்கு வந்த நேரத்தில் நாடே அதைப் புறக்கணித்தது. சென்ற இடங்களிலெல்லாம் அந்தக் குழுவிற்குக் கறுப்புக் கொடி காட்டப்பட்டது. பல இடங்களில் மக்கள் மீது துப்பாக்கிச் சூடுகள், தடியடிகள் நடத்தப்பட்டன. புகழ்பெற்ற காங்கிரஸ் தலைவரான லாலா லஜ்பதிராய் தடியடி காரணமாக உயிர்நீத்தார். இந்திய நாடே வேதனையில் குமுறியது. ஆனால் டாக்டர் அம்பேத்கர், அந்தக் குழுவுடன் ஒத்துழைத்தார். புறக்கணிக்கப்பட வேண்டிய அந்தக் குழுவிடம் போய் தாழ்த்தப்பட்ட மக்களுக்குச் சட்டமன்றங்களில் இடஒதுக்கீடு செய்ய வேண்டியது குறித்து மனு அளித்தார்.

இரண்டாவதாக, 1940ஆம் ஆண்டுகளில் "வெள்ளையனே வெளியேறு" இயக்கம் நாடுமுழுவதிலும் தீவிரமாக நடைபெற்று வந்த நேரத்தில் வைஸ்ராயின் நிர்வாகக் கவுன்சில் உறுப்பினராக அம்பேத்கர் பணியாற்றினார். இவ்விரண்டும் நாட்டு மக்கள் மத்தியில் பெரும் அதிருப்தியை ஏற்படுத்தியது. அவர், ஆங்கிலேயரின் ஆதரவாளர் என்ற எண்ணத்தைத் தோற்றுவித்தது. இவ்விரண்டு நிகழ்ச்சிகளையும் வரலாற்றுத் துரதிருஷ்டம் என்ற நோக்கில்தான் காண வேண்டுமே தவிர, அவருடைய சிறந்த நோக்கத்தையோ அதற்கு அவர் தன்னல மறுப்போடு போராடியதையோ குறைத்து மதிப்பிடக்கூடாது.

அவர் தனது புகழுக்காகவோ சுயநலத்திற்காகவோ இவற்றைச் செய்யவில்லை. தாழ்த்தப்பட்ட மக்களின் நலன் என்ற அம்சமே அவரை இவ்வாறு செய்யத் தூண்டியது.

மார்க்சிஸ்ட் தலைவர் பி.டி.ரணதிவே கூறுகிறார்:

"... தாழ்த்தப்பட்ட மக்களுக்காகப் போராடிய புகழ்பெற்ற பெயரம் வீரரான அம்பேத்கர், ஆரம்பக்காலத்தில் உயர்சாதியினரின் கபடத்தனங்களை அம்பலப்படுத்திக் காங்கிரஸ் கட்சியைக் கடுமையாகத் தாக்கினார். அதற்குப் பின், தாழ்த்தப்பட்ட மக்களுக்கு நிலமும் தனி குடியிருப்புகளும் கோரினார். இதை ஒரு விவசாயப் புரட்சியின்றிச் சாதிக்க முடியாது. தாழ்த்தப்பட்ட மக்களுக்கு நிலம் கொடுப்பதன் மூலம் அவர்கள் பண்ணையடிமைகளாக மற்ற சாதியினரைச் சார்ந்து நிற்கும் நிலையைத் தவிர்க்கலாம் என்பது

மிகவும் சரியான கருத்தாகும். அதே நேரத்தில் நிலமற்றோர் அனைவரின் பொதுப் போராட்டத்தின் மூலம் இதைச் சாதித்திருக்க முடியும்...

“காங்கிரஸ் தலைவர்களுக்கெதிராகவும் அவர்களது கபடத் தனங்களுக்கெதிராகவும், மிகத்தீவிரத் தாக்குதல் நடத்தியவர் டாக்டர் அம்பேத்கரை விட வேறு எவருமில்லை. ஆனாலும், காங்கிரஸ்காரர்கள் சமீபகாலம் வரை ஜனநாயகத்தின் கடைசி வார்த்தை என்று புகழ்ந்து வந்த இந்திய அரசியல் சட்டத்தை உருவாக்கிய பிரதான சிற்பிகளில் அம்பேத்கரும் ஒருவர். இந்த அரசியல் சட்டத்தின் கீழ்தான் தாழ்த்தப்பட்ட மக்களின் வீடுகள் கொளுத்தப்படுகின்றன, கொள்ளையடிக்கப்படுகின்றன. அவர்களது மனைவிகள் கற்பழிக்கப்படுகின்றனர். ஏன் அவர்கள் கொலை செய்யப்படுகின்றனர். ஆகவே அம்பேத்கர், தான் ஏமாற்றப்பட்டுவிட்டதாக உணர்ந்ததில் எவ்வித ஆச்சரியமும் இல்லை...” [1]

தாழ்த்தப்பட்ட மக்களுக்கு கல்வியும் வேலைவாய்ப்பும் கிடைக்குமானால் அவை அந்த மக்களின் உயர்வுக்கு வழி செய்யும், சமூக ஒடுக்குமுறை ஒழியும் எனறு டாக்டர் அம்பேத்கர் உறுதியாக நம்பினார். ஆனால் இந்த ஒடுக்குமுறைக்கு அடித்தளமாயுள்ளது சொத்துரிமை என்பதையும் அதை ஒழித்துக்கட்டுவதன் மூலமே சமூகக் கொடுமைக்கும் ஒடுக்குமுறைக்கும் இறுதியாக ஒரு முற்றுப்புள்ளி வைக்க முடியுமென்பதையும் அவரால் காண இயலவில்லை.

ஆணும் பெண்ணும் சமம், பெண்களுக்கு சம உரிமையுண்டு என்ற முழக்கத்தைக் கொடுத்த டாக்டர் அம்பேத்கர் அதை நடைமுறையிலும் கொண்டுவரப் பாடுபட்டார். அவர் உருவாக்கிய ‘இந்து திருமணச் சட்ட மசோதாவில்’ சொத்தில் பெண்களுக்குச் சம உரிமை உண்டு என்ற சரத்தைச் சேர்த்தார். சாதிய மேல்தட்டுப் பகுதியினரின் எதிர்ப்பின் காரணமாக இந்த மசோதா நிறைவேறாமல் செய்யப்பட்டது. தனது நிலைப்பாட்டில் உறுதியாக நின்ற டாக்டர் அம்பேத்கர் அதைக் கைவிட்டுச் சமரசம் செய்து கொள்ள மறுத்தார். சட்ட அமைச்சர் என்ற பதவியையே தூக்கி எறிந்தார்.

அம்பேத்கரின் நாற்பதாண்டுகளுக்கும் மேற்பட்ட அரசியல், சமூக வாழ்வின் சாதனைகளை ஆராயும்பொழுது இரண்டு அம்சங்கள் தெளிவாகப் புரியும்.

ஒன்று, எப்பொழுதெல்லாம் அவர், தேசிய சக்திகளுடனும் கம்யூனிஸ்ட்களுடனும் இணைந்து நின்றாரோ அப்பொழுதெல்லாம் அவர் வெற்றி கண்டார். இணைந்து நில்லாதபோது அவர் வெற்றி காணமுடியவில்லை. சட்டமன்றங்களில் தாழ்த்தப்பட்டோருக்கு

இட ஒதுக்கீடு, தொழிலாளர் உரிமை காக்கும் பிரச்சனைகள், மாநிலங்கள் சீரமைப்பு, பெண்கள் உரிமை, ஜனநாயக உரிமைகள் பாதுகாப்பு, மாநிலங்களின் உரிமைகள் போன்ற பல பிரச்சனைகளை இவற்றிற்கு உதாரணமாகக் கூறலாம்.

கடந்த காலத்துப் போராட்டங்களை வேகமாக மறு ஆய்வு செய்யும் பொழுது ஒரு முடிவுக்கு நாம் எவ்விதத் தயக்கமுமின்றி நிச்சயம் வர முடியும். தாழ்த்தப்பட்ட மக்களின் உரிமைக்காக, நல்வாழ்விற்காக அம்பேத்கரும் கம்யூனிஸ்ட் இயக்கமும் ஓரிரு கட்டங்களில் சேர்ந்து போராடி அந்த மக்களின் உரிமையை நிலைநாட்டிய நிகழ்ச்சிகளைக் காணும்பொழுது இவ்விரு சக்திகளும் மற்ற பிரச்சனைகளிலும் இணைந்து போராடியிருந்தால், அவை மிகவும் வலுவடைந்திருக்கும், புதிய வெற்றிகளை அந்த மக்களுக்கு தேடித் தந்திருக்கும். தாழ்த்தப்பட்ட மக்கள் இன்றுவரை கணிசமான பலன் பெற முடியாததற்கு இதுவும் ஒரு காரணமாக இருக்கக்கூடும் என்ற முடிவுக்கு நாம் வர முடியும்.

டாக்டர் அம்பேத்கரின் மறைவுக்குப் பின்னால், அவர் தலைமை தாங்கி நடத்திய இயக்கம் சீர்குலைந்துபோய் விட்டது. அந்த இயக்கத்தின் பல்வேறு குழுக்களும் தனிநபர்களும் சில தனிப்பட்ட சலுகைகளைப் பெறுவதில்தான் ஆர்வமாக இருக்கிறார்கள் என்பதையும் தாழ்த்தப்பட்ட மக்களை அவர்களால் முன்னேற்ற முடியவில்லை என்பதையும் நாம் வேதனையோடு காண வேண்டியிருக்கின்றது. தாழ்த்தப்பட்ட மக்களின் நலன் என்பது உழைக்கும் மக்கள் அனைவரின் பிரச்சனையோடு இணைந்த ஒன்று என்பதையும் அனைத்து மக்களையும் திரட்டிச் சமூக அரசியல் பொருளாதாரப் போராட்டங்களை நடத்துவதன் மூலம்தான் தாழ்த்தப்பட்ட மக்களின் நலனைப் பாதுகாக்க முடியும் என்ற ஒருங்கிணைந்த பார்வை அவர்களுக்கு இல்லை என்பதையும் கண்டு வருந்த வேண்டியுள்ளது.

தாழ்த்தப்பட்ட மக்கள் மீதான தாக்குதல்கள் பல மாநிலங்களில் அதிகரித்த வண்ணமுள்ளன. ஒவ்வொரு ஆண்டும் ஆயிரக்கணக்கானோர் கொலை செய்யப்படுகின்றனர். உடல் சேதப்படுத்தப்படுகின்றனர். அவர்களது உடமைகள் அழிக்கப்படுகின்றன. அவர்கள் குடும்பத்துப் பெண்கள் மானபங்கப்படுத்தப்படுகின்றனர். தீண்டாமைச் செயல்கள் இன்னும் நீடிப்பது போன்ற அனைவரையும் தலைகுனிய வைக்கின்ற, வேதனையூட்டுகிற, வெறுப்படையச் செய்கிற தகவல்கள் நாளேடுகளில்

வந்த வண்ணமுள்ளன. ஆந்திராவின் குண்டூரில் நடைபெற்ற அட்டூழியமானது மிகச் சமீபத்தில் நடைபெற்ற ஒன்றாகும்.

இந்தக் கொடுமைகளுக்கு ஒரு முடிவு கட்ட வேண்டுமானால் இடதுசாரிச் சக்திகள், ஜனநாயக சக்திகள், முற்போக்காளர், மதச்சார்பற்ற சக்திகள், அம்பேத்கர் இயக்கம் உள்ளிட்ட தாழ்த்தப்பட்ட அமைப்புகள் ஆகிய அனைத்தும் சேர்ந்து ஒரு பொதுவான அணுகுமுறையை உருவாகக் வேண்டியது உடனடிக் கடமையாக உள்ளது.

பிரபாகர் சன்ஸ்கிரி கூறுகிறார்:

"... சாதிய முறைக்கான பொருளாயத அடிப்படை கரைந்து கொண்டிருக்கும் நேரத்தில், அந்தச் சாதிய முறையானது சமூக மேல்க்கட்டுமானத்தை உடும்புப் பிடியாகப் பிடித்தக் கொண்டுள்ளது. அங்கே அது, சுரண்டும் வர்க்கங்களாலும் அவற்றின் அரசியல் அமைப்பாளர்களாலும் பேணிக் காக்கப்படுகின்றது. ராஜாராம் மோகன்ராய் போன்றவர்களால் துவக்கப்பட்டுப் புலே மற்றும் அம்பேத்கரால் சாதிய முறையை ஒழித்துக் கட்டுவது என்ற எழுச்சிகர உள்ளடக்கம் கொடுக்கப்பட்டுள்ள சமூகச் சீர்திருத்த இயக்கமானது, மக்கள் ஜனநாயகப் புரட்சியின் பகுதி என்ற முறையில் நிலப்பிரபுத்துவ எதிர்ப்புக் கடமைகளைப் பூர்த்தி செய்யும் பொருட்டுத் தொழிலாளி வர்க்கத்தின் கட்சியால் முன்னெடுத்துச் செல்லப்பட வேண்டும்." [2]

1991ஆம் ஆண்டு ஏப்ரல் 14ஆம் தேதியன்று டாக்டர் அம்பேத்கரின் நூற்றாண்டு விழா மகாராஷ்டிரா மாநிலம் முழுவதும் கோலாகலமாகக் கொண்டாடப்பட்டது.

பம்பாய் நகரில், அதே தினத்தன்று புலேஅம்பேத்கர் நினைவு சமிதியின் சார்பில் மாபெரும் பேரணி நடைபெற்றது. இந்தச் சமிதியில் ஜனதா தளம், விவசாயி தொழிலாளி கட்சி, மார்க்சிஸ்ட் கம்யூனிஸ்ட் கட்சி, இந்தியக் கம்யூனிஸ்ட் கட்சி, குடியரசுக் கட்சியின் சில பிரிவுகள் போன்றவை கலந்து கொண்டன.

மத்தியப் பம்பாய்ப் பகுதியிலிருந்து துவங்கிய மாபெரும் ஊர்வலத்தில் பல்லாயிரக்கணக்கான மக்கள் தங்கள் கொடிகளுடனும் பதாகைகளுடனும் பங்கேற்றனர். தாதர் சௌபாத்தி மைதானத்தில் டாக்டர் அம்பேத்கர் உடல் எரியூட்டப்பட்ட இடமருகே மாபெரும் பொதுக்கூட்டம் நடைபெற்றது. 75 ஆயிரத்திற்கும் அதிகமான மக்கள் கலந்து கொண்டனர். ஊர்வலத்திலும் மைதானத்திலும் ஏராளமான செங்கொடிகள் இருந்தனவென்று 'மகாராஷ்டிரா டைம்ஸ்' என்ற பத்திரிகை குறிப்பிட்டது.

முன்னாள் பிரதமர் வி.பி.சிங், மார்க்சிஸ்ட் கம்யூனிஸ்ட் கட்சியின் பொதுச் செயலாளர் ஹர்கிஷன் சிங் சுர்ஜித், இந்திய கம்யூனிஸ்ட் கட்சியின் தலைவர் ஏ.பி.பரதன், குடியரசுக் கட்சியின் சார்பில் ஆர்.எஸ்.கவாய் போன்றோரும் மது தண்டவதே, ராம் விலாஸ் பஸ்வான், டாக்டர் தத்தா சமந்த் போன்றோரும் கலந்து கொண்டு டாக்டர் அம்பேத்கருக்குப் புகழஞ்சலி செய்தனர்.

"ஏழை எளிய தாழ்த்தப்பட்ட மக்களை உயர்த்தி விடுவதற்காகவும் அனைத்து வகைப்பட்ட மத அடிப்படைவாதத்திற்கெதிராகவும் ஜனநாயகம், தேச ஒற்றுமை மற்றும் சமூக நீதி போன்றவைகளுக்காகவும் டாக்டர் அம்பேத்கர் நடத்திய இடைவிடாத பிரச்சாரத்தைப் பாராட்டி தலைவர்கள் புகழ் மாலை சூட்டினர். சமூக மாற்றம் என்ற கோட்பாட்டை மையமாகக் கொண்ட டாக்டர் அம்பேத்கரின் லட்சியத்தை அடைவதற்காக இடைவிடாது போராடுவதே அவருக்குச் செய்யும் சிறந்த மரியாதையாகும் என்று அவர்கள் குறிப்பிட்டனர்." [3]

இறுதியில் மார்க்சிஸ்ட் கம்யூனிஸ்ட் கட்சியின் பொதுச் செயலாளர் ஹர்கிஷன் சிங் சுர்ஜித், டாக்டர் அம்பேத்கரின் பணிகளை நினைவு கூர்ந்து விரிவுரையாற்றினார். தனது உரையின் இறுதியில் அவர் முழங்கினார்:

"... தாழ்த்தப்பட்ட மக்கள் கண்ணியமான வாழ்விற்காகவும் வறுமையிலிருந்து தப்புவதற்காகவும் நெடுங்காலமாய்க் காத்துக் கொண்டிருக்கின்றார்கள்.

"டாக்டர் அம்பேத்கர் ஏற்றி வைத்த போராட்டத் தீபமானது, ஏழை எளிய மக்களுக்குச் சமூக நீதி என்ற இலக்கை நாம் அடையும் வரை தொடர்ந்து எரியச் செய்யப்பட வேண்டும்..." [4]

குறிப்புகள்

1. பி.டி.ரணதிவே, முன் குறிப்பிட்ட நூல்
2. பிரபாகர் சன்ஸ்கிரி, அதே நூல்
3. "பீப்பிள்ஸ் டெமாக்ரசி", ஏப்ரல் 28, 1991
4. "நியூஏஜ்", ஏப்ரல் 28, 1991

1952-53 டாக்டர் அம்பேத்கர் கனேரி குகையில்..

1954 ஜனவரி 4, மகாத்மா பூலே திரைப்பட துவக்கவிழாவில்

டாக்டர் அம்பேத்கர் மனைவியுடன்

1949 நவம்பர் 25 டாக்டர் அம்பேத்கர் அரசியலமைப்பு சட்ட வரைவை

டாக்டர் ராஜேந்திர பிரசாத் அவர்களிடம் வழங்குகிறார்

1954 டிசம்பர் 14 ரங்கூன், பர்மா.

உலக புத்தமத மாநாட்டில் டாக்டர் அம்பேத்கர்

1950 மே 2, டெல்லி புத்த ஜெயந்தி பேருரை

1955 நவம்பர் 11 1956 டெல்லி பிர்லா மந்திரின் புத்த விஹாரில்

மனைவியுடன் டாக்டர் அம்பேத்கர்

1956 மே 24 மும்பை. புத்த ஜெயந்தி விழாவில் முன்னாள் முதல்வர் பாலாசாஹேப் கேர் அவர்களுடன் அம்பேத்கர்

1956 டிசம்பர் 6, அமரராகிய டாக்டர் அம்பேத்கர் அவர்களுக்கு பிரதமர் ஜவஹர்லால் நேரு அவர்களின் அஞ்சலி

1956 டிசம்பர் 7, மும்பை மக்கள் கடலின் நடுவே டாக்டர் அம்பேத்கர் அவர்களின் இறுதியாத்திரை.

www.ingramcontent.com/pod-product-compliance
Lightning Source LLC
LaVergne TN
LVHW100814051026
849519LV00006B/2076